JN057377

新完全マスター

単語

改訂版

日本語能力試験

N3 重要1800語

監修　石井怜子

著　齋藤明子　小谷野美穂　鈴木英子　山崎洋子　青柳方子　王亜茹
大野純子　木村典子　塩田安佐　田川麻央　森田亮子　守屋和美
米原貴子

スリーエーネットワーク

Published by 3A Corporation.
Trusty Kojimachi Bldg., 2F, 4, Kojimachi 3-Chome, Chiyoda-ku, Tokyo 102-0083, Japan

ISBN978-4-88319-887-0 C0081

First published 2016
Revised Edition 2021
Printed in Japan

はじめに

中級になると、たくさんの言葉を知っていることが、日本語上達の重要な鍵になります。この本に載っている１８００語は、複数のコーパスと過去の日本語能力試験を分析して選んだもので、初級を終わった人が効率よく学習を進めるのに最適です。

本書のポイント！

① 覚えやすい構成

品詞別の構成で覚えやすく、また自分が勉強したいところから学習できます。

② 文の中で意味を確認

易しく自然な例文で、言葉のイメージがつかめます。

③ 学習した言葉を文章（「読んでみよう」）の中で復習

約２００語ごとに、そこまでに学習した言葉（太字で示してあります）が入った文章があり、実践的な復習ができます。

④ 聞いて確認

見出しの言葉と「読んでみよう」の音声を聞けるアプリがあるので、覚えた言葉を耳で確認できます。

(https://www.3anet.co.jp/np/books/3665/)

⑤ 豊富な参考語で語彙力をアップ

関連する参考語が載っているので、言葉を関連付けて深く学べます。

Preface

When it comes to reaching the intermediate level, knowing a lot of words is an important key to progress in Japanese. As the 1,800 words that appear in this book have been selected through analyzing multiple language databases and past Japanese Language Proficiency Tests, it provides the best way for people at the end of the beginner level to progress with their studies.

This book's distinctive points!

① It has an easy to learn structure.
As the book is organized according to word class, it makes it easier to learn; moreover, you can study from any place in the book that you wish.

② You can confirm the word's meaning in an example sentence.
Through the easy and natural example sentences, you can get a clear image of the word.

③ You can review the words you have learned by reading them in "読(よ)んでみよう."
After approximately every 200 words, there is reading material including the words you have studied up to that point (shown in bold), allowing you to do a hands-on review.

④ You can confirm the pronunciation of the word through hearing it.
You can download an application enabling you to hear the headwords and sentences in 読(よ)んでみよう in spoken form, so you can check the pronunciation of the words you have learned.
(https://www.3anet.co.jp/np/books/3665/)

⑤ There is an abundant number of reference words to boost your vocabulary.
Associated reference words are given to deepen your study of the related word.

前言

日语水平达到中级之后，掌握尽可能多的单词就成了日语学习的关键。本书所收录的 1800 个单词是分析数种语料库及日语能力考试历年真题之后精选的单词，非常适合已完成初级阶段的学习，希望进一步提升水平的学生。

本书特色

① 编排合理，方便记忆
所有单词按词性分类，方便记忆，还可以有针对性地学习自己感兴趣的部分。

② 通过句子，掌握单词的词义
例句简单自然，可以正确掌握单词的词义。

③ 通过文章（"読(よ)んでみよう"），复习所学的单词
每 200 个单词后，就有一篇含有所学的相关单词（用粗体表示）的文章，可以在实践中有效地复习。

④ 用耳朵确认
本书配有包含词条及听 "読(よ)んでみよう" 音频的 APP。可以用耳朵确认所学的词汇。
(https://www.3anet.co.jp/np/books/3665/)

⑤ 丰富的参考词，提高词汇量
辅有相关联的参考词，通过联想记忆可以深入学习该单词。

Lời nói đầu

Vào đến trung cấp, việc bổ sung vốn từ vựng là vô cùng cần thiết. 1800 từ vựng trong cuốn sách này đã được lựa chọn từ các đề thi năng lực tiếng Nhật trong quá khứ vì vậy vô cùng phù hợp với những đối tượng đã học hết sơ cấp và muốn ôn tập lại kiến thức của mình.

Các điểm đặc trưng của cuốn sách!

① Bố cục dễ nhớ
Dễ nhớ nhờ bố cục phân chia các từ loại. Ngoài ra phù hợp với cả những đối tượng muốn tự ôn tập.

② Xác nhận lại ý nghĩa qua các câu văn
Nắm bắt được ấn tượng của các từ vựng thông qua các ví dụ tự nhiên và dễ hiểu.

③ Ôn tập lại từ vựng đã học qua các đoạn văn "読んでみよう"
Cứ khoảng 200 từ, sẽ có các bài đọc sử dụng các từ vựng đã học (sẽ được biểu thị bằng các từ in đậm) để người học ôn tập lại.

④ Nghe và xác nhận
Vì có ứng dụng để có thể nghe được phát âm các từ vựng trong danh sách từ vựng và phần "読んでみよう" nên người học có thể xác nhận lại từ vựng đã học bằng đôi tai của mình."
(https://www.3anet.co.jp/np/books/3665/)

⑤ Nâng cao năng lực từ vựng thông qua các từ vựng tham khảo phong phú
Cung cấp thêm các từ vựng tham khảo có liên quan, giúp người học có thể hiểu sâu các từ vựng.

目次

Contents　目录　Mục lục

この本の使い方

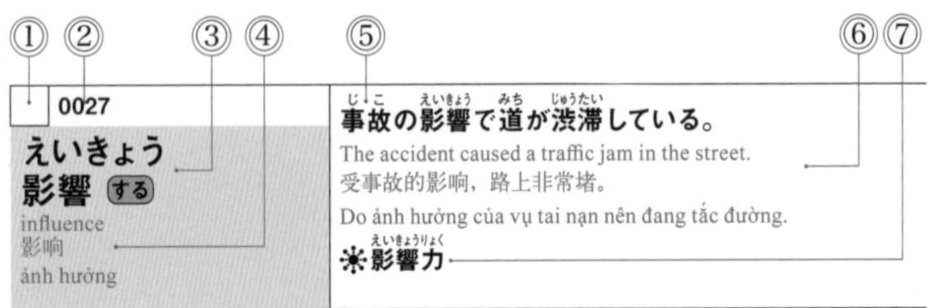

① 覚えたらチェックしましょう。

② 1から1800まであります。

③ 覚える言葉とその表記です。

（「する」が付けられる名詞は、する が付いています。）

④ 見出し語の英語、中国語、ベトナム語の訳です。

⑤ 例文を読んで、言葉を覚えましょう。

⑥ 例文の英語、中国語、ベトナム語の訳です。

⑦ 参考語　自　見出し語の自動詞

他　見出し語の他動詞

⇔　見出し語の対義語／対語

✿　見出し語のグループ語／類義語

☀　見出し語の複合語／派生語など

⊕　見出し語に関係した接辞

使い方の例

言葉とその意味を覚える。音声も聞こう。

→ 例文を読んで、使い方を知る。

→ 参考語を見て、言葉の使い方を広げる。

→「読んでみよう」を読んで、聞いて、復習する。

N３で必要な接辞の表が、p.40、p.73、p.130、p.171に付いています。これを活用して、さらに理解できる言葉を広げましょう。

How to Use This Book

① Once you have learned the word, tick the box.

② There are 1,800 entries.

③ The word to learn and its transcription

(する is attached to the noun if it can be used as a " する " verb.)

④ The English, Chinese and Vietnamese translation of the word

⑤ Read the example sentence and learn it.

⑥ The English, Chinese and Vietnamese translation of the sentence

⑦ Reference word
- 自 Entry's intransitive form
- 他 Entry's transitive form
- ⇔ Entry's antonym/pair word
- ✿ Entry's related term/synonyms
- ✳ Entry in a compound or derivative word
- ⊕ Entry's affix

Example Usage

Learn the word and its meaning. Also listen to how it sounds.

└→ Read the example sentence and become familiar with how to use it.

└→ Look at the reference word to broaden your knowledge of how the word is used.

└→ Read and listen to " 読(よ)んでみよう ," and then use it to review what you have learned.

A table of affixes needed at the N3 level can be found on p.40, p.73, p.130, p.171.
Use this to increase the number of words you can understand.

本书使用方法

① 记住单词就打个钩吧。

② 表示第 1 个至第 1800 个单词。

③ 要记住的单词和其书写。

（可以加"する"的名词，后面有 する。）

④ 单词的英语、汉语、越南语翻译。

⑤ 读例句，背单词。

⑥ 例句的英语、汉语、越南语翻译。

⑦ 参考词 自 词条的自动词

他 词条的他动词

⇔ 词条的反义词

✿ 词条的同类词 / 同义词

✳ 词条的复合词 / 派生词等

⊕ 与词条有关的接头词、接尾词

具体使用方法

掌握单词和词义，还要听音频。

└→ 读例句，掌握单词的使用方法。

└→ 看参考词，拓展单词的使用方法。

└→ 听读"読(よ)んでみよう"，复习相关单词。

N3 所要掌握的接头词、接尾词表格在 p.40、p.73、p.130、p.171。
有效使用这些单词表，拓展你能理解的单词量吧。

Cách sử dụng cuốn sách này

① Cùng kiểm tra lại sau khi ghi nhớ.

② Có tới 1800 từ vựng.

③ Từ vựng cần ghi nhớ và cách biểu thị của nó.
(Những danh từ có thể kết hợp với " する " sẽ có kèm theo する)

④ Có phần dịch tiếng Anh, tiếng Trung Quốc và tiếng Việt kèm theo.

⑤ Đọc các ví dụ mẫu và ghi nhớ từ vựng.

⑥ Có phần dịch tiếng Anh, tiếng Trung Quốc và tiếng Việt kèm theo.

⑦ Từ tham khảo.
- 自 Tự động từ trong danh sách từ vựng.
- 他 Tha động từ trong danh sách từ vựng.
- ⇔ Các từ trái nghĩa, đối nghĩa trong danh sách từ vựng.
- ❀ Các từ cùng nhóm nghĩa, các từ đồng nghĩa trong danh sách từ vựng.
- ☀ Các từ phức/các từ phát sinh trong danh sách từ vựng.
- ⊕ Các phụ tố (tiền tố và hậu tố) kết hợp với các từ trong danh sách từ vựng.

Ví dụ về cách sử dụng

Ghi nhớ từ vựng và ý nghĩa của chúng. Lắng nghe cả cách phát âm.
→ Đọc ví dụ mẫu để biết cách sử dụng.
→ Xem các từ tham khảo để mở rộng cách sử dụng từ.
→ Đọc các bài đọc " 読んでみよう " nghe và ôn tập.

Bảng các phụ tố cần thiết ở trình độ N3 có bổ sung kèm theo ở các trang p.40, p.73, p.130, p.171. Các bạn hãy sử dụng nó để hiểu hơn và mở rộng vốn từ vựng.

名詞　一般1

Nouns - General 1
名词 - 一般名词1
Danh từ - Thông dụng 1

0001 **あい** **愛** love 爱 tình yêu	**子を思う親の愛は深い。** The love of parents for their children is deep. 思念孩子的父母的爱是深厚的。 Tình cảm của cha mẹ dành cho con cái rất sâu đậm. **※～愛（例：夫婦愛）**
0002 **あいじょう** **愛情** affection 爱，感情 tình yêu thương, tình cảm	**A先生は厳しいが、生徒に愛情を持っている。** Though Teacher A is strict, he has affection for his students. A老师很严厉，但对学生很有爱心。 Thầy giáo A tuy nghiêm khắc nhưng lại có tình thương với học sinh.
0003 **アイデア/アイディア** idea 主意 ý tưởng, sáng kiến	**新しい製品のアイデアを思い付いた。** I came up with an idea for a new product. 想到了(开发)新产品的点子。 Tôi đã nảy ra ý tưởng cho sản phẩm mới.
0004 **あくしゅ** **握手** する handshake 握手 bắt tay	**パーティーで外国の方と握手した。** I shook hands with a foreigner at the party. 在派对上和外国的来宾握手了。 Tôi đã bắt tay với vị khách ngoại quốc tại bữa tiệc.
0005 **アクセス** する access 连接，访问 truy cập	**大学のホームページにアクセスした。** I accessed the university homepage. 访问了大学的主页。 Tôi đã truy cập vào trang web của trường đại học.
0006 **アクセント** accent 重音，声调 trọng âm	**アクセントに注意して発音してください。** Please pronounce it paying attention to accent. 发音时请注意声调。 Hãy chú ý trọng âm khi phát âm.
0007 **あちらこちら** here and there 到处，处处 khắp nơi, đây đó, chỗ này chỗ kia	**朝、鳥の声があちらこちらから聞こえる。** In the morning, you can hear birds singing here and there. 早晨，到处都可以听见鸟儿的叫声。 Buổi sáng có thể nghe thấy tiếng chim hót từ khắp nơi. **❀ あちこち**

0008

あつまり
集まり
gathering
集会，汇合
sự tập trung, tập hợp, buổi gặp mặt

昨日、大学の情報を交換する集まりがあった。
Yesterday there was a gathering to exchange university information.
昨天，交流大学信息的集会召开了。
Hôm qua đã có buổi gặp mặt trao đổi thông tin của trường đại học.

0009

あてな
宛名
address
收件人姓名(住址)
tên, địa chỉ người nhận

宛名が間違っていて、手紙が届かなかった。
There was a mistake with the address, and the letter never arrived.
因为收信人姓名出错，信没寄到。
Vì nhầm tên và địa chỉ người nhận nên bức thư đã không đến nơi.

0010

あとかたづけ
後片付け する
cleanup, clearing away
事后整理
dọn dẹp

料理は好きだが、食事の後片付けは苦手だ。
While I like cooking, I don't like cleaning up afterwards.
我喜欢做饭，但不擅长事后整理。
Tôi thích nấu ăn nhưng việc dọn dẹp sau bữa ăn thì không thích.

0011

アドバイス する
advice
建议
lời khuyên

先輩に仕事のアドバイスをしてもらった。
I received job advice from my senior.
向前辈寻求了关于工作的建议。
Tôi đã được các anh chị đi trước cho lời khuyên về công việc.

0012

あな
穴
hole
孔，洞
hố, lỗ, lỗ thủng

木の穴から小さい動物が出て来た。
A little animal emerged from a hole in the tree.
小动物们从树洞里(钻了)出来。
Có con thú nhỏ chui ra từ hốc cây.

0013

あまり
余り
leftover, remainder
剩余的，多余的
thừa, dư

余りの布で小さな袋を作った。
I made a little bag from the leftover cloth.
用剩余的布做了小袋子。
Tôi đã làm chiếc túi nhỏ bằng vải thừa.

0014

アンケート
questionnaire, survey
问卷调查
bản điều tra, phiếu điều tra

会社は新製品の評判をアンケートで調べた。
The company investigated the reputation of its new product through a survey.
公司对于新产品的口碑做了问卷调查。
Công ty đã nghiên cứu các đánh giá về sản phẩm mới bằng phiếu điều tra.

✲アンケート結果　✲アンケート調査

0015

いたずら する
mischief
(搞)恶作剧
nghịch ngợm

子供のころ、よくいたずらをした。
When I was a child, I got up to lots of mischief.
小时候经常搞恶作剧。
Hồi nhỏ, tôi hay nghịch ngợm.

✲いたずらっ子

0016
いちぶ
一部
part
一部分
một phần

市は道路の建設計画の一部を変更した。
The city modified part of the construction plan for the city road.
市里修改了部分道路建设计划。
Thành phố đã thay đổi một phần kế hoạch xây dựng đường sá.
⇔全部

0017
いっしゅん
一瞬
a moment/second
一瞬间
khoảnh khắc, trong nháy mắt

事故は一瞬の出来事で、誰も見ていなかった。
As the accident happened in a split second, no one saw it.
因为事故是在一瞬间发生的，谁都没看到。
Vụ tai nạn xảy ra trong nháy mắt, không một ai nhìn thấy.

0018
いはん
違反 する
breach, violation
违反
vi phạm

交通規則に違反して、お金を取られた。
As I broke the traffic regulations, I was fined.
因为违反交通规则被罚了钱。
Vì vi phạm luật lệ giao thông nên tôi đã bị phạt tiền.
✲規則違反　✲スピード違反

0019
イベント
event
活动
sự kiện

祭りではカラオケ大会のイベントがあった。
At the festival, there was a karaoke contest event.
庆典的时候举办了卡拉ok唱歌比赛。
Tại lễ hội có sự kiện thi hát Karaoke.

0020
イメージ する
image
形象，印象，产生了……印象
hình ảnh, hình dung, ấn tượng

旅行して、その国のイメージが変わった。
My image of that country has changed since I traveled there.
旅行后，对那个国家的印象有所改变。
Sau chuyến du lịch thì ấn tượng về đất nước đó đã thay đổi.

0021
いんさつ
印刷 する
print
印刷
in ấn, in

お祭りのポスターを１００部印刷した。
We printed 100 copies of the festival poster.
印刷了100份庆典海报。
Tôi đã in 100 tờ áp phích (poster) cho lễ hội.
✲印刷機　✲印刷物

0022
いんしょう
印象
impression
印象
ấn tượng

面接のとき、彼の印象はとても良かった。
During the interview, he made a very good impression.
面试的时候，对他的印象非常好。
Khi phỏng vấn, ấn tượng về anh ấy rất tốt.
✲印象的　✲第一印象

0023
インタビュー する
interview
采访
phỏng vấn

優勝した選手がインタビューに答えた。
The winning athlete answered questions in the interview.
获胜的选手接受了采访。
Tuyển thủ vô địch đã trả lời phỏng vấn.

0024

うそ
lie
谎话
nói dối, dối trá

彼女の話は、うそが多くて信用できない。
What she says is full of lies and can't be trusted.
她的话大多是谎言，不能相信。
Câu chuyện của cô ấy có nhiều điều dối trá nên không thể tin được.

0025

うちがわ
内側
inside
内侧
phía bên trong

このかばんは内側にポケットが２つある。
This bag has two pockets inside.
这个包的内侧有两个口袋。
Chiếc cặp này có 2 ngăn ở phía trong.
⇔**外側**

0026

エアメール
airmail
航空邮件
đường hàng không

エアメールなら、３日ぐらいで届きます。
If by airmail, it'll take about three days to arrive.
航空邮件的话，三天左右就到了。
Nếu gửi bằng đường hàng không, thì khoảng 3 ngày sẽ đến nơi.
❀**航空便**

0027

えいきょう
影響 する
influence
影响
ảnh hưởng

事故の影響で道が渋滞している。
The accident caused a traffic jam in the street.
受事故的影响，路上非常堵。
Do ảnh hưởng của vụ tai nạn nên đang tắc đường.
☀**影響力**

0028

えいぎょう
営業 する
business operation, sales
营业
kinh doanh, mở cửa

あの店は日曜日も営業している。
That shop is open for business even on Sundays.
那家店周日也营业。
Cửa hàng ấy mở cửa cả chủ nhật.
☀**営業時間**　☀**深夜営業**

0029

エコ
(エコロジー)
eco (ecology)
环保
sinh thái học

車より電車を使うほうがエコになる。
It is more ecological to use a train than a car.
比起汽车，乘坐电车更加环保。
Dùng xe điện sẽ tốt cho môi trường sinh thái hơn xe ô tô.

0030

エネルギー
energy
能源
năng lượng

現在、石油がエネルギーの中心だ。
Currently, oil is the main source of energy.
现在，石油是能源的中心。
Hiện nay, dầu mỏ là nguồn năng lượng chủ yếu.
☀**自然エネルギー**

0031

オイル
oil
油，石油
dầu, dầu mỡ

世界的にオイルの値段が上がっている。
The price of oil is increasing around the world.
全世界石油的价格都在上涨。
Giá dầu tăng trên toàn thế giới.
☀**エンジンオイル**　☀**サラダオイル**

□ 0032 **(お)いわい** **(お)祝い** celebration, (congratulatory) gift 祝贺(礼物) lời chúc, quà chúc mừng	**友人に結婚のお祝いを贈った。** I sent a wedding gift to my friend. 向朋友赠送了结婚贺礼。 Tôi đã gửi quà mừng đám cưới bạn tôi. **✲～祝い(例：入学祝い)**
□ 0033 **おうえん** **応援** する support, cheer 加油，助威 cổ vũ, cổ động	**野球の試合で友人のチームを応援した。** At a baseball game, I cheered for my friend's team. 在棒球比赛上为朋友的队伍加油。 Tôi đã cổ vũ đội bạn tôi trong trận đấu bóng chày. **✲応援歌　✲応援団**
□ 0034 **おおがた** **大型** large size 大型 cỡ to, loại to	**家族が多いので、大型の冷蔵庫を買った。** Because my family is big, I bought a large-size fridge. 家里人多，所以买了大型的冰箱。 Vì gia đình đông người nên tôi đã mua tủ lạnh cỡ lớn. **⇔小型　✲大型車**
□ 0035 **オーケー** する okay, fine 可以，答应 đồng ý, ok	**手伝ってほしいと頼まれて、オーケーした。** They asked me for help and I said okay. 人家找我帮忙，我就答应了。 Bạn tôi nhờ giúp và tôi đã đồng ý.
□ 0036 **おじぎ** する bow 鞠躬，行礼 sự cúi chào	**祖母は丁寧におじぎをして挨拶する。** My grandmother greets people with a polite bow. 祖母很礼貌地通过鞠躬打招呼。 Bà tôi cúi người chào rất lịch sự.
□ 0037 **おしゃべり** する chat 聊天 tán gẫu, buôn chuyện	**久しぶりに会った友達とおしゃべりをした。** I chatted to a friend I hadn't seen in a long time. 和很久不见的朋友聊了天。 Tôi đã trò chuyện với người bạn lâu lắm mới gặp.
□ 0038 **おとしもの** **落とし物** lost property 遗失的东西 đồ đánh rơi	**道で落とし物を見付けて、交番に届けた。** I found some lost property in the street and took it to the police box. 在路上发现了(别人)遗失的东西，把它交给了交警。 Tôi thấy vật rơi trên đường nên đã mang đến đồn cảnh sát.
□ 0039 **おもいで** **思い出** memory 回忆 kỉ niệm	**北海道旅行は学生時代のいい思い出だ。** The trip to Hokkaido is a fond memory of my school days. 北海道之旅是学生时代美好的回忆。 Chuyến du lịch Hokkaido là một kỉ niệm đẹp thời sinh viên.

0040 **オリンピック** Olympics 奥运会 olympic	**オリンピックは国際的なスポーツの大会だ。** The Olympics is an international sports meeting. 奥运会是国际性体育盛会。 Olympic là đại hội thể thao mang tầm cỡ quốc tế.
0041 **カード** card, credit card 卡 thẻ	**支払いはカードですることにした。** I decided to pay by credit card. 选择了用卡支付。 Tôi đã chọn hình thức thanh toán bằng thẻ. ☀クリスマスカード　☀誕生日カード
0042 **かいかい** **開会** する opening of a meeting 开会 khai mạc	**国際会議で、開会のまえに首相が挨拶した。** Before the opening of the international conference, the prime minister made an address. 在国际会议上，开会前首相做了致辞。 Tại hội nghị quốc tế thủ tướng đã có lời chào trước khi khai mạc. ⇔閉会　☀開会式
0043 **かいけつ** **解決** する solution, settlement 解决 giải quyết	**関係者が話し合って、問題を解決した。** The people concerned had discussions and solved the problem. 和有关人员商讨后，解决了问题。 Những người có liên quan đã trao đổi và giải quyết vấn đề. ☀解決法　☀問題解決
0044 **がいしゅつ** **外出** する going out 外出 đi ra ngoài	**これから急用で外出するところだ。** I'm on the point of going out on urgent business. 有急事，现在正要外出。 Bây giờ tôi chuẩn bị ra ngoài có chút việc gấp.
0045 **かいせい** **改正** する revision, amendment 修改，修正 sửa chữa, sửa đổi	**法律の改正は国会で行う。** Amendments to laws are carried out in the Diet. 由国会进行法律的修改。 Việc sửa đổi luật pháp sẽ được tiến hành tại quốc hội.
0046 **かいせつ** **解説** する explanation 解说 giải thích	**A教授は新しい法律について解説した。** Prof. A explained about the new law. A教授对新法律进行了解说。 Giáo sư A đã giải thích về pháp luật mới. ☀解説者　☀解説書
0047 **かいてん** **回転** する revolving, spin 旋转 xoay vòng, quay vòng	**ボールは回転しながら遠くに飛んだ。** The ball flew away spinning. 球一边旋转，一边飞向远方。 Quả bóng vừa xoáy vừa bay xa.

0048
ガイドブック
guidebook
旅行指南
sách hướng dẫn du lịch

ガイドブックで名所を調べた。
I looked up places of interest in the guidebook.
用旅行指南查阅了名胜古迹。
Tôi đã tìm hiểu các danh lam thắng cảnh qua sách hướng dẫn du lịch.

0049
かきとめ
書留
registered mail
挂号信
gửi đảm bảo

大事な手紙なので、書留で出した。
Because it was an important letter, I sent it by registered mail.
因为是重要信件，所以寄了挂号信。
Vì là bức thư quan trọng nên tôi đã gửi đảm bảo.
☀現金書留

0050
かくだい
拡大 する
enlargement, expansion
扩大
khuếch đại, phóng to

地図が小さいときは、拡大して見るといい。
If the map is too small, it's better to enlarge it to look at.
地图有点小的时候，可以放大看。
Trường hợp bản đồ nhỏ thì phóng to lên để xem.
⇔縮小

0051
かじ
家事
housework
家务
việc nhà

休みの日には子供たちも家事を手伝う。
On holidays, even the children help with the housework.
假日里孩子们也会帮忙做家务。
Vào ngày nghỉ bọn trẻ cũng giúp tôi việc nhà.

0052
かしだし
貸し出し
lending
借出
cho mượn

図書館の本の貸し出しは、1人10冊までだ。
You can take out 10 library books per person.
每人最多能借10本图书馆的书。
Sách thư viện cho mượn, một người tối đa đến 10 quyển.

0053
かず
数
number
数量
số, lượng

講演会に参加する人の数は、50名程度だ。
The number of people attending the lecture is about 50.
参加演讲会的人数是50人左右。
Số lượng người tham gia vào buổi diễn thuyết khoảng 50 người.

0054
かた
型
model, design, type
形状
kiểu, kiểu dáng

新しい型の車に乗った。
I had a ride in a newly designed car.
乘坐了新型车。
Tôi đã đi chiếc ô tô kiểu mới.
☀髪型　☀血液型

0055
かたほう
片方
one of two, one side
一方，一只
1 bên, một phía, một chiếc

手袋の片方を落としてしまった。
I've dropped one of my gloves.
掉了一只手套。
Tôi đã đánh rơi mất một chiếc găng tay.
⇔両方　⊕片～（例：片手）

0056

カタログ
catalog
目录
catalogue, quyển giới thiệu

服のカタログを見て、ネットで注文した。
I had a look at a clothes catalog and then ordered on the Internet.
看了衣服的商品目录，在网上下了订单。
Tôi đã xem quyển giới thiệu (catalogue) về quần áo và đặt hàng qua mạng.

0057

かち
価値
value
价值
giá trị

彼なら、この絵の価値が分かるでしょう。
I think if you ask him, he'll know the value of the picture.
他的话，能明白这幅画的价值吧。
Anh ấy thì sẽ hiểu được giá trị của bức tranh này.

0058

カット する
cut
剪，切
cắt

美容院で髪の毛をカットしてもらった。
I had my hair cut at the salon.
在美发店，请人理了头发。
Tôi đã cắt tóc ở cửa hàng làm đầu.

0059

かつどう
活動 する
action, activity
活动
hoạt động

夜に活動する動物もいる。
There are also animals that are active at night.
也有在夜间活动的动物。
Cũng có động vật hoạt động về ban đêm.
☀活動的　☀～活動（例：クラブ活動）

0060

がまん
我慢 する
patience, endurance
忍耐，忍受
chịu đựng, cố gắng

薬はひどく苦かったが、我慢して飲んだ。
The medicine was terribly bitter, but I took it on the chin and drank it.
虽然药很苦，但忍着喝完了。
Thuốc rất đắng nhưng tôi vẫn cố gắng uống.

0061

かみ
神
god
神
thần thánh, thần linh

合格しますようにと神に祈った。
I prayed to god that I would pass the exam.
向神祈求合格。
Tôi đã cầu xin thần linh để có thể thi đỗ.
☀神様

0062

から
空
empty
空
trống, rỗng, trống không, trống rỗng

お金を払おうとしたら、財布は空だった。
I was about to pay and found my wallet empty.
正准备付钱,(发现)钱包是空的。
Tôi đang định trả tiền thì thấy ví trống rỗng.

0063

かわ
革
leather
皮革
da

卒業祝いに革の財布をもらった。
I received a leather wallet as a graduation present.
作为毕业礼物，收到了皮革钱包。
Tôi nhận được quà chúc mừng tốt nghiệp là một chiếc ví da.
☀革靴　☀革製品

0064
かんげい
歓迎 する
welcome
欢迎
hoan nghênh, chào mừng

新入生を歓迎して、パーティーを開いた。
We held a party to welcome the new students.
为欢迎新生，举行了派对。
Nhà trường đã mở tiệc đón chào sinh viên mới.
☀歓迎会

0065
かんこう
観光
sightseeing
观光
tham quan

最近、私の国に観光に来る人が増えている。
Recently, the number of people coming to my country to sightsee is increasing.
最近，来我国观光的人数在增长。
Gần đây, số người đến nước tôi tham quan tăng lên.
☀観光案内所　☀観光客

0066
かんさつ
観察 する
observation
观察
quan sát

毎日、植物の成長を観察している。
Every day I am observing the growth of the plants.
每天观察着植物的成长。
Hàng ngày tôi quan sát sự phát triển của cây cối.
☀自然観察

0067
かんじ
感じ
impression, feeling
感觉
cảm giác, cảm nhận, thấy

その人は３０歳ぐらいの感じだった。
I had the impression that that person was about 30 years old.
感觉那个人30岁左右。
Trông người đó khoảng 30 tuổi.

0068
かんしゃ
感謝 する
gratitude, thankfulness
感谢
cảm ơn, biết ơn

いろいろ助けてくださって、感謝しています。
I am grateful for the various ways you have helped me.
感谢您一直给我许多帮助。
Tôi rất biết ơn anh vì đã giúp đỡ tôi rất nhiều.

0069
かんじょう
感情
feeling, emotion
感情
tình cảm, cảm xúc

彼は、喜びや悲しみの感情がすぐ顔に出る。
Feelings of happiness or sadness quickly show on his face.
他高兴或者悲伤的感情都会直接表现在脸上。
Những cảm xúc buồn hay vui của anh ấy đều thể hiện trên gương mặt.
☀感情的　☀恋愛感情

0070
かんしん
感心 する
admiration
赞美，赞赏
cảm tình, cảm kích

店のサービスの良さに感心した。
I was impressed with the quality of the service in that shop.
对于那家店的服务质量大为赞赏。
Tôi cảm kích đối với dịch vụ tốt của cửa hàng.

0071
かんしん
関心
interest, concern
关心，感兴趣
quan tâm, đam mê

日本のアニメや漫画に関心がある。
I am interested in Japanese anime and manga.
对日本的动画和漫画很感兴趣。
Tôi có quan tâm đến truyện tranh và phim hoạt hình của Nhật Bản.
☀無関心

0072

かんせい
完成 する
completion
完成，完工
hoàn thành

ビルは予定通りに完成した。
The building was completed on schedule.
大楼按计划完工了。
Tòa nhà hoàn thành theo đúng như dự kiến.
✽完成度

0073

かんそう
感想
impression, opinion
感想
cảm tưởng, suy nghĩ

友達に昨日読んだ小説の感想を話した。
I told my friend my impressions of the book I read yesterday.
对朋友说了昨天看小说的感想。
Tôi đã nói với bạn cảm tưởng về cuốn tiểu thuyết đã đọc hôm qua.

0074

かんどう
感動 する
deep impression, moving
感动，激动
cảm động

彼女の歌を聞いて、感動した。
I was moved when I heard her sing.
听了她的歌，很感动。
Tôi đã nghe bài hát của cô ấy và rất cảm động.
✽感動的

0075

かんぱい
乾杯 する
toast
干杯
cạn chén, nâng ly, cụng ly

友人の結婚を祝って、みんなで乾杯した。
Everyone drank a toast to celebrate my friend's wedding.
祝贺朋友结婚，大家一起干杯了。
Mọi người đã nâng ly để chúc mừng đám cưới của người bạn thân.

0076

かんり
管理 する
management
管理
quản lí

個人情報の管理は厳しくする必要がある。
The management of people's personal information needs to be tightened.
有必要严格管理个人信息。
Việc quản lý thông tin cá nhân cần phải làm một cách chặt chẽ.
✽管理者　✽情報管理

0077

かんれん
関連 する
connection, relation
关联，相关
liên quan

専門に関連がある本を読む。
I will read a book connected with my specialty.
看和专业有关的书。
Tôi đọc sách liên quan đến chuyên môn.
✽関連会社

0078

きかい
機会
chance
机会
cơ hội

機会があったら、留学したい。
If I have the chance, I want to study overseas.
有机会的话，想要留学。
Nếu có cơ hội tôi muốn đi du học.

0079

ききめ
効きめ
effect
效果
tác dụng

その薬は、お茶で飲むと効きめがない。
That medicine, if you drink it with tea, has no effect.
那种药如果用茶服用就没效果了。
Thuốc đó nếu uống bằng nước trà sẽ không có tác dụng.

0080

きこく
帰国 する
returning to one's home country
回国
về nước

日本の大学を卒業したら、帰国する。
After I graduate from university in Japan, I shall return to my country.
从日本的大学毕业后就回国。
Tốt nghiệp đại học ở Nhật Bản xong tôi sẽ về nước.

0081

きじ
記事
article
新闻，报道
ký sự, bài báo, bài viết

新聞は、いつも経済の記事から読む。
With newspapers, I always start reading from articles on the economy.
读报纸的时候，总是从经济报道开始读。
Đọc báo thì bao giờ tôi cũng đọc từ bài viết về kinh tế.

0082

ぎじゅつ
技術
technology
技术
kỹ thuật, khoa học kỹ thuật

技術が進んで、人々の生活が便利になった。
As technology has advanced, people's lives have become more convenient.
(随着) 技术的发展，人类的生活也变得方便起来。
Khoa học kỹ thuật phát triển nên cuộc sống của con người trở nên thuận tiện.
☀技術者　☀科学技術

0083

きたい
期待 する
expectation
期待，期望
kì vọng, hi vọng

社長は若い社員に期待している。
The company president is expecting much from the young staff.
社长对年轻社员寄予期望。
Giám đốc đặt kì vọng vào những nhân viên trẻ.

0084

きたく
帰宅 する
returning home
回家
về nhà

娘は仕事が忙しくて、毎日帰宅が遅い。
My daughter is very busy at work, and she returns home late every day.
女儿工作很忙，每天回家都很晚。
Con gái tôi bận công việc nên ngày nào cũng về nhà muộn.
☀帰宅時間

0085

きちょうひん
貴重品
valuables
贵重物品
đồ có giá trị, đồ quý

ホテルのフロントに貴重品を預けた。
I left my valuables with the front desk of the hotel.
把贵重物品寄存在酒店前台。
Tôi đã gửi đồ có giá trị ở quầy lễ tân khách sạn.
⊕～品 (例：記念品)

0086

きにゅう
記入 する
entry, filling out
填写，写上
ghi vào, nhập vào, ghi

書類に生年月日を記入してください。
Please enter your date of birth on the form.
请在文件中填写出生年月日。
Hãy ghi ngày tháng năm sinh vào hồ sơ.

0087

きねん
記念 する
commemoration
纪念
kỉ niệm

卒業を記念して、クラス全員で写真を撮った。
To commemorate our graduation, we took a photo of the whole class.
为了纪念毕业，全班同学一起拍了照。
Kỉ niệm tốt nghiệp, cả lớp đã chụp ảnh chung.
☀記念写真　☀記念日

0088
きぼう
希望 する
wish, hope
希望，期望
nguyện vọng, mong muốn

彼は希望の大学に合格した。
He got into the university he hoped for.
他考上了期望的大学。
Cậu ấy đã đỗ vào trường đại học mà cậu ấy mong muốn.
☀第一希望

0089
きほん
基本
basic
基本
cơ bản, cơ sở

どんなことも基本を学ぶことが大事だ。
In any field, it's important to learn the basics.
无论什么事情，掌握基础都很重要。
Dù là việc nào thì học những điều cơ bản cũng rất quan trọng.
☀基本的

0090
ぎむ
義務
duty, responsibility
义务
nghĩa vụ, bổn phận

親は、子供に教育を受けさせる義務がある。
It's a parent's duty to have his/her children educated.
家长有让孩子接受教育的义务。
Bố mẹ có nghĩa vụ cho con cái đi học.
⇔権利

0091
ぎもん
疑問
question, doubt
疑问
nghi vấn, hoài nghi, câu hỏi

聞いた話が本当かどうか、疑問だ。
I have doubts about whether what I heard is true or not.
对听到的话的真假产生了疑问。
Câu chuyện đã nghe đó có thật hay không vẫn đang là điều nghi vấn.
☀疑問点

0092
きゅうけい
休憩 する
break
休息
nghỉ giải lao

10分休憩してから、また仕事をしよう。
Let's carry on working after taking a 10-minute break.
休息十分钟后再工作吧。
Chúng ta lại tiếp tục công việc sau khi nghỉ giải lao 10 phút.
☀休憩時間

0093
きゅうよう
急用
urgent business/matter
急事
việc gấp

急用ができたので、お先に失礼します。
Something urgent has come up, so I'm sorry, but I have to leave.
(突然)有了急事，我先告辞了。
Vì có việc bận đột xuất nên tôi xin phép về trước.

0094
ぎょうじ
行事
event
仪式，活动
lễ hội, sự kiện

秋のお祭りは、この町の大切な行事だ。
The fall festival is an important event in this town.
秋天的庙会是这座城市的重要活动。
Lễ hội mùa thu là lễ hội quan trọng của khu phố này.
☀学校行事　☀伝統行事

0095
きょうそう
競争 する
competition
竞争，比赛
cạnh tranh, thi đua, thi

どちらが速く計算できるか、弟と競争した。
I competed with my younger brother to see who could calculate it quicker.
和弟弟比赛谁能算得更快。
Tôi đã thi với em trai xem ai có thể tính nhanh hơn.

0096 きょうつう **共通** する common 共同 chung, giống nhau	**私と彼の共通の趣味はテニスだ。** The hobby that he and I have in common is tennis. 我和他共同的兴趣爱好是网球。 Sở thích chung của tôi và anh ấy là tennis. **✻共通点**
0097 きょうりょく **協力** する cooperation 协作，合作 hợp tác, hợp lực	**みんなの協力でチームが優勝できた。** With everyone's cooperation our team could win. 在大家的共同努力下，我们的队伍取得了冠军。 Đội tôi đã vô địch là nhờ sự hợp tác của mọi người. **✻協力関係　✻経済協力**
0098 ぎょうれつ **行列** する line, queue 排队，队伍 hàng người, đoàn người	**安売りの店の前に行列ができている。** A line has formed in front of that discount store. 折扣店前排起了长队。 Mọi người đang xếp hàng trước cửa hàng bán hạ giá.
0099 きょか **許可** する permission 许可 cho phép, phê duyệt, cấp phép	**医師から許可が出て、やっと退院できた。** With permission from the doctor, I was finally able to get out of hospital. 得到医生的许可，终于出院了。 Được phép của bác sĩ nên tôi đã xuất viện. **✻許可証　✻～許可（例：入学許可）**
0100 ぎょぎょう **漁業** fishing industry 渔业 ngư nghiệp	**この地域は、いい港があって漁業が盛んだ。** This region has a great harbor so the fishing industry is flourishing. 这片地域有很好的港口，渔业十分兴旺。 Khu vực này vì có bến cảng tốt nên ngư nghiệp rất phát triển.
0101 きょり **距離** distance 距离 cự li	**マラソンは４２．１９５キロの距離を走る。** For a marathon you have to run a distance of 42.195 kilometers. 马拉松要跑42.195千米。 Maraton là môn chạy với cự li 42,195km. **✻長距離　✻長距離バス**
0102 きろく **記録** する record 记录 kỉ lục, ghi chép	**出席者の名前を記録してください。** Please record the names of those present. 请记录出席者的姓名。 Hãy ghi lại tên những người có mặt. **✻記録的　✻世界記録**
0103 きん **金** gold 金 tiền, vàng	**金のネックレスをして出掛けた。** I went out wearing a gold necklace. 戴上金项链出门。 Tôi đã đeo chiếc dây chuyền vàng và ra khỏi nhà. **✻金メダル**

0104
ぎん
銀
silver
银
bạc

父(ちち)から銀(ぎん)の時計(とけい)をもらった。
I received a silver watch from my father.
从父亲那儿得到了(一块)银表。
Tôi đã được bố cho chiếc đồng hồ bằng bạc.
☀銀(ぎん)メダル

0105
きんこ
金庫
safe
保险柜
két, két sắt

金庫(きんこ)に宝石(ほうせき)や現金(げんきん)が入(い)れてある。
There are jewelry and cash in the safe.
保险柜里放有宝石和现金。
Tiền mặt, đá quý đã được cho vào két.

0106
きんし
近視
near-sighted, short-sighted
近视
cận thị

近視(きんし)なので、眼鏡(めがね)がないとよく見(み)えない。
As I am near-sighted, I can't see well without my glasses.
因为(有点)近视，没眼镜的话就看不清楚。
Vì bị cận nên không có kính thì tôi không nhìn rõ.

0107
きんぞく
金属
metal
金属
kim loại

銅(どう)は熱(ねつ)を伝(つた)えやすい金属(きんぞく)だ。
Copper is a metal that conducts heat easily.
铜是易导热的金属。
Đồng là kim loại dẫn nhiệt tốt.
☀金属製(きんぞくせい)

0108
きんちょう
緊張 する
strain, stress, tension
紧张
căng thẳng, hồi hộp

私(わたし)は、たくさんの人(ひと)の前(まえ)で話(はな)すと緊張(きんちょう)する。
I get nervous when I speak in front of lots of people.
我在很多人面前说话就会紧张。
Cứ nói trước nhiều người thì tôi thấy run.
☀緊張感(きんちょうかん)

0109
ぐあい
具合
condition, state
状态，情况
tình trạng, sức khoẻ

体(からだ)の具合(ぐあい)が悪(わる)いので、会社(かいしゃ)を休(やす)んだ。
My bodily condition is bad, so I am off work.
因为身体不太舒服，向公司请了假。
Vì tình trạng sức khoẻ kém nên tôi đang nghỉ việc ở công ty.

0110
くふう
工夫 する
device
设法，想办法
cố gắng, công phu, nỗ lực

少(すく)ない予算(よさん)で工夫(くふう)してごちそうを作(つく)った。
I devised a means of making a wonderful meal on a small budget.
设法用很少的预算做了丰盛的饭菜。
Tôi đã tính toán làm được buổi liên hoan với số tiền ít ỏi.

0111
くべつ
区別 する
distinction
区别
phân biệt

敬語(けいご)と友達言葉(ともだちことば)を区別(くべつ)して使(つか)っている。
I distinguish between using honorific and casual language.
区分使用敬语和平辈用语。
Tôi đang sử dụng phân biệt kính ngữ với từ ngữ bạn bè thân mật.

0112

クリーニング (する)
cleaning
洗衣服，干洗
giặt là

パーティーで着た服をクリーニングに出した。
I took the clothes I wore to the party to be cleaned.
把派对上穿的衣服送到洗衣店去洗。
Tôi đã mang quần áo mặc ở bữa tiệc ra hiệu giặt là.
✻クリーニング代　✻クリーニング店

0113

クリック (する)
click
点击
kích vào

ここをクリックすると、字が大きくなる。
When you click here, the letter becomes bigger.
点击这里的话，字就会变大。
Cứ kích vào đây thì chữ sẽ to lên.

0114

くろう
苦労 (する)
labor
辛苦，操心
khổ công, gian khổ, vất vả

彼は漢字を覚えるのに苦労している。
He is laboring to memorize the kanji.
他很辛苦地记汉字。
Anh ấy đang rất cố gắng để nhớ chữ Hán.

0115

けいえい
経営 (する)
management
经营
kinh doanh

父は化粧品会社を経営している。
My father manages a cosmetics company.
父亲经营着化妆品公司。
Bố tôi đang kinh doanh công ty mỹ phẩm.
✻経営者　✻個人経営

0116

けいご
敬語
honorific language
敬语
kính ngữ

敬語を正しく使うのは難しい。
It's difficult to use honorific language correctly.
正确使用敬语是很难的。
Việc dùng kính ngữ một cách chính xác là điều khó.

0117

けいじ
掲示 (する)
bulletin, notice
布告，公示
thông báo

合格した人の名前を門の前に掲示します。
The names of those who passed will be put up in front of the gate.
合格者的名单将在门口公示。
Tên người trúng tuyển sẽ được thông báo ở trước cổng.

0118

けしき
景色
landscape, scenery, view
景色
phong cảnh

窓から見える景色が素晴らしい。
The view that can be seen from the window is wonderful.
透过窗户看到的景色十分美丽。
Phong cảnh ngoài cửa sổ rất tuyệt vời.

0119

けっか
結果
result
结果
kết quả

面接試験の結果はメールで知らせます。
We will notify you by e-mail of the result of the interview.
面试结果将用邮件(的形式)通知。
Kết quả thi phỏng vấn sẽ được thông báo bằng mail.
⇔原因　✻調査結果

0120 **けっしん** **決心** する determination, resolution 决心 quyết tâm	**私は離婚しようと決心した。** I made up my mind to get divorced. 我决心要离婚。 Tôi đã quyết tâm li hôn.
0121 **けっせき** **欠席** する absence 缺席 vắng mặt, nghỉ	**風邪で学校を欠席した。** Because of a cold, I was absent from school. 感冒了没去学校。 Vì bị cảm nên tôi nghỉ học. ⇔出席　✲欠席届
0122 **けってい** **決定** する decision 决定 quyết định	**市は病院の建設計画を決定した。** The city decided on a hospital building project. 市里决定了医院的建设计划。 Thành phố đã quyết định kế hoạch xây dựng bệnh viện. ✲決定権　✲決定的
0123 **けってん** **欠点** fault, weak point 缺点 khuyết điểm	**父は頑固なところが欠点だ。** My father's weak point is his stubborness. 父亲的缺点是顽固。 Bố tôi có nhược điểm là cố chấp.
0124 **けつろん** **結論** conclusion 结论 kết luận	**会議で計画は延期という結論を出した。** At the meeting, they concluded that the plan should be postponed. 会议得出了将计划延期的结论。 Trong cuộc họp đã đưa ra kết luận hoãn lại kế hoạch.
0125 **けん** **券** ticket 券 vé, phiếu	**映画の券があるんですが、行きませんか。** As I've got movie tickets, shall we go? 我有电影票，去看吗? Tôi có vé xem phim, cậu đi xem cùng nhé. ✲～券（例：割引券）
0126 **けんがく** **見学** する study tour, observation tour 参观 tham quan học tập	**今日は車の工場を見学する。** Today I am seeing around a car factory. 今天去参观汽车工厂。 Hôm nay tôi đi tham quan nhà máy ô tô. ✲見学者　✲工場見学
0127 **けんしゅう** **研修** する training 进修 thực tập, học việc	**３か月の研修を受けてから、仕事を始めた。** After undergoing three months' training, I started work. 经过三个月的进修后，开始了工作。 Sau 3 tháng thực tập tôi đã bắt đầu công việc. ✲研修期間　✲研修生

0128 **けんせつ** **建設** する construction 建设 xây dựng, kiến thiết	**新しい橋の建設が始まった。** The construction of the new bridge has begun. 开始建造了新的桥。 Việc xây dựng cây cầu mới đã được bắt đầu. **✲建設工事　✲建設的**
0129 **けんちく** **建築** する architecture 建筑 kiến trúc	**彼は江戸時代の建築を研究している。** He is doing research into Edo period architecture. 他在研究江户时代的建筑。 Anh ấy đang nghiên cứu về kiến trúc thời đại Edo. **✲建築物**
0130 **けんぽう** **憲法** constitution 宪法 hiến pháp	**憲法は国の法律の基本だ。** The constitution is the basis of a country's laws. 宪法是国家法律的根本。 Hiến pháp là cơ sở pháp luật của nhà nước.
0131 **けんり** **権利** right 权利 quyền lợi	**子供には教育を受ける権利がある。** Children have the right to receive an education. 孩子有接受教育的权利。 Trẻ em có quyền được học tập. **⇔義務　⊕～権（例：選挙権）**
0132 **げんりょう** **原料** raw material, basic ingredient 原料 nguyên liệu	**日本酒の原料は米だ。** The basic ingredient of *nihonshu* is rice. 日本酒的原料是大米。 Nguyên liệu làm rượu Nhật là gạo.
0133 **こうえん** **講演** する lecture 演说，演讲 bài giảng, bài diễn thuyết	**科学者が地球の歴史について講演した。** A scientist gave a lecture on the history of the earth. 关于地球的历史，科学家进行了演讲。 Nhà khoa học đã diễn thuyết về lịch sử của trái đất. **✲講演会**
0134 **こうか** **効果** good effect 效果 hiệu quả	**この薬の効果は８時間しか続かない。** The effect of this drug lasts only eight hours. 这个药的效果只能持续８小时。 Tác dụng của thuốc này chỉ kéo dài 8 tiếng. **✲効果的　✲経済効果**
0135 **こうかん** **交換** する exchange 交换 trao đổi, đổi	**故障した部品を新しいのと交換した。** I exchanged the broken parts for new ones. 把故障的零部件换成了新的。 Tôi đã thay linh kiện mới cho linh kiện hỏng. **✲意見交換　✲情報交換**

0136
こうぎょう
工業
industry
工业
công nghiệp

この辺りは工業が盛んで、工場が多い。
Because industry is flourishing around here, there are a lot of factories.
这一带工业发展十分昌盛，工厂很多。
Vùng này công nghiệp phát triển nên có nhiều nhà máy.
☀工業国　☀化学工業

0137
こうくうびん
航空便
airmail
航空邮件
đường hàng không

この小包を航空便で出すと、いくらですか。
If I send this package by airmail, how much is it?
这件小包裹用航空邮件寄的话，要多少钱?
Nếu gửi bưu kiện này bằng đường hàng không thì bao nhiêu tiền ạ?
❀エアメール　⊕～便（例：速達便）

0138
ごうけい
合計 する
total
合计
tổng cộng, tổng số

面接と作文の点数の合計で合格が決まる。
Passing is determined by the total score for the interview and the essay.
面试和作文的总分决定是否合格。
Việc trúng tuyển được quyết định bằng tổng điểm phỏng vấn và điểm bài luận.
☀合計金額

0139
こうこく
広告 する
advertisement
（做）广告
quảng cáo

広告を見て、このカメラを買った。
I saw the advertisement and bought this camera.
看了广告后，买了这台相机。
Vì xem quảng cáo nên tôi đã mua chiếc máy ảnh này.

0140
こうさい
交際 する
companionship, association
交往
tìm hiểu, giao thiệp, quan hệ

３年交際して、二人は結婚した。
They got married after dating for three years.
交往3年后，那两个人结婚了。
Hai người đã kết hôn sau 3 năm tìm hiểu.
☀交際相手

0141
こうじ
工事 する
construction work
工事，施工
thi công

家の前の道路を工事している。
They are doing construction work on the road in front of the house.
家门口的道路在施工。
Người ta đang thi công con đường phía trước nhà.
☀工事中　☀道路工事

0142
こうどう
行動 する
action, behavior
行动
hành động, làm

今は考えるよりも行動することが大事だ。
At the moment, acting is more important than thinking.
现在比起思考，行动更为重要。
Bây giờ, hành động quan trọng hơn là suy nghĩ.
☀行動的

0143
こうりつ
公立
public
公立
công lập

公立の学校は、私立に比べて学費が安い。
In comparison with private schools, public school fees are cheaper.
公立学校的学费比私立学校的便宜。
Trường công lập so với tư lập thì học phí rẻ hơn.
⇔私立　☀公立学校

□ 0144 **こうりゅう** **交流** する interchange, interraction 交流 giao lưu	**いろいろな国の人と交流するのは楽しい。** It's enjoyable to interact with people from various countries. 和不同国家的人交流是很快乐的。 Việc giao lưu với mọi người nước khác rất thú vị. ☀国際交流
□ 0145 **コース** course 路线 khóa học, lộ trình	**台風は九州に向かうコースをとっている。** The typhoon has taken a course heading for Kyushu. 台风向着九州方向行进。 Bão đang di chuyển theo hướng vào Kyushu. ☀進学コース　☀マラソンコース
□ 0146 **コーナー** corner, area 角落 góc	**学校には進学相談をするコーナーがある。** There's a consultation area on higher education in the school. 学校有升学指导角。 Ở trường học có góc tư vấn học chuyển cấp. ☀～コーナー（例：相談コーナー）
□ 0147 **ゴール** する goal, finish line （到达）终点，目标 đích, khung thành	**マラソン選手はゴールを目指して走った。** They marathon runners ran to the finish line. 马拉松选手向着终点努力奔跑。 Vận động viên maraton đã chạy hướng về đích.
□ 0148 **ごかい** **誤解** する misunderstanding, mistake 误解 hiểu lầm, hiểu sai	**二人は誤解が原因で別れた。** They broke up as a result of a misunderstanding. 两人因误会分手了 Hai người đã chia tay vì hiểu lầm nhau.
□ 0149 **こがた** **小型** small-size 小型 cỡ nhỏ, kích thước nhỏ	**小型で軽いパソコンが人気だ。** Small-size, light PCs are popular. 又小又轻的电脑十分有人气。 Máy tính cỡ nhỏ và nhẹ được ưa chuộng. ⇔大型　☀小型カメラ
□ 0150 **こくさん** **国産** domestically made, home-grown 国产 sản xuất trong nước	**このレモンは国産です。** These lemons are home-grown. 这个柠檬是国产的。 Loại chanh này trồng ở trong nước. ⇔外国産　☀国産車
□ 0151 **こくりつ** **国立** national 国立 quốc lập	**国立の大学に進学したい。** I want to enter a national university. 想进国立大学。 Tôi muốn vào học trường đại học quốc lập. ☀国立～（例：国立公園）

0152 こころ **心** heart, mind 心 trái tim, tấm lòng	**誰も他の人の心は分からない。** No one understands what's in another person's mind. 谁都不明白他人的心思。 Không có ai hiểu được lòng người khác.
0153 こしょう **故障** する breakdown 故障 hỏng, trục trặc	**車が故障して、動かない。** The car's broken down and won't move. 车子发生了故障，没法动了。 Xe ô tô hỏng nên không chạy được. ☀故障中
0154 こっかい **国会** the Diet, national assembly 国会 quốc hội	**国会で新しい法律が決まった。** A new law was approved in the Diet. 国会制定了新的法律。 Luật pháp mới được quyết định tại quốc hội.
0155 こづつみ **小包** package 小包裹 bưu kiện, bưu phẩm	**国の母から小包が届いた。** A package has arrived from my mother back home. 母亲从国内寄来了小包裹。 Bưu phẩm mẹ tôi gửi từ trong nước đã đến nơi.
0156 こな **粉** powder, flour 粉 bột	**このパンは米の粉で作りました。** This bread was made with rice flour. 这个面包是用米粉做成的。 Bánh mì này đã được làm từ bột gạo. ☀粉状
0157 **ごぶさた** する not keeping in touch 好久不见 lâu lắm mới gặp, lâu lắm mới liên lạc	**ごぶさたしておりますが、お元気ですか。** It's been a long time since I last contacted you. How are you? 好久不见，你还好吗? Lâu lắm mới viết thư cho ngài, ngài có khỏe không ạ?
0158 **コミュニケーション** communication 交流 sự giao tiếp	**親子のコミュニケーションは大切だと思う。** I think communication between parent and child is important. 我认为亲子交流是很重要的。 Tôi nghĩ việc giao tiếp giữa cha mẹ với con cái là quan trọng. ☀コミュニケーション能力
0159 **ゴム** rubber, elastic 橡胶 cao su	**古いゴムの手袋を使ったら、すぐ破れた。** When I used old rubber gloves, they soon tore. 用了很旧的橡胶手套，结果很快就破了。 Khi tôi dùng găng tay cao su cũ thì đã bị rách. ☀ゴム製

□ 0160 **こむぎ** **小麦** wheat 小麦 lúa mì	**日本は小麦をたくさん輸入している。** Japan imports a lot of wheat. 日本进口大量的小麦。 Nhật Bản đang nhập khẩu rất nhiều lúa mì.
□ 0161 **コンクール** contest 竞赛，比赛 cuộc thi	**彼女はピアノのコンクールで優勝した。** She won a piano contest. 她在钢琴比赛中获得了第一名。 Cô ấy đã vô địch tại cuộc thi piano. **☀～コンクール（例：作文コンクール）**
□ 0162 **コンクリート** concrete 混凝土 bê tông	**コンクリートの建物は熱や水に強い。** Concrete buildings are resistant to heat and water. 由混凝土建成的建筑在隔热、防水方面性能很好。 Tòa nhà bằng bê tông thì chịu nhiệt và nước tốt.
□ 0163 **サービス** する service 服务 dịch vụ	**このホテルはきれいで、サービスがいい。** This hotel is clean and the service is good. 这家酒店又漂亮，服务又好。 Khách sạn này thì đẹp và dịch vụ tốt. **☀サービス料**
□ 0164 **さいこう** **最高** highest 最高，最好，最杰出 cao nhất, tuyệt vời nhất	**先週の試験はクラスの最高が９０点だった。** In last week's examination, the class's highest score was 90 points. 上周考试的最高分是 90 分。 Trong bài thi tuần trước, điểm cao nhất lớp là 90 điểm. **⇔最低　⊕最～（例：最優秀）**
□ 0165 **さいだい** **最大** biggest 最大 to nhất, lớn nhất	**琵琶湖は日本で最大の湖だ。** Lake Biwa is Japan's biggest lake. 琵琶湖是日本最大的湖。 Hồ Biwa là hồ lớn nhất tại Nhật Bản. **☀最大風速　☀世界最大**
□ 0166 **さいてい** **最低** lowest 最低，最差 thấp nhất, tồi tệ nhất	**先週のテストは学年の最低が２０点だった。** In last week's test, the school year's lowest score was 20 points. 上周考试的全年级最低分是 20 分。 Bài kiểm tra tuần trước, điểm thấp nhất khối là 20 điểm. **⇔最高　☀最低気温**
□ 0167 **さいばん** **裁判** trial 审判 sự xét xử	**この事件の裁判には皆が注目している。** Everyone is paying attention to the trial of this case. 大家都十分关注这起案件的审判结果。 Mọi người đều quan tâm đến việc xét xử vụ án này.

0168 **ざいりょう** **材料** ingredients, material 材料 nguyên liệu	**料理の材料を買いに行く。** I'll go to buy some cooking ingredients. 去买做菜的材料。 Tôi đi mua đồ về nấu ăn. **⊕～材（例：建築材）**
0169 **サイレン** siren 警笛 còi, còi báo động	**深夜、救急車のサイレンで目が覚めた。** Late at night, I was awoken by an ambulance siren. 深夜，听到救护车的警笛而惊醒了。 Giữa đêm khuya, tôi tỉnh giấc vì tiếng còi xe cấp cứu.
0170 **サイン** する sign, signature 签名 chữ kí	**判こがなかったら、サインでもいいです。** If you don't have a stamp, it's okay to sign. 要是没有印章的话，签名也可以。 Nếu không có con dấu thì chữ ký cũng được. **✤署名**
0171 **さぎょう** **作業** する work, operation 作业，工作 công việc, thao tác	**製品を箱に詰める作業をした。** I did work putting goods into boxes. 做了产品装箱工作。 Tôi đã làm khâu đóng sản phẩm vào hộp. **✳作業所　✳単純作業**
0172 **さくひん** **作品** work of art, production 作品 tác phẩm	**好きな画家の作品を少しずつ集めている。** I'm collecting works of art by my favorite painter little by little. 正在一点一点地收集喜欢的画家的作品。 Tôi đang sưu tầm dần dần các tác phẩm của họa sĩ mà tôi yêu thích. **✳芸術作品**
0173 **さつえい** **撮影** する filming, shooting 摄影 quay phim, chụp ảnh	**近所で映画の撮影をしていた。** They were shooting a movie in the neighborhood. 这附近在拍摄电影。 Người ta đã quay phim ở gần đây. **✳映画撮影　✳写真撮影**
0174 **さわぎ** **騒ぎ** commotion, disturbance 骚乱，喧闹 sự làm ồn, sự ồn ào	**けんかの騒ぎを聞いて、警官が来た。** The police came on hearing the sound of a fight. 因为听到吵架的喧闹声，警察赶来了。 Nghe tiếng ồn ào của cuộc ẩu đả, cảnh sát đã đến. **✳大騒ぎ**
0175 **さんか** **参加** する participation 参加 tham gia	**地域のお祭りに参加した。** I participated in a local festival. 参加了这一地区的庙会。 Tôi đã tham gia vào lễ hội của khu vực. **✳参加者**

0176 **さんぎょう** **産業** industry 产业 ngành nghề	**観光は、この島でいちばん重要な産業だ。** Tourism is the most important industry on this island. 旅游是这座岛上最重要的产业。 Ở hòn đảo này du lịch là ngành quan trọng nhất. **☀～産業（例：情報産業）**
0177 **ざんぎょう** **残業** する overtime 加班 làm thêm giờ, tăng ca	**仕事が忙しくて、毎日残業が続いている。** My work is busy, so I've been working overtime every day. 工作很忙，过着每天加班的日子。 Vì công việc rất bận nên hàng ngày tôi đều phải làm thêm giờ. **☀残業時間**
0178 **さんこう** **参考** reference, consultation 参考 tham khảo	**雑誌の記事などを参考にして、就職を決めた。** I decided on my job by referring to some magazine articles. 参考了杂志的文章等，从而决定了自己的工作。 Tôi tham khảo các bài viết trên tạp chí và quyết định đi làm. **☀参考書**
0179 **さんせい** **賛成** する approval, agreement 赞成 tán thành, đồng ý	**みんなは彼の意見に賛成した。** Everyone agreed with his opinion. 大家都赞成他的意见。 Mọi người đều tán thành với ý kiến của anh ấy. **⇔反対　☀賛成意見**
0180 **さんち** **産地** producing area 产地 nơi sản xuất, nơi thu hoạch	**りんごを産地から東京に運ぶ。** Apples are transported from the producing area to Tokyo. 把苹果从产地运到东京。 Tôi vận chuyển táo từ nơi trồng đến Tokyo.
0181 **しげん** **資源** natural resource(s) 资源 tài nguyên	**海の資源を利用する研究が進んでいる。** The research into how to make use of the sea's natural resources is advancing. 利用海洋资源的研究正在进行。 Các nghiên cứu về việc sử dụng tài nguyên biển đang triển khai.
0182 **じけん** **事件** incident, happening, case 事件，案件 sự việc, vụ việc	**この村は５年間事件が全く起きていない。** In this village, no incident of any kind has happened for five years. 这个村子五年来没有发生过任何案件。 Làng này trong 5 năm nay hoàn toàn không xảy ra vụ việc gì.
0183 **しじ** **指示** する instruction, direction 指示，吩咐 chỉ thị, chỉ định	**医者は看護師に手術の準備を指示した。** The doctor directed the nurse to prepare for the operation. 医生吩咐护士去做手术的准备工作。 Bác sĩ chỉ đạo y tá chuẩn bị cho ca mổ.

0184

じじつ
事実
truth, facts
事实
sự thật

新聞の記事の内容は事実と違っていた。
What was said in the newspaper article was different from the facts.
新闻报道的内容与事实不符。
Nội dung bài viết trên báo không đúng với sự thật.

0185

じじょう
事情
circumstances, conditions
缘故，缘由，情况
lý do riêng, hoàn cảnh

事情があって、急に帰国することになった。
Owing to the circumstances, it was suddenly decided I would return home.
因为有一些情况，突然决定回国。
Do tình hình nên tôi đã phải về nước gấp.
☀交通事情　☀道路事情

0186

じしん
自信
confidence
自信
tự tin

体力では誰にも負けない自信がある。
I am confident that no one is superior to me in physical strength.
在体力方面，有不输给任何人的自信。
Nếu là thể lực thì tôi tự tin không thua bất cứ ai.

0187

じそく
時速
speed per hour
时速
vận tốc

高速道路を時速８０キロで走った。
I sped along the highway at 80 kilometers per hour.
在高速公路上以时速80千米的速度行驶。
Tôi đã chạy trên đường cao tốc với tốc độ 80km/giờ.

0188

したく
支度 (する)
preparation
准备
sự chuẩn bị, sửa soạn

あしたの出張の支度をする。
I'll make preparations for tomorrow's business trip.
做明天出差的准备。
Tôi chuẩn bị cho chuyến công tác ngày mai.

0189

しつぎょう
失業 (する)
unemployment
失业
thất nghiệp

友達が失業して、仕事を探している。
My friend is unemployed and he's looking for work.
朋友失业了，正在找工作。
Bạn tôi thất nghiệp nên đang tìm việc làm.
☀失業者

0190

じっさい
実際
reality, actual situation
实际，现实
thực tế

実際の仕事は思ったより大変だった。
The actual work was harder than I thought.
实际的工作要比想象的辛苦很多。
Công việc thực tế thì vất vả hơn tôi đã nghĩ.
⊕実～（例：実生活）

0191

じつりょく
実力
(real) ability
实力
thực lực

毎日練習したので、試合で実力を出せた。
Because I practiced every day, I showed my abilities in the game.
因为每天练习，所以能够在比赛中发挥出实力。
Vì hàng ngày luyện tập nên trong trận đấu đã phát huy được thực lực.
⊕～力（例：想像力）

0192 **してん** **支店** branch (store or office) 分店 chi nhánh	**来年、会社は海外に支店を出す。** Next year the company will set up a branch overseas. 公司明年会在海外开分店。 Sang năm công ty sẽ thành lập chi nhánh ở nước ngoài. **⇔本店　☀支店長**
0193 **しどう** **指導** する guidance, leadership 指导，指点 hướng dẫn, chỉ đạo	**先生がスピーチの指導をしてくださった。** My teacher coached me with my speech. 老师对我的演讲做了指导。 Cô giáo đã hướng dẫn tôi làm bài phát biểu. **☀指導者　☀指導的**
0194 **じむ** **事務** office work 事务，办公 văn phòng	**姉は学校で事務の仕事をしている。** My older sister does office work in a school. 姐姐在学校做文书工作。 Chị gái tôi làm công việc văn phòng ở trường học.
0195 **しめきり** **締め切り** deadline 截止 hạn, hạn nộp	**レポートの締め切りは今月末だ。** The report's deadline is the end of this month. 提交报告的截止日期是这个月底。 Hạn nộp báo cáo là cuối tháng này. **☀締切日　☀締め切る**
0196 **じゃま** する obstacle, hindrance 打扰 vướng, vướng víu, phiền hà	**勉強しているから、じゃましないで。** Don't disturb me when I'm studying. 我正在学习，请不要打扰我。 Vì tôi đang học nên đừng làm phiền.
0197 **じゃんけん** する the game of "stone, paper, scissors" 猜拳 oẳn tù tì	**発表の順番をじゃんけんで決めた。** We decided the order of the presentations by "stone, paper, scissors." 通过猜拳来决定了演讲的顺序。 Chúng tôi oẳn tù tì để quyết định thứ tự phát biểu.
0198 **しゅうかい** **集会** する meeting, gathering 集会 tập hợp, tập trung, mít tinh	**保育所建設を要求する集会に参加した。** I participated in the meeting about the demand for building a day-care center. 参加了要求建立托儿所的集会。 Tôi đã tham gia cuộc mít tinh yêu cầu xây dựng nhà trẻ. **☀集会所　☀住民集会**
0199 **しゅうきょう** **宗教** religion 宗教 tôn giáo	**私は古代の宗教について研究している。** I'm doing research into ancient religions. 我正在研究古代的宗教。 Tôi đang nghiên cứu về tôn giáo thời cổ đại. **☀宗教的**

0200
しゅうごう
集合 する
gathering
集合
tập hợp, tập trung

明日は１０時に駅前に集合してください。
Please gather in front of the station at ten tomorrow.
请于明天十点在车站前集合。
Ngày mai hãy tập trung ở trước ga vào lúc 10 giờ.
☀集合時間　☀集合場所

0201
しゅうしょく
就職 する
getting a job
就职
tìm việc, xin việc

就職するつもりだったが、進学を選んだ。
I intended to get a job, but chose to carry on in higher education.
本来打算去工作的，后来还是选择了升学。
Tôi đã định đi xin việc nhưng lại chọn con đường học tiếp lên.
☀就職試験

0202
しゅうちゅう
集中 する
concentration
集中
tập trung

日本の人口の約１割が東京に集中している。
About ten percent of the population of Japan is concentrated in Tokyo.
日本大约一成的人口都集中在东京。
Khoảng 10% dân số Nhật Bản tập trung ở Tokyo.
☀集中的

0203
じゅうでん
充電 する
charging (electricity)
充电
sạc điện

この電気自動車は家庭で充電できる。
This electric car can be charged at home.
这种电动车可以在家里充电。
Loại xe ô tô điện này có thể sạc tại nhà.
☀充電中

0204
しゅうり
修理 する
repair
修理
chỉnh lí, sửa chữa

パソコンが故障したので、修理してもらった。
My PC was broken, so I had it repaired.
电脑坏了，所以请人修理了。
Máy tính của tôi bị hỏng nên tôi đã đem đi sửa.
☀修理代　☀修理費

0205
しゅぎ
主義
principle, doctrine
主义，主张
chủ nghĩa, trường phái

姉は肉や魚を食べない主義だ。
It's a principle of my older sister's to not eat meat, fish and the like.
姐姐主张不吃肉和鱼。
Chị tôi theo trường phái không ăn thịt và cá.
☀社会主義

0206
しゅくしょう
縮小 する
reduction, decrease
缩小
sự lén lại, co nhỏ lại

予算が少なくなったので、計画を縮小した。
Because the budget became less, we scaled down the plan.
因为预算减少了，所以缩减了计划。
Vì ngân sách ít đi nên đã thu nhỏ quy mô kế hoạch lại.
⇔拡大　☀縮小化

0207
じゅしん
受信 する
reception, receiving
收件
sự tiếp nhận tín hiệu

受信したメールは全部とってある。
All the e-mail I've received has been saved.
已接收的电子邮件全都保存(在收件箱里)。
Tất cả những mail đã nhận đều được lưu giữ lại.
⇔送信　☀受信メール

0208 しゅっきん 出勤 する attendance (at work) 上班 sự đi làm	毎朝、新聞を読んでから出勤する。 Every morning, I read the paper and then go to work. 每天早上读完报纸后出门上班。 Hàng sáng, sau khi đọc báo tôi đi làm. ✲出勤時間
0209 しゅつじょう 出場 する participation (in a game, competition, etc.) 出场，上场 trình diễn, ra mắt, tham dự	学校の代表がスピーチ大会に出場する。 A representative from our school participates in the speech contest. 学校的代表出场演讲大会。 Đại diện của trường tham dự cuộc thi hùng biện. ✲出場者
0210 しゅっちょう 出張 する business trip 出差 công tác, kinh doanh	兄は上海に２週間出張しています。 My older brother is on a two-week business trip to Shanghai. 哥哥正在上海出差两周。 Anh trai tôi đang đi công tác ở Thượng Hải 2 tuần. ✲海外出張
0211 しゅるい 種類 kind, type, variety 种类 chủng loại, đồng loại	日本の文字の種類は３つだ。 There are three types of characters in Japanese. 日本的文字有三种。 Chữ Nhật thì có 3 loại.
0212 じゅんじょ 順序 order, sequence 顺序 theo thứ tự, thứ bậc	作業の順序を間違えないでください。 Please don't make a mistake with the order of the work. 请不要弄错工作的顺序。 Đừng nhầm lẫn thứ tự các bước thao tác.
0213 じゅんばん 順番 turn, order 顺序 hứ tự, lần lượt	順番にお呼びしますので、お待ちください。 I'll call you in order, so please wait a moment. 会按照顺序叫您，请稍等。 Tôi sẽ gọi theo thứ tự nên xin quý vị hãy chờ. ⊕～順（例：番号順）
0214 しよう 使用 する use, employment 使用 sử dụng, tận dụng	部屋を使用したあとは、電気を消すこと。 Switch off the lights after using the room. 在使用完房间以后，请关灯。 Sau khi dùng xong phòng thì phải tắt điện. ✲使用許可　✲使用法
0215 しょうぎょう 商業 commerce, trade 商业 buôn bán, thương mại	大阪は昔から商業が盛んだった。 Commerce has flourished in Osaka for a long time. 大阪一直以来商业都十分繁荣。 Ngày xưa ở Osaka buôn bán rất phát triển.

0216
じょうけん
条件
condition, terms
条件
điều kiện, điều khoản

仕事の条件を確かめる。
I'll confirm the job conditions.
确认工作的条件。
Tôi sẽ xác nhận điều kiện của công việc.
☀労働条件

0217
じょうしき
常識
common sense
常识
kiến thức thông thường

夜中に電話をするなんて、常識がない人だ。
How rude he is, for phoning up in the middle of the night!
竟然在半夜打电话，真是没有常识的人。
Nửa đêm mà vẫn gọi điện thì thật là người không biết ý.
☀常識的

0218
しょうたい
招待 する
invitation
招待，邀请
buổi chiêu đãi phải mời

友人をパーティーに招待した。
I invited friends to a party.
邀请朋友来参加派对。
Tôi đã mời bạn đến dự tiệc.
☀招待客

0219
じょうたい
状態
condition, state
状态
trạng thái

毎朝、医師は入院患者の状態をチェックする。
Every morning, the doctor checks the condition of the patients.
每天早上，医生会去确认住院病人的身体状态。
Hàng sáng bác sĩ kiểm tra tình trạng của bệnh nhân nội trú.
⊕～状（例：ゼリー状）

0220
じょうだん
冗談
joke
笑话，玩笑
trò đùa, nói đùa

彼の冗談がおかしくて、皆が大笑いした。
Because his joke was funny, everyone burst out laughing.
他的笑话太滑稽了，大家都哈哈大笑。
Mọi người đã cười vỡ bụng vì trò đùa của anh ấy.

0221
しょうち
承知 する
consent, agreement
明白，知道
chấp nhận, đồng ý, biết rõ

予約の変更ですね。承知しました。
You'd like to change your reservation, correct? All right.
您是要更改预约对吧？明白了。
Anh chị muốn thay đổi cuộc đặt đúng không ạ. Tôi hiểu rồi ạ.

0222
しょうひん
商品
merchandise, goods
商品
hàng hóa, sản phẩm

新しい商品の販売方法を考える。
I'll think about how to sell the new merchandise.
思考新商品的售卖方法。
Tôi suy nghĩ về cách bán sản phẩm mới.
☀商品化　☀人気商品

0223
じょうほう
情報
information
消息，信息
thông tin, tin tức

ネットで欲しい情報を集めた。
I gathered the information I wanted from the Internet.
在网上搜集了想要的信息。
Tôi đã thu thập các thông tin cần thiết bằng internet.
☀情報社会（情報化社会）　☀～情報（例：台風情報）

0224

しょうめいしょ
証明書
certificate, diploma, transcript
证明，证书
chứng minh thư, chứng chỉ, giấy chứng nhận

受験する大学に成績の証明書を送った。
I sent my school transcript to the university I'll take exams for.
向报考的学校提交了成绩证明。
Tôi đã gửi bảng điểm cho trường đại học mà tôi chuẩn bị dự thi.
☀～証明書（例：卒業証明書）　⊕～証（例：免許証）

0225

しょうめん
正面
the front
正面，对面
chính diện, mặt chính, mặt tiền

ホテルに入ると、正面にフロントがあった。
When I entered the hotel, the reception was at the front.
一走进酒店，对面就是前台。
Khi vào khách sạn sẽ thấy quầy lễ tân ở ngay chính điện.
☀正面玄関

0226

しょくば
職場
workplace
工作单位
nơi làm việc

職場まで家から１時間かかる。
It takes an hour to my workplace from my house.
从家里到工作的地方，路上要花一个小时。
Đi từ nhà đến nơi làm việc mất 1 tiếng.
☀職場環境

0227

ショック
shock
打击
sốc, bất ngờ, sửng sốt

彼に恋人がいたことにショックを受けた。
I was greatly shocked that he had had a lover.
他有对象的事情让我深受打击。
Tôi bị sốc khi biết anh ấy đã có người yêu.

0228

しょめい
署名 する
sign, signature
签名
bí danh chữ kí, đề tên

内容に間違いがなければ、署名してください。
If there is nothing wrong with the content, please sign it.
要是内容上没问题的话，请您签名。
Nếu nội dung không có gì sai xin anh hãy ký tên.
❀サイン

0229

しょるい
書類
document
文件
hồ sơ, tài liệu, giấy tờ

ビザを延長するために、書類をそろえた。
I prepared the documents to extend my visa.
为了延长签证的有效时间，备齐了资料。
Tôi đã chuẩn bị các tài liệu để xin gia hạn visa.
⊕～書（例：報告書）

0230

しりつ/わたくしりつ
私立
private
私立
tư lập

弟は私立の大学を受験する。
My younger brother is taking the exam for a private university.
弟弟考了私立大学。
Em trai tôi thi vào đại học dân lập.
⇔公立　☀私立～（例：私立大学）

0231

しりょう
資料
materials, data
资料
tài liệu, tư liệu

会議の資料を準備しておいてください。
Please get the data ready for the meeting.
请事先准备一下会议资料。
Hãy chuẩn bị trước tài liệu cho cuộc họp.
☀資料館　☀参考資料

0232

しるし
印
mark
记号
dấu, dấu hiệu, biểu tượng

地図に目的地の印を付けておいた。
I marked the place I wanted to go to on the map.
事先在地图上标好了目的地的记号。
Tôi đã đánh dấu sẵn những điểm cần tới trên bản đồ.

0233

シングル
single
单人，单个
đơn lẻ, độc thân, đĩa đơn

ホテルの部屋はシングルを予約した。
I reserved a single hotel room.
预订了酒店的单人房。
Phòng khách sạn thì tôi đã đặt phòng đơn.

0234

じんせい
人生
life
人生
nhân sinh, cuộc sống, cuộc đời

死ぬときに後悔しないような人生を送りたい。
I will want to have spent a life with no regrets when I die.
我想过不留遗憾的人生。
Tôi muốn sống một cuộc sống để khi chết đi không còn gì phải hối tiếc.

0235

しんぽ
進歩 する
progress
进步
tiến bộ, tiên tiến

科学技術は確実に進歩している。
Technology is definitely progressing.
科学技术确实在进步。
Khoa học kỹ thuật đang có những bước tiến vững chắc.
☀進歩的

0236

しんよう
信用 する
trust, confidence
相信，信任
lòng tin, tin tưởng, trung thành

あの人はまじめで、信用できる人だ。
That person is a serious and trustworthy person.
那个人很认真，是值得信任的人。
Người kia là người nghiêm túc, có thể tin tưởng được.

0237

しんり
心理
mental/psychological state
心理
tâm lý

高校生のころの心理は複雑だ。
Your mental state is complicated in your high school days.
高中时期的心理是很复杂的。
Tâm lý của độ tuổi học sinh cấp 3 thì phức tạp.
☀心理学　☀心理的

読んでみよう１

エコロジーとエネルギーについて学ぼう！

市では、来週の日曜日に、**エコロジー**と**エネルギー**に関する**イベント**を行います。みどり大学の先生から、おもしろい**アイデア**も教えてもらえます。この**機会**に、楽しみながら生活と自然の関係について学んで、**情報**を**交換**しませんか。

参加された方に**記念**の**エコガイドブック**を差し上げます。また、**アンケート**に**記入**すると、**希望**のプレゼントがもらえます。手作り楽器の演奏もあります。当日の予定はインターネットから見られます。ぜひ、ご家族でいらっしゃってください。

Let's Learn about Ecology and Energy!

In the city next Sunday we'll hold an event related to ecology and energy. You can also get interesting ideas from a professor of Midori University. On this occasion, while enjoying yourselves, why don't you exchange information and learn about the connection between life and nature?

We'll give a commemorative eco-guidebook to those who participate. Also, when you complete a questionnaire, you can get the present of your choice. There will also be a performance of hand-made musical instruments. The day's schedule can be seen on the Internet. Please come with your family.

学习环保和能源吧

本市下周日要开展环保和能源相关的活动。绿色大学的老师将告诉我们一些有趣的想法。借此机会，让我们一起学习生活和自然的关系，互相交换信息吧。

我们将送每位参加者一本环保指南留作纪念。另外，如果填写问卷调查，还能得到想要的礼物。此外也有手工制作的乐器演奏活动。当天的活动安排可以在网上查看。请务必和家人一起来参加。

Hãy cùng tìm hiểu về sinh thái và năng lượng

Tại thành phố sẽ tổ chức sự kiện về sinh thái và năng lượng vào chủ nhật tuần sau. Chúng ta sẽ được các thầy cô giáo ở trường đại học Midori cho biết các ý tưởng hay. Nhân dịp này, chúng ta hãy cùng nhau vui vẻ học tập và trao đổi thông tin về mối quan hệ giữa cuộc sống và thiên nhiên các bạn nhé.

Chúng tôi xin tặng cuốn sách hướng dẫn về sinh thái để làm kỉ niệm cho những vị khách tham gia. Ngoài ra, nếu các bạn điền vào phiếu điều tra thì các bạn có thể nhận được quà tặng theo nguyện vọng. Và có cả biểu diễn các dụng cụ bằng tay. Các bạn có thể xem lịch trình của ngày tổ chức sự kiện qua internet. Rất mong các bạn cùng gia đình hãy đến với chương trình.

動物相談

Q. **小型**の犬を飼っています。この犬が**いたずら**をして、家の**あちこち**がひどい**状態**で**苦労**しています。先日も、**外出**して夜遅くに**帰宅**すると、犬が大事な**書類**や注文しようと思っていた**商品**の**カタログ**を破ったり、**小包**に**穴**を開けて、中に入っていたお菓子を食べたりしていました。**解決**するために**アドバイス**していただけませんか。

A. 私もいろいろ**工夫**しましたが、**効きめ**はありませんでした。私の**結論**は、「犬は物の**価値**や**後片付け**などには**関心**がない。**いたずら**しない犬は、犬ではない。**人生**を豊かにしてくれる仲間だと思って、**愛情**を持って付き合おう」ということです。

Animal Consultation

Q: We have a little dog. Because this dog is mischievous, here and there the house is in an awful state and we are troubled. The other day as well, when I came back late from being out, the dog had done such things as destroy some important documents and a catalog I was thinking of ordering some things from, and, by making a hole in a parcel, had eaten the candies inside. Can you advise me how to solve this problem?

A: I have tried various things, but they have not been effective. My conclusion is that "A dog is not interested in the value or tidiness of things. A dog that is not mischievous is not a dog. I think it is a friend that enriches your life, so have a bond based on affection."

动物商谈

Q: 我养着一条小型犬。这条狗常搞恶作剧，把家里弄得乱七八糟，我很辛苦。前几天，我外出很晚回家，发现小狗撕毁了重要的文件和正想购买的商品的目录，还在包裹上开了个洞，吃着里面的点心。我很想解决问题，您能给我提出点建议吗？

A: 我也下了很多功夫，但是没有效果。我的结论是："狗对东西的价值和事后处理没有兴趣。不搞恶作剧的狗就不是狗。我认为应该把它当作丰富人生的伙伴，带着爱意去与它交往。"

Trao đổi ý kiến về động vật

Q: Tôi đang nuôi một chú chó nhỏ. Tôi rất vất vả với tình trạng bừa bộn, lung tung khắp nơi trong nhà vì chú chó này rất quậy phá . Hôm trước tôi đi vắng đến khuya mới về thì thấy chú chó đã làm rách các tài liệu quan trọng và cuốn catalogue sản phẩm tôi định đặt hàng nó còn khoét gói bưu phẩm moi bánh ra ăn. Rất mong các bạn cho tôi lời khuyên để giải quyết tình trạng này.

A: Tôi cũng đã tìm nhiều cách nhưng không có hiệu quả. Tôi đưa ra kết luận rằng: "Chó thì không biết đến giá trị của đồ vật hay việc dọn dẹp nhà cửa... Con chó mà không quậy phá thì không phải là giống chó. Vì thế chúng ta hãy coi nó là bạn giúp cuộc sống của chúng ta thêm phong phú, và chúng ta nên có tình cảm với nó".

接辞（せつじ）1

Affixes 1
接头词／接尾词1
Phụ tố 1

01	～的（てき） -ic, -tive, -like ～的 tính ~	技術的（ぎじゅつてき）　世界的（せかいてき）
02	各（かく）～ each ~ 各～ các, những ~	各（かく）クラス　各大使館（かくたいしかん）
03	無（む）～ without ~ 无～ không ~	無関係（むかんけい）　無事故（むじこ）
04	小（こ）～ little/small ~ 小～ ~ nhỏ, bé	小石（こいし）　小皿（こざら）
05	小（しょう）～ little/small ~ 小～ ~ nhỏ	小会議室（しょうかいぎしつ）　小動物（しょうどうぶつ）
06	大（だい）～ big/large ~ 大～ ~ lớn	大教室（だいきょうしつ）　大（だい）ニュース
07	新（しん）～ new ~ 新～ ~ mới	新工場（しんこうじょう）　新番組（しんばんぐみ）
08	高（こう）～ high ~ 高～ ~ cao	高成長（こうせいちょう）　高熱（こうねつ）
09	低（てい）～ low ~ 低～ ~ thấp	低成長（ていせいちょう）　低料金（ていりょうきん）
10	～室（しつ） ~ room ～室 phòng ~	校長室（こうちょうしつ）　相談室（そうだんしつ）
11	～物（ぶつ） ~ thing/object ～物 ~ vật	印刷物（いんさつぶつ）　郵便物（ゆうびんぶつ）

名詞　一般２

Nouns - General 2
名词 - 一般名词 2
Danh từ - Thông dụng 2

0238 **スケジュール** schedule 日程 lịch trình, thời khóa biểu	**明日のスケジュールを変更することにした。** I decided to change tomorrow's schedule. 决定改变明天的日程。 Tôi đã quyết định thay đổi lịch trình ngày mai. **✲スケジュール表**
0239 **スタイル** style, figure 风格，身材 thân hình, kiểu cách, loại	**彼女は足が長くて、スタイルがいい。** She has long legs and a good figure. 她的腿很长，身材很好。 Cô ấy có đôi chân dài và dáng người đẹp.
0240 **スピーチ** speech 演讲，发言 bài văn, diễn thuyết	**友達の結婚式でスピーチをした。** I made a speech at my friend's wedding ceremony. 在朋友的婚礼上发了言。 Tôi đã phát biểu tại đám cưới của bạn tôi. **✲スピーチ大会**
0241 **すり** pickpocket 扒手 trộm móc túi	**混雑した電車の中では、すりに気を付けよう。** Beware of pickpockets in crowded trains. 在拥挤的车厢里，要注意提防小偷。 Chúng ta hãy cẩn thận với kẻ cắp trên tàu điện đông người.
0242 **せいげん** **制限** する limit 限制 hạn chế	**スピードの制限を守って車を運転しよう。** Drive keeping the speed limit. 请遵守限速规定开车。 Chúng ta hãy lái xe tuân thủ giới hạn tốc độ. **✲制限時間　✲制限速度**
0243 **せいこう** **成功** する success 成功 thành công	**いつか成功すると信じて頑張っている。** I believe that one day I'll succeed so I'm doing my best. 我相信自己终有一天会成功，所以努力着。 Tôi tin tưởng rằng một khi nào đó sẽ thành công nên luôn cố gắng. **⇔失敗**
0244 **せいさん** **生産** する production 生产 sinh sản, sản suất	**日本では米を生産する量が減ってきている。** The amount of rice produced in Japan is decreasing. 在日本，大米的产量正在减少。 Ở Nhật, sản lượng sản xuất lúa gạo đang giảm. **⇔消費　⊕～産（例：外国産）**

0245 **せいじ** **政治** politics 政治 chính trị	**彼は政治に関心を持っている。** He is interested in politics. 他很关心政治。 Anh ấy quan tâm đến chính trị. **☀政治家　☀民主政治**
0246 **せいしつ** **性質** nature, property, capacity 性质 tính chất, tính cách	**水は電気を通す性質がある。** Conducting electricity is a property of water. 水有导电的性质。 Nước có tính dẫn điện.
0247 **せいぞう** **製造** (する) manufacture, production 制造 chế tạo, sản suất	**この工場は家具を製造している。** This factory manufactures furniture. 这家工厂制造家居。 Nhà máy này sản xuất các dụng cụ gia đình. **⊕～製（例：金属製）**
0248 **せいちょう** **成長** (する) growth, development 增长 trưởng thành, tăng trưởng	**日本経済は１９６０年代に成長した。** The Japanese economy developed in the 1960s. 日本经济在20世纪60年代取得了增长。 Nền kinh tế Nhật Bản tăng trưởng vào những năm 1960. **☀高成長　☀低成長**
0249 **せいど** **制度** system 制度 chế độ	**世界の教育の制度について調べた。** I investigated the educational systems around the world. 对世界的教育制度进行了调查。 Tôi đã tìm hiểu về chế độ giáo dục của thế giới. **☀～制度（例：社会制度）　⊕～制（例：週５日制）**
0250 **せいとう** **政党** political party 政党 chính đảng, đảng	**テレビで政党の代表の話を聞いた。** I listened to political party representatives talking on the TV. 我在电视上听到了政党代表的讲话。 Tôi đã nghe cuộc nói chuyện của đại biểu chính Đảng trên tivi.
0251 **せいひん** **製品** manufactured goods 产品 hàng hóa thành phẩm	**小さい会社だが、製品には自信がある。** Though it's a small company, we have confidence in our products. 虽然我们是小公司，但是对于产品还是很有自信的。 Tuy là công ty nhỏ nhưng chúng tôi tự tin về sản phẩm. **☀工業製品　☀新製品**
0252 **せいふ** **政府** government 政府 chính phủ	**政府は観光客を増やすことを計画している。** The government is planning to increase the number of tourists. 政府在计划增加游客的数量。 Chính phủ đang có kế hoạch tăng lượng khách du lịch.

0253	
せいよう **西洋** the West 西方 phương tây	**大学で西洋の歴史を勉強している。** I'm studying Western history at university. 在大学学习西方的历史。 Tôi đang học lịch sử phương Tây ở trường đại học. **⇔東洋　✳西洋文化**

0254	
せいり **整理** する putting in order, sorting out 整理 chỉnh lý, sắp xếp	**資料をファイルに整理した。** I sorted the data into files. 把资料整理进了文件夹里。 Tôi đã sắp xếp tài liệu thành file.

0255	
セーフ safe 安全，实现目标 an toàn	**遅刻かと思ったけど、走ったらセーフだった。** I thought I'd be late, but as I ran I made it. 以为要迟到，跑过去一看赶上了。 Tôi tưởng là bị muộn nhưng chạy nên đã kịp giờ.

0256	
セール **(バーゲンセール)** sale 促销 bán hàng, giảm giá	**バーゲンセールでコートを１万円で買った。** I got a coat for 10,000 yen in the sale. 我在大甩卖的时候花一万日元买了一件大衣。 Tôi đã mua chiếc áo khoác giảm giá chỉ có 10.000 yên. **✳割引セール**

0257	
せきたん **石炭** coal 煤炭 than đá	**石炭は重要なエネルギー資源だ。** Coal is an important energy resource. 煤炭是重要的能源。 Than đá là nguồn tài nguyên năng lượng quan trọng.

0258	
せきにん **責任** responsibility, fault 责任 trách nhiệm	**バスの事故は運転手に責任があった。** The bus accident was the driver's fault. 此次大巴事故的责任在于司机。 Tai nạn xe buýt thì trách nhiệm thuộc về người lái xe. **✳責任感　✳責任者**

0259	
せきゆ **石油** oil 石油 dầu mỏ	**石油は、いろいろな化学製品の原料になる。** Oil is the basic ingredient of various chemical products. 石油是许多化学产品的原料。 Dầu mỏ trở thành nguyên liệu cho rất nhiều sản phẩm hóa học. **✳石油製品**

0260	
せんきょ **選挙** する election 选举 bầu cử	**来週、市長の選挙がある。** The mayoral election will be held next week. 下周将举行市长选举。 Tuần sau sẽ có cuộc bầu cử thị trưởng. **✳選挙制度　✳～選挙（例：市長選挙）**

0261 **ぜんしん** **前進** する advance 前进 tiến lên, đi lên, tiến tới	**犯人を囲んだ警官たちは、少しずつ前進した。** The police surrounding the criminal moved forward little by little. 围住犯人的警察们一点一点地向前进。 Cảnh sát tiến lên từng bước bao vây tên tội phạm.
0262 **ぜんたい** **全体** whole, entire 全体，整体 toàn bộ, toàn thể	**市は図書館の建設計画の全体を見直した。** The entire construction plans for the city library were revised. 市里重新考虑了图书馆建设计划的整体(方案)。 Thành phố đã xem xét lại toàn bộ kế hoạch xây dựng thư viện. **⇔部分　⊕全～(例：全国民)**
0263 **せんでん** **宣伝** する publicity, advertisement 宣传 tuyên truyền	**宣伝の効果があって、商品が売れ始めた。** As the publicity was effective, the product began to sell. 由于宣传起到效果，商品开始畅销了。 Do hiệu quả của tuyên truyền nên sản phẩm đã bắt đầu bán được. **☀宣伝効果**
0264 **ぜんりょく** **全力** all one's power, all one's might 全力 toàn lực, dốc hết sức	**運動会で100メートルを全力で走った。** At the sports meet I ran the 100 meters with all my might. 我在运动会上拼尽全力跑了100米。 Tôi đã dốc hết sức chạy 100m trong đại hội thể thao.
0265 **ぞうか** **増加** する increase 增加 tăng, gia tăng, tăng lên	**海外旅行に行く人が増加している。** The number of people going on overseas trips is increasing. 去国外旅游的人在增加。 Số người đi du lịch nước ngoài đang tăng lên. **☀人口増加**
0266 **そうしき** **葬式** funeral 葬礼 đám tang, tang lễ, đám ma	**葬式のとき、日本では黒い服を着る。** At funerals the Japanese wear black clothes. 参加葬礼的时候，日本人会穿黑色的衣服。 Ở Nhật, mọi người mặc trang phục màu đen trong đám tang.
0267 **そうしん** **送信** する send, transmission 发送 gửi	**メールは、送信するまえにチェックすること。** Check your e-mail before sending it. 请在发送邮件之前确认好。 Trước khi gửi mail hãy kiểm tra lại. **⇔受信　☀送信メール**
0268 **そうぞう** **想像** する imagination 想象 tưởng tượng, hình dung	**10年後の自分を想像してみてください。** Try to imagine yourself in ten years time. 请想象一下10年后的自己。 Bạn hãy thử hình dung bản thân mình 10 năm sau. **☀想像力**

0269
そうべつかい
送別会
farewell party
欢送会
tiệc chia tay

友達が帰国するので、送別会を開いた。
As a friend was going back to his home country, we held a farewell party.
朋友马上就要回国了，所以给他办了欢送会。
Vì bạn tôi sẽ về nước nên chúng tôi đã mở tiệc chia tay.
⊕～会（例：お別れ会）

0270
そくたつ
速達
express delivery
快递
gửi chuyển phát nhanh

早く届くように、手紙を速達で出した。
I sent the letter by express delivery so it would arrive early.
为了能快点送到，寄了特快信。
Để thư nhanh chóng đến nơi, tôi đã gửi chuyển phát nhanh.

0271
そとがわ
外側
outside
外侧
phía ngoài, bên ngoài

「窓の内側を拭いたら、外側も拭いてね」
“After you wipe the inside of the window, be sure to wipe the outside, too.”
“擦完窗户的内侧的话，把外侧也擦一下吧。”
“Sau khi lau phía trong cửa sổ thì hãy lau cả bên ngoài nữa nhé”.
⇔内側

0272
そのた/そのほか
その他
etc., and others
其他，此外
ngoài ra, ngoài

旅行には交通費その他で１万円かかる。
The trip will cost 10,000 yen with transportation expenses, etc.
此次旅行除了交通费之外，还要花费一万日元。
Đi du lịch, ngoài chi phí đi lại thì hết 10.000 yên.

0273
そんけい
尊敬 する
respect
尊敬
tôn kính, kính trọng

私は父を尊敬している。
I respect my father.
我很尊敬我的父亲。
Tôi rất kính trọng bố.

0274
たい
対
to
对，对比，对立
với

昨日の試合は３対１でＡチームが勝った。
Team A won 3 to 1 in yesterday's game.
昨天的比赛，A队以3：1获胜。
Trận đấu ngày hôm qua đội A đã thắng với tỉ số 3-1.

0275
だい
台
stand
台，座
kệ, giá đỡ

テレビを置く台を買った。
I've bought a stand to put the TV on.
买了放电视机的台子。
Tôi đã mua kệ để ti vi.
☀～台（例：テレビ台）

0276
だい
題
title, subect
题目
chủ đề, đầu đề, tiêu đề

スピーチの題は「私の友人」に決めた。
I decided the title of my speech was “My Friends.”
将演讲的题目定为“我的朋友”
Tôi đã chọn chủ đề cho bài hùng biện là “Người bạn của tôi”.

0277
たいかい
大会
tournament, meet
大会
đại hội

この大会には世界的なテニス選手が出る。
International tennis players appear at this tournament.
此次大会将会有世界级的网球选手出赛。
Ở đại hội này có sự góp mặt của các tuyển thủ tennis mang tầm thế giới.
✳スポーツ大会

0278
たいそう
体操 する
gynamastics, physical exercise
体操
thể dục, vận động

泳ぐまえに、必ず体操をしましょう。
Let's do some exercises before swimming.
游泳之前，一定要做热身操哦!
Trước khi bơi nhất định phải vận động.

0279
たいど
態度
attitude, manner
态度
thái độ

あなたは授業を受ける態度が大変良い。
Your attitude when taking the class is very good.
你听课的态度非常好。
Bạn có thái độ học tập rất tốt.
✳授業態度　✳生活態度

0280
タイトル
title
标题
tiêu đề, đầu đề

図書館にある本かは、タイトルで調べられる。
You can check if the book is in the library or not by its title.
想知道图书馆里有没有这本书的话，可以通过标题来查找。
Sách ở thư viện thì tra cứu bằng đầu đề.

0281
だいひょう
代表 する
representative
代表
đại biểu, đại diện

明日の会議には各国の代表が参加する。
Representatives from individual countries will participate in tomorrow's meeting.
各国的代表都会参加明天的会议。
Cuộc họp ngày mai sẽ có đại biểu của các nước tham gia.
✳代表的　✳～代表（例：クラス代表）

0282
だいぶぶん
大部分
most, majority
大部分
đại bộ phận

この学校では大部分の学生が進学する。
Most of the students at this school will continue on to higher education.
这所学校的大部分学生都会升学。
Trường này đại bộ phận học sinh sẽ học lên cao.

0283
たいほ
逮捕 する
arrest
逮捕
bắt giữ

警察は逃げていた犯人を逮捕した。
The police arrested the escaped criminal.
警察逮捕了正在逃亡的犯人。
Cảnh sát đã bắt phạm nhân bỏ trốn.

0284
だいめい
題名
title
题目
tên, đầu đề

今聞いた歌の題名が思い出せない。
I can't remember the title of the song I just heard.
我想不起来现在听的这首歌的名字。
Bây giờ tôi không thể nhớ ra được tên của bài hát đã nghe.

0285

ダウンロード する

download

下载

tải về, tải

好きな音楽をダウンロードした。

I downloaded music I like.

下载了喜欢的音乐。

Tôi đã tải các bản nhạc mà tôi yêu thích.

0286

たのみ
頼み

request, favor

请求

nhờ vả, yêu cầu, thỉnh cầu

親友の頼みを聞いてあげた。

I granted my close friend's request.

聆听了朋友的请求。

Tôi đã nghe câu chuyện bạn tôi nhờ tôi giúp đỡ.

0287

ダブル

double

双

phòng đôi, đôi, gấp đôi

部屋はダブルをお願いします。

A double room, please.

房间要双人的。

Phòng ở thì làm ơn cho tôi phòng đôi.

0288

たま
玉

ball

球

bóng

子供たちは雪の玉を作って遊んでいる。

The children made and are playing with snowballs.

孩子们正在做雪球玩。

Những đứa trẻ làm quả bóng tuyết chơi.

0289

たんとう
担当 する

charge

负责

phụ trách, đảm nhiệm

私は会社で営業の仕事を担当している。

I'm in charge of the sales work in the company.

我在公司负责营销的工作。

Tôi đang phụ trách công việc kinh doanh ở công ty.

☀担当者

0290

チェック する

check

核对

kiểm tra

間違いがないかどうか、資料をチェックした。

I checked the data to make sure there were no mistakes.

通过核对资料，确认了有没有错误。

Tôi đã kiểm tra tài liệu xem có nhầm hay không.

0291

チェックアウト する

check out

退房

trả phòng khách sạn

チェックアウトは１０時となっております。

Check out is at ten o'clock.

退房时间是10点。

Trả phòng khách sạn vào lúc 10 giờ.

⇔チェックイン

0292

チェックイン する

check in　登记(入住)，登机

vào (thủ tục vào khách sạn, thủ tục lên máy bay)

空港でチェックインの手続きをする。

I'll do the check-in procedures at the airport.

在机场办理登机手续。

Tôi sẽ làm thủ tục bay tại sân bay.

⇔チェックアウト

0293

ちがい
違い
difference
差别
sự khác biệt

日本に来て、文化の違いを感じた。
When I came to Japan, I felt the difference in culture.
来到日本，感受到了文化的差异。
Tôi đến Nhật Bản mới cảm nhận được sự khác nhau của văn hóa.

0294

チャンス
chance
机会
cơ hội

能力を生かせるチャンスは必ず来るだろう。
The chance to use my ability will certainly come.
能让我发挥能力的机会一定会到来的吧!
Cơ hội phát huy năng lực nhất định sẽ đến.

0295

ちゅうもく
注目 する
paying attention, focus
关注，关心
quan tâm

研究者は新しいエネルギーに注目している。
The researchers are focusing on new energy.
研究人员正关注着新能源。
Các nhà nghiên cứu đang chú ý đến nguồn năng lượng mới.

0296

ちゅうもん
注文 する
order
订货，要求，点菜
đặt hàng, gọi món

ネットで本を２冊注文した。
I ordered two books on the Internet.
在网上订购了两本书。
Tôi đã đặt mua 2 quyển sách trên mạng.

0297

ちょうかん
朝刊
morning paper
早报
báo buổi sáng

祖父は毎日、ゆっくり朝刊を読む。
My grandfather takes his time in reading the morning paper every day.
爷爷每天早上都会悠闲地读早报。
Hàng ngày ông tôi thảnh thơi đọc báo buổi sáng.
⇔夕刊

0298

ちょうさ
調査 する
investigation, survey
调查
điều tra

政府は５年に１回、人口などを調査する。
The government does a census survey every five years.
政府每五年会进行一次，人口之类的调查。
Chính phủ điều tra dân số 5 năm 1 lần.
☀調査結果　☀人口調査

0299

ちょうし
調子
condition
情况
tình hình, tình trạng

風邪を引いて、のどの調子が悪い。
I've caught a cold, and my throat is in a bad state.
我感冒了，喉咙很难受。
Tôi bị cảm nên thấy khó chịu ở cổ.

0300

ツアー
tour
旅行
tua, chuyến đi

海外旅行のツアーに参加した。
I participated in an overseas tour.
参加了出国游。
Tôi đã tham gia vào tua du lịch nước ngoài.
☀バスツアー

0301

ついか
追加 する

addition
追加，补充
thêm

飲み物の注文を２人分追加した。
I added two more drinks to our drink order.
追加点了两人份的饮料。
Tôi đã gọi thêm hai suất đồ uống.

0302

ツイン

twin
成对，成双
đôi, phòng đôi, sinh đôi

２人で泊まるので、ツインを予約した。
Because there were two of us staying, I ordered a twin room.
因为是两个人住，所以预订了双人房。
Vì ở hai người nên tôi đã đặt phòng đôi.

0303

つうきん
通勤 する

commuting
上下班
đi làm

通勤の時間は、この駅は大変混雑する。
During commuting hours, this station is very congested.
在上下班时间，这个车站会十分混杂。
Vào thời gian đi làm thì nhà ga này rất đông đúc.
✻通勤時間　✻通勤電車

0304

つうち
通知 する

notification
通知
thông báo

大学から合格の通知が来た。
A pass notification came from the university.
从大学寄来了录取通知书。
Đã có thông báo trúng tuyển từ trường đại học.
✻合格通知

0305

つうわ
通話 する

telephone call
通话
nói chuyện điện thoại

通話は３０秒ごとに１０円かかります。
Telephone calls cost 10 yen per 30 seconds.
通话每30秒花费10日元。
Cứ nói chuyện điện thoại 30 giây thì mất 10 yên.
✻通話記録　✻通話時間

0306

つごう
都合

convenience
状况，缘故，安排
điều kiện, thời gian

都合が悪くなったので、予定を変えた。
It became inconvenient, so I changed the schedule.
因为突然不太方便，所以改变了计划。
Vì thời gian không thuận tiện nên tôi đã thay đổi dự định.

0307

つづき
続き

continuation, sequel
继续，连续
tiếp tục, phần tiếp theo

ドラマの続きが早く見たい。
I can't wait to see the sequel to that drama.
想快点看到电视剧的下一集。
Tôi muốn sớm được xem phần tiếp theo của bộ phim.

0308

つとめ
勤め

work
工作
làm việc, đi làm

母は午前中だけ勤めに出ている。
My mother only goes out to work in the mornings.
妈妈每天只有上午去工作。
Mẹ tôi chỉ làm việc trong buổi sáng.
✻会社勤め

0309

ていいん
定員
fixed number, capacity
规定的人数
số người cho phép

このエレベーターの定員は９名だ。
This elevator can carry nine people.
这个电梯最多能乘9人。
Số người quy định của thang máy này là 9 người.

0310

ていか
低下 する
fall, decline
低下，下降
giảm sút

日本では子供の体力が低下している。
In Japan, the physical strength of children is declining.
日本孩子的体力正在下降。
Thể lực của trẻ em tại Nhật Bản đang giảm sút.
✲学力低下

0311

ていしゅつ
提出 する
submission
提出，提交
nộp

今週中にレポートを提出してください。
Please submit the report this week.
请在本周提交报告。
Hãy nộp bản báo cáo trong tuần này.
✲提出書類

0312

ていど
程度
degree
程度
mức độ

この程度のけがなら、手術は要りません。
An injury of this degree doesn't require surgery.
这点伤势，不需要手术治疗。
Nếu mà vết thương ở mức này thì không cần phẫu thuật.
⊕～度（例：完成度）

0313

テーマ
theme, subject
主题
chủ đề

研究のテーマが、なかなか決められない。
I can't readily decide on a research theme.
总是定不下研究的主题。
Mãi mà tôi chưa quyết định được đề tài nghiên cứu.
✲研究テーマ

0314

できごと
出来事
happening, incident
发生的事情
việc, sự việc

旅行中の出来事を家族に話した。
I told my family about the incident while I was traveling.
把旅行中发生的事告诉了家人。
Tôi đã nói với gia đình về sự việc trong chuyến đi du lịch.

0315

デザイン する
design
设计
thiết kế

若い女性用の指輪をデザインした。
I designed a ring for young women.
设计了适合年轻女性的戒指。
Tôi đã thiết kế nhẫn cho những người phụ nữ trẻ.

0316

デジタル
digital
电子的，数字的
điện tử

私の時計はデジタルだ。
My watch is digital.
我的手表是电子手表。
Đồng hồ của tôi là đồng hồ điện tử.
✲デジタル化　✲デジタル放送

0317
てつ
鉄
iron
铁
sắt

鉄の鍋は重くて、洗うのが大変だ。
Because iron pots are heavy, they are hard to wash.
铁锅很重，清洗起来很麻烦。
Chảo sắt thì nặng nên rửa vất vả.
☀鉄製

0318
てづくり
手作り
handmade, homemade
手工
tự tay làm, làm bằng tay

母の手作りのケーキを食べた。
I ate my mother's homemade cake.
吃了妈妈亲手做的蛋糕。
Tôi đã ăn bánh gato mà tự tay mẹ tôi làm.

0319
てつだい
手伝い
help, assistance
帮忙
giúp đỡ

友達に引っ越しの手伝いを頼んだ。
I asked my friend for help with moving.
拜托朋友帮忙搬家。
Tôi đã nhờ bạn giúp chuyển nhà.

0320
てつづき
手続き する
procedure, formalities
手续
thủ tục

携帯電話を買って、店で手続きをした。
I bought a cell phone and went through the formalities in the shop.
买了手机后，在店里办了手续。
Tôi đã mua điện thoại di động và làm thủ tục ở cửa hàng.
☀事務手続き　☀入学手続き

0321
でむかえ
出迎え
meeting
迎接
đón

空港でたくさんの人の出迎えを受けた。
I was met by many people at the airport.
在飞机场受到来了许多人的迎接。
Tôi đã nhận công việc đón rất nhiều người ở sân bay.
⇔見送り

0322
てん
点
point
点
điểm

会社の今の問題は、３つの点にまとめられる。
The company's current problems can be summed up in three points.
公司当下的问题可以用3点来概括。
Vấn đề bây giờ của công ty có thể tóm lại ở ba điểm.
☀～点（例：問題点）

0323
でんげん
電源
electric power source
电源
nguồn điện, nguồn

朝起きると、まずパソコンの電源を入れる。
When I get up, the first thing I do is switch on the PC's power source.
早上起来，第一件事就是插上电脑电源。
Cứ mỗi sáng thức dậy việc đầu tiên là tôi bật nguồn máy tính.

0324
でんごん
伝言 する
message
传话，带口信
lời nhắn

木村さんに会うなら、伝言をお願いします。
If you meet Mr. Kimura, please give him a message.
如果你遇到木村的话，请帮我带个话。
Nếu gặp anh Kimura thì làm ơn nhắn giúp tôi.

0325 **でんとう** **伝統** tradition 传统 truyền thống	**ふるさとの伝統と文化を守っていきたい。** I want to go on protecting the traditions and culture of my home town. 我想守护故乡的传统和文化。 Tôi muốn giữ gìn truyền thống và văn hóa của quê hương. **☀伝統的　☀伝統文化**
0326 **でんぱ** **電波** electronic/radio waves 电波，信号 sóng	**地下は電波が届きにくい。** It's hard for electronic waves to pass underground. 信号很难传到地下。 Ở dưới mặt đất thì sóng kém.
0327 **どう** **銅** copper, bronze 铜 đồng	**銅は、電線や鍋などさまざまな物に使われる。** Copper is used in various things like electrical wiring, pans, etc. 铜可以用来制作电线、锅等各种器物。 Đồng thì có thể sử dụng làm rất nhiều đồ vật như là dây điện, nồi xoong v.v. **☀銅製　☀銅メダル**
0328 **とうぜん** **当然** naturally, of course 理所应当 đương nhiên	**人に物を借りたら、返すのが当然だ。** If you borrow something from someone, giving it back is a matter of course. 问别人借东西的话，还给别人是理所应当的。 Nếu mượn đồ của người khác thì đương nhiên phải trả.
0329 **とうひょう** **投票** する ballot, voting 投票 bỏ phiếu	**選挙で誰に投票するか、まだ決めていない。** I still haven't decided who to vote for in the election. 还没决定在选举中把票投给谁。 Tôi vẫn chưa quyết định bỏ phiếu cho ai tại buổi bầu cử. **☀国民投票**
0330 **とくしょく** **特色** distinctive feature 特色 đặc sắc	**こちらの商品の特色をご説明します。** I'll explain the distinctive features of this product. 我来说明一下这款产品的特色。 Tôi sẽ giải thích nét đặc sắc của sản phẩm này.
0331 **とくちょう** **特徴** characteristic, feature 特征 đặc điểm, đặc trưng	**電話で聞いた犯人の声には特徴があった。** The criminal's voice heard over the phone had his characteristic features. 我在电话里听到的犯人的声音很有特点。 Giọng nói của phạm nhân nghe qua điện thoại thì có nét đặc trưng. **☀特徴的**
0332 **ところどころ** here and there 到处 các chỗ, chỗ này chỗ kia	**この本は、ところどころが破れている。** This book is torn here and there. 这本书到处都是破的。 Quyển sách này đã bị rách ở nhiều chỗ.

☐ 0333 **とちゅう** **途中** on the way, en route 途中 giữa chừng, trên đường	**毎日、家に帰る途中で買い物をする。** I shop on the way home every day. 每天在回家路上买东西。 Hàng ngày tôi mua đồ trên đường trở về nhà.
☐ 0334 **トップ** top, first 最好，首位 cao nhất	**この間のテストでトップの成績をとった。** I got the top result in the test the other day. 在最近的考试中拿了最高分。 Trong kỳ kiểm tra vừa rồi tôi đã đạt điểm cao nhất.
☐ 0335 **とどけ** **届け** written notice/notification 申请 đơn xin, đơn	**役所に住所変更の届けを出した。** I submitted a change of address notification to the city office. 向机关部门提交了更变地址的申请。 Tôi đã nộp giấy thay đổi địa chỉ cho chính quyền địa phương. ☀～届（例：欠席届）
☐ 0336 **どりょく** **努力** する effort 努力 nỗ lực, cố gắng	**演奏家になるには、才能と努力が必要だ。** To become a musician requires talent and effort. 要成为演奏家，需要才能和自身的努力。 Để trở thành nhà biểu diễn cần có tài năng và sự nỗ lực. ☀努力家
☐ 0337 **トレーニング** する training 训练，锻炼 luyện tập, huấn luyện	**体力を付けるために、トレーニングしている。** I'm training to strengthen my body. 为了增强身体素质而坚持锻炼。 Để có sức khỏe thì tôi đang luyện tập.
☐ 0338 **ないよう** **内容** content(s) 内容 nội dung	**仕事の内容を詳しく教えてください。** Please tell me the contents of the work in detail. 请告诉我工作的详细内容。 Hãy chỉ cho tôi cụ thể nội dung công việc. ☀活動内容
☐ 0339 **ナイロン** nylon 锦纶 ni lông	**この作業用の服はナイロン１００％だ。** The material used in these work clothes is 100% nylon. 这个工作服是100%锦纶的。 Trang phục làm công việc này là 100% nilon. ☀ナイロン製　☀ナイロン製品
☐ 0340 **なになに** **何々** blah-blah-blah 什么什么 gì đó, ...	**名刺に何々課何々担当と書いてある。** The business card has blah-blah-blah department, blah-blah-blah in charge written on it. 名片上写着什么什么科的什么什么负责人。 Ở danh thiếp có ghi là phụ trách ... thuộc phòng ...

0341

なま
生
fresh, raw
生的
sống, tươi, tươi sống

この肉は中がまだ生だ。
This meat is still raw on the inside.
这块肉里面还是生的。
Thịt này bên trong vẫn sống.
✻生もの　✻生野菜

0342

にせもの
偽物
fake
假货
đồ giả, hàng giả

「その指輪、本物？」「ううん、偽物」
“That ring, is it real?” “No, it’s fake.”
“这个戒指是真货吗？” “不，是冒牌货。”
“Chiếc nhẫn đó là hàng xịn à?” “Không, hàng giả.”
⇔本物

0343

にゅうじょう
入場 する
entrance, admission
进场
vào hội trường, vào sân

選手が元気よく入場して来た。
The players entered in a lively manner.
选手们精神抖擞地进场了。
Các tuyển thủ đã vào sân rất khí thế.
✻入場券　✻入場者

0344

にんき
人気
popular
人气
ưa chuộng, yêu thích

あの俳優は若い女性に人気がある。
That actor is popular with young women.
那个演员很受年轻女性的欢迎。
Diễn viên ấy được các cô gái trẻ rất hâm mộ.
✻人気スター

0345

ネット
（インターネット）
net (Internet)
互联网
internet

飛行機の中でもインターネットが使える。
You can use the Internet even in an airplane.
在飞机上也可以使用互联网。
Có thể sử dụng mạng internet ngay cả trong máy bay.

0346

ねぼう
寝坊 する
oversleeping
睡懒觉
ngủ dậy muộn

今日は、寝坊して朝ご飯を食べていない。
Today I overslept so I haven’t had breakfast.
今天睡了懒觉，没有吃早饭。
Hôm nay tôi đã không ăn sáng vì ngủ dậy muộn.
✻朝寝坊

0347

ねんがじょう
年賀状
New Year’s card
新年贺卡
thiệp chúc mừng năm mới

毎年、年賀状を１００枚出す。
I send 100 New Year’s cards every year.
每年都会寄出100张新年贺卡。
Hàng năm tôi đã gửi 100 thiệp chúc tết.
⊕～状（例：招待状）

0348

のうぎょう
農業
agriculture, farming
农业
nông nghiệp

会社をやめて、家の農業を手伝うことにした。
I quit the company and decided to help on the family farm.
我决定辞职，帮助家里干农活。
Tôi đã quyết định nghỉ việc để giúp bố mẹ làm ruộng.
✻農業高校　✻農業生産

0349
のうりつ
能率
efficiency
效率
năng suất, hiệu quả

仕事の能率を上げる方法を考えた。
I thought about ways of increasing work efficiency.
想了想提高工作效率的方法。
Tôi đã nghĩ phương pháp để tăng năng suất công việc.
✻能率的

0350
ノック する
knock
敲
gõ cửa

ドアをノックすると､｢どうぞ｣と声がした。
When I knocked on the door, I heard a voice say, “Enter.”
敲门后，从里面传出了“请进”的声音。
Cứ gõ cửa là có tiếng “xin mời”.

0351
はいたつ
配達 する
delivery
投递，配送
phân phối, phát, chuyển đến

毎日、牛乳を配達してもらっている。
I have milk delivered every day.
每天都有牛奶送到我家。
Hàng ngày tôi nhờ người mang sữa đến.
✻配達員　✻新聞配達

0352
はくしゅ
拍手 する
clapping, applause
拍手，鼓掌
vỗ tay

彼の歌が終わると、観客は大きな拍手をした。
When he finished his song, the audience clapped a great deal.
当他一曲唱完，观众席传来了热烈的掌声。
Cứ mỗi lần bài hát của anh ấy kết thúc thì khán giả lại vỗ tay nhiệt liệt.

0353
パスポート
passport
护照
hộ chiếu

留学するために、パスポートを用意した。
I got my passport ready in order to study abroad.
为了留学，办理了护照。
Để đi du học, tôi đã chuẩn bị hộ chiếu.
✿旅券

0354
パスワード
password
密码
mật khẩu

パスワードは他人に教えないでください。
Please do not tell other people your password.
请不要告诉别人自己的密码。
Đừng nói cho ai mật khẩu nhé.

0355
はた
旗
flag
旗子
cờ, lá cờ

旗を振って選手を応援した。
We waved our flags and supported our players.
我们挥着旗子为选手加油。
Tôi đã vẫy cờ cổ vũ cho các tuyển thủ.

0356
はっけん
発見 する
discovery
发现
tìm ra, phát hiện

小学生が新しい星を発見した。
An elementary school student discovered a new star.
有一名小学生发现了一颗新星。
Học sinh tiểu học đã phát hiện ra chòm sao mới.
✻大発見

0357 **はつげん** **発言** する speech, remark 发言 phát biểu	**会議では積極的に発言してください。** Please speak positively in the meeting. 请大家在会议中积极发言。 Hãy tích cực phát biểu trong cuộc họp. ✳発言者
0358 **はっこう** **発行** する publication 发行 phát hành	**友達と地域新聞を発行している。** My friend and I publish a local newspaper. 和朋友一起发行了地区性的报纸。 Tôi cùng với bạn phát hành báo của khu vực.
0359 **はっせい** **発生** する occurrence 发生 phát sinh, xảy ra	**交差点で交通事故が発生した。** A traffic accident occurred at the intersection. 在十字路口发生了一起交通事故。 Ở ngã tư đã xảy ra vụ tai nạn giao thông.
0360 **はったつ** **発達** する development, progress 发育，增大，进步 phát triển	**子供の言葉は２歳頃に急に発達する。** Children's vocabulary suddenly begins to develop around the age of two. 孩子的语言会在两岁左右突然发展。 Ngôn ngữ của trẻ em phát triển nhanh chóng ở thời điểm khoảng 2 tuổi.
0361 **はつばい** **発売** する putting on sale, release 发售 bày bán, tung ra thị trường	**新しい日本語の辞書が発売された。** A new Japanese dictionary has been released. 发行了一本新的日语书。 Cuốn từ điển tiếng Nhật mới đã được bày bán. ✳発売日
0362 **はっぴょう** **発表** する announcement, presentation 发表，宣布 phát biểu, thông báo	**Ａ社は新しい社長の名前を発表した。** Company A announced the name of the new president. A公司宣布了新任社长的名字。 Công ty A đã thông báo tên của giám đốc mới. ✳発表会　✳合格発表
0363 **はつめい** **発明** する invention 发明 phát minh, sáng tạo ra	**この商品は主婦が発明した。** A housewife invented this product. 这个商品是由一位家庭主妇发明的。 Mặt hàng này do một người nội trợ phát minh ra. ✳発明家　✳発明者
0364 **はば** **幅** width 幅度 bề ngang, độ rộng	**道路の幅が狭くて、車が通れない。** Because the width of this road is narrow, cars can't get by. 道路太狭窄，车子通不过。 Vì bề ngang của con đường hẹp nên ô tô không đi qua được.

□ 0365
ばめん
場面
scene
场景
cảnh, tình huống

二人が別れる場面で泣いてしまった。
I cried at the scene when the couple split up.
在两个人分别的时候哭了出来。
Tôi đã khóc khi xem cảnh 2 người chia tay.

□ 0366
はやおき
早起き する
getting up early
早起
dậy sớm

夏は、早起きして午前中に勉強する。
In summer I get up early and study in the mornings.
在夏天,(我)会早起后在上午学习。
Mùa hè tôi dậy sớm và học vào buổi sáng.

□ 0367
はんざい
犯罪
crime
犯罪
tội phạm, tội

インターネットを使った犯罪が増えている。
Crimes using the Internet are increasing.
互联网犯罪正在增多。
Tội phạm sử dụng internet đang tăng lên.
※犯罪者

□ 0368
はんせい
反省 する
reflection
反省
kiểm điểm, nhận thức lại bản thân

試験の結果を見て、勉強不足を反省した。
I saw my exam results and reflected on my lack of study.
看见考试成绩后，反省了自己学习上的不足。
Sau khi xem kết quả thi tôi đã nhận thức được việc học chưa đầy đủ cuả mình.

□ 0369
はんだん
判断 する
judgement, decision
判断
phán đoán

政府は景気がよくなると判断した。
The government judged that the economy would improve.
政府判断经济会变好。
Chính phủ đã dự đoán nền kinh tế có chiều hướng tốt lên.

□ 0370
はんにん
犯人
criminal
犯人
tên tội phạm, tội phạm

犯人は逃げて、まだ捕まっていない。
The criminal escaped and still hasn't been caught.
犯人逃走了，还没抓到。
Tên tội phạm đã trốn và vẫn chưa bắt được.
⊕～犯（例：政治犯）

□ 0371
ひあたり
日当たり
sunny, sunshine
日照
ánh sáng

この家は日当たりがいい。
This house gets plenty of sunshine.
这个房子日照充足。
Ngôi nhà này có nhiều ánh sáng.

□ 0372
ひがえり
日帰り
day trip
当天往返
đi về trong ngày

両親は日帰りの旅行に出掛けた。
My parents have left on a day trip.
父母去一日游了。
Bố mẹ tôi đã đi du lịch trong một ngày.
※日帰り旅行

0373
ひかく
比較 する
comparison
比较
so sánh

国の文化と日本の文化を比較した。
I compared Japanese culture with my country's culture.
比较了我国和日本的文化。
Tôi đã so sánh văn hoá Nhật Bản với văn hoá nước mình.

0374
ひさしぶり
久しぶり
after a long time
很久不见
lâu lắm mới...

久しぶりに学生時代の友達に会った。
I met a friend from my school days after a long time.
遇到了很久不见的学生时代的朋友。
Lâu lắm tôi mới gặp lại bạn từ thời sinh viên.
⊕～ぶり(例：しばらくぶり)

0375
ひっこし
引っ越し する
moving (house)
搬家
chuyển nhà

引っ越しは来週の日曜日です。
I'm moving Sunday of next week.
下周日搬家。
Tôi sẽ chuyển nhà vào chủ nhật tuần sau.

0376
ひとりひとり
一人一人
one by one
每人
từng người một

先生は成績表を子供たち一人一人に渡した。
The teacher gave out the grade reports to the children one by one.
老师把成绩单一个一个地发给学生。
Cô giáo đã trao bảng thành tích học tập cho từng đứa trẻ một.

0377
ビニール
vinyl, plastic
塑料，乙烯
túi nilon

ぬれた水着をビニールの袋に入れた。
I put the wet swimsuit in a plastic bag.
把湿的泳衣放进了塑料袋。
Tôi đã cho quần áo tắm bị ướt vào túi nilon.
☀ビニール傘　☀ビニール製

0378
ひみつ
秘密
secret
秘密
bí mật

この話は秘密にしてください。
Please keep this conversation a secret.
这段对话请保密。
Chuyện này hãy giữ bí mật nhé.

0379
ひょうし
表紙
book cover
封面
bìa

表紙の絵を見て、面白そうな本だと思った。
I saw the picture on the cover and thought it looked an interesting book.
看了这本书的封面，觉得是一本看上去很有趣的书。
Nhìn vào tranh trên bìa sách tôi nghĩ rằng cuốn sách có vẻ hay.
☀裏表紙

0380
ひょうじゅん
標準
standard
标准
tiêu chuẩn

私は身長も体重も大体標準だ。
Both my height and weight are almost standard.
我的身高和体重基本是标准的。
Tôi thì chiều cao, cân nặng cũng khá chuẩn.
☀標準的

0381 ひょうばん **評判** reputation 评价 đánh giá, bình phẩm	**あのレストランは味が良いと評判だ。** That restaurant has a reputation for tasty food. 那家餐厅口味的评价很好。 Nhà hàng ấy được đánh giá là ngon.
0382 ひょうめん **表面** surface 表面 bề mặt	**太陽の表面の温度は約6000度だ。** The surface of the sun has a temperature of 6,000 degrees. 太阳表面的温度大概是6000度。 Nhiệt độ trên mặt trời khoảng 6.000 độ. ☀表面的
0383 ひるね **昼寝** する afternoon nap 午觉 ngủ trưa	**子供が昼寝をしているから、静かにして。** The child is having his afternoon nap, so please be quiet. 孩子在睡午觉，请保持安静。 Vì bọn trẻ con đang ngủ trưa nên hãy giữ yên lặng.
0384 **ヒント** hint 提示 hướng dẫn, gợi ý	**難しい問題なので、ヒントが欲しい。** This is a difficult question, so I want a hint. 因为这个问题很难，所以想要一点提示。 Vì vấn đề khó nên cần có sự gợi ý.
0385 ふそく **不足** する insufficiency, shortage 不足 thiếu, không đủ	**パンとコーヒーだけだと、栄養が不足する。** If all you have is bread and coffee, you'll be lacking in nutrition. 要是只吃咖啡和面包的话，营养会不够的。 Nếu chỉ ăn bánh mì và uống cà phê thì sẽ thiếu dinh dưỡng. ☀～不足（例：勉強不足）
0386 ぶぶん **部分** part 部分 bộ phận	**レポートの最後の部分を書き直した。** I rewrote the last part of the report. 重写了报告结尾的部分。 Tôi đã viết lại phần cuối cùng của báo cáo. ⇔全体　⊕～部（例：中心部）
0387 **プラスチック** plastic 塑料 nhựa	**プラスチックは、すぐ燃える。** Plastic burns right away. 塑料的东西一下子就会烧起来。 Nhựa thì dễ cháy. ☀プラスチック製　☀プラスチック製品
0388 **プリント** する print, handout 打印 in, in ấn	**会議の資料をプリントした。** I printed the documents for the meeting. 把会议资料打印出来。 Tôi đã in tài liệu của cuộc họp.

0389 **ふるさと** hometown 故乡 quê, quê hương	**私のふるさとの食べ物を紹介します。** I'll introduce some dishes from my hometown. 我来介绍我家乡的美食。 Tôi xin giới thiệu về các món ăn của quê hương tôi.
0390 **ブログ** blog 博客 trang cá nhân, blog	**彼は毎日の出来事をブログに載せている。** He posts his daily happenings on a blog. 他会把每天发生的事情发在博客上。 Anh ấy đăng những việc hàng ngày lên blog (trang cá nhân).
0391 **プログラム** program 节目 chương trình	**音楽会のプログラムを見せてください。** Please let me see the concert program. 请给我看一下音乐会的节目单。 Hãy cho tôi xem chương trình buổi biểu diễn ca nhạc.
0392 **プロポーズ** する propose 求婚 cầu hôn	**突然、彼がプロポーズしたので驚いた。** As he suddenly proposed, I was shocked. 他突然求婚了，吓了我一跳。 Đột nhiên anh ấy cầu hôn nên tôi rất bất ngờ.
0393 **ふんいき** **雰囲気** atmosphere 气氛 bầu không khí	**このレストランは雰囲気がとてもいい。** This restaurant has a really good atmosphere. 这家餐厅的气氛很好。 Bầu không khí của nhà hàng này rất tốt.
0394 **へいきん** **平均** する average 平均 bình quân	**平均すると、１か月に１５万円の収入がある。** On average, income is about 150,000 yen a month. 平均下来一个月有15万日元的收入。 Nếu tính bình quân thì 1 tháng sẽ có thu nhập là 150.000 yên. **☀平均的　☀平均～（例：平均年齢）**
0395 **べつべつ** **別々** separately, apart 分别 riêng biệt, riêng	**小学校から兄とは別々の部屋になった。** My older brother and I went into separate rooms from elementary school. 从小学开始就和哥哥分房间住。 Từ tiểu học, tôi và anh trai đã ở phòng riêng.
0396 **へんか** **変化** する change, variation 变化 thay đổi	**朝と晩で気温が大きく変化する。** The temperature changes greatly between morning and evening. 早晚温度变化很大。 Sáng và tối nhiệt độ có sự biến đổi lớn. **☀環境変化　⊕～化（例：大型化）**

0397

へんこう
変更 する
change, alteration
变更，更改
thay đổi, đổi

美容院の予約時間を変更してもらった。
The hair salon changed my appointment for me.
更改了美发店的预约时间。
Tôi đã nhờ thay đổi giờ hẹn đến làm đầu ở cửa hàng làm đầu.
☀変更点

0398

へんしん
返信 する
reply
回信
trả lời, hồi âm

友達から来たメールに返信した。
I replied to the e-mail I received from my friend.
回复了朋友发来的邮件。
Tôi đã trả lời mail của người bạn.
☀返信メール

0399

ポインター
pointer, cursor
光标
con trỏ chuột

マウスの調子が変で、ポインターが動かない。
The mouse is acting strange, and the cursor won't move.
鼠标用起来感觉有点怪，光标动不了。
Vì con chuột có vấn đề nên con trỏ chuột không dịch chuyển được.

0400

ぼうえき
貿易 する
trade
贸易
ngoại thương, thương mại

日本の主な貿易の相手国はアメリカと中国だ。
Japan's main trading partners are the U.S. and China.
日本主要的贸易对象是美国和中国。
Các nước có mối quan hệ thương mại chính với Nhật là Mỹ và Trung Quốc.
☀貿易会社　☀貿易黒字

0401

ほうげん
方言
dialect
方言
iếng địa phương

いつも、ふるさとの友達とは方言で話す。
I always talk in dialect to my hometown friends.
通常和家乡的朋友用方言交流。
Tôi luôn nói chuyện với các bạn cùng quê bằng tiếng địa phương.

0402

ほうこく
報告 する
report
报告
báo cáo

課長に仕事の報告をした。
I gave a report on the work to the section manager.
向科长做了工作报告。
Tôi đã báo cáo công việc với trưởng phòng.
☀報告書　☀調査報告

0403

ぼうし
防止 する
prevention
防止，预防
đề phòng, phòng, ngăn

事故を防止するために、機械をチェックする。
In order to prevent accidents, we check the machines.
为了防止事故的发生，对机器进行了检查。
Tôi kiểm tra máy móc để đề phòng sự cố.
☀事故防止　☀犯罪防止

0404

ぼうねんかい
忘年会
year-end party
忘年会，年终联欢会
tiệc cuối năm

今年の忘年会は、すき焼き屋でやりませんか。
This year why don't we have the year-end party at a sukiyaki restaurant?
今年的忘年会，我们去寿喜锅店里办吧!
Chúng ta liên hoan cuối năm nay ở tiệm Sukiyaki nhé!
⇔新年会

0405
ほうほう
方法
method
方法
phương pháp, cách

実験の方法をいろいろ考えた。
I thought about the experiment method in various ways.
想了很多实验的方法。
Tôi đã nghĩ nhiều phương pháp làm thí nghiệm.
☀～方法（例：使用方法）　⊕～法（例：予防法）

0406
ほうもん
訪問 する
visit
拜访
thăm hỏi, đến thăm

結婚した友達の家を訪問した。
I visited the home of a friend who had married.
去拜访了刚刚结婚的朋友家。
Tôi đến thăm nhà người bạn đã kết hôn.

0407
ほうりつ
法律
law
法律
pháp luật, luật pháp

政府も国民も法律を守らなければならない。
Both the government and the people must obey the law.
政府和人民都必须遵守法律。
Cả chính phủ và người dân trong nước đều phải tuân thủ pháp luật.
⊕～法（例：国際法）

0408
ホームシック
homesickness
思乡
nhớ nhà

来日して半年は、よくホームシックになった。
I came to Japan and for half a year I often suffered from homesickness.
来日本半年了，常常会想家。
Sang Nhật nửa năm đầu, tôi rất hay nhớ nhà.

0409
ホームステイ する
homestay
寄宿(外国)家庭
ở cùng nhà người bản xứ (homestay)

アメリカで１か月ホームステイをした。
I did a month's homestay in the U.S..
在美国的家庭寄宿了一个月。
Tôi đã ở homestay 1 tháng ở Mỹ.

0410
ホームページ
homepage
主页
trang web

大学のサークルのホームページを作りたい。
I want to make the homepage for my circle at university.
想做一个大学社团的主页。
Tôi muốn lập trang web cho nhóm câu lạc bộ ở trường Đại học.

0411
ぼしゅう
募集 する
recruitment
募集，招募
tuyển

レストランでアルバイトを募集している。
The restaurant is recruiting part-time staff.
餐厅正在招募打零工的人。
Đang tuyển nhân viên làm thêm tại nhà hàng.
☀募集中　☀～募集（例：アルバイト募集）

0412
ポスター
poster
海报
áp phích

祭りのポスターを壁に貼った。
I put the festival poster on the wall.
把节日的海报张贴在墙上。
Tôi đã dán áp phích (poster) lễ hội lên tường.

0413
ほぞん
保存 する
preservation, storing
保存
bảo quản, lưu

野菜を保存するときは、冷蔵庫の野菜室で。
As to storing vegetables, keep them in the vegetable box in the fridge.
保存蔬菜时，请把它放到冰箱的蔬菜格里。
Hãy bảo quản rau ở ngăn để rau của tủ lạnh.

0414
ボランティア
volunteer
志愿者
tình nguyện

父はボランティアで観光ガイドをしている。
My father is working as a volunteer tour guide.
爸爸在做观光导游的志愿者。
Bố tôi làm tình nguyện viên hướng dẫn du lịch.
☀ボランティア活動

0415
ほんしゃ
本社
head office, headquarters
总公司
trụ sở chính

来月、兄は大阪の支社から東京の本社に移る。
Next month, my older brother will move from the Osaka branch office to the Tokyo head office.
下个月，哥哥要从大阪的分公司调去东京的总公司。
Tháng sau, anh trai tôi sẽ chuyển từ chi nhánh Osaka sang trụ sở chính ở Tokyo.
⇔支社

0416
ほんもの
本物
real thing
真货
đồ thật, hàng thật

このダイヤモンドは本物です。
This diamond is real.
这颗钻石是真货。
Kim cương này là hàng thật.
⇔偽物

0417
ほんやく
翻訳 する
translation
翻译
dịch thuật

将来、翻訳の仕事がしたい。
In the future I want to do translation work.
将来想做翻译的工作。
Sau này, tôi muốn làm công việc dịch thuật.
☀翻訳家

0418
マーク する
mark
（做）记号
đánh dấu

覚えた単語にマークを付けよう。
Mark the words you've learned.
在已经记住的单词上做上记号。
Chúng ta hãy cùng đánh dấu vào các từ đã nhớ.

0419
まちあわせ
待ち合わせ する
meeting (by appointment)
碰头
hẹn gặp

６時に友達と待ち合わせをした。
I arranged to meet my friend at six o'clock.
和朋友约好６点碰头。
Tôi đã hẹn gặp bạn vào lúc 6 giờ.
☀待ち合わせ場所

0420
マナーモード
manner/silent mode
静音模式
chế độ im lặng

電車の中では携帯電話をマナーモードにする。
I switch my cell phone to manner mode on the train.
在电车里把手机调成静音模式。
Trong xe điện phải để điện thoại ở chế độ im lặng.

0421

マニュアル
manual
指南，手册
sách hướng dẫn

マニュアルを読めば、使い方が分かる。
If you read the manual, you'll understand how to use it.
阅读手册，方可明白使用方法。
Nếu đọc sách hướng dẫn sẽ biết được cách sử dụng.

0422

まね する
mimicry, imitation
模仿
bắt chước

友達は先生のまねが上手だ。
My friend is good at mimicking our teacher.
朋友很擅长模仿老师。
Bạn tôi rất giỏi bắt chước thầy cô giáo.

0423

まんいん
満員
packed with people
满员
đông người, chật kín người

朝の電車は、いつも満員だ。
The morning trains are always packed with people.
早上的电车总是挤满了人。
Xe điện buổi sáng lúc nào cũng chật ních người.
☀**満員電車**

0424

ミス する
mistake, error
错误，失误
lỗi

数学の試験で単純なミスをしてしまった。
I made a few simple mistakes in the math exam.
在数学测试中犯了低级错误。
Tôi đã nhầm mất một lỗi đơn giản trong bài kiểm tra toán.
☀**判断ミス**

0425

みんしゅしゅぎ
民主主義
democracy
民主主义
chủ nghĩa dân chủ

日本は民主主義の国だ。
Japan is a democratic country.
日本是民主主义国家。
Nhật Bản là đất nước theo chủ nghĩa dân chủ.
☀**民主主義社会**

0426

むちゅう
夢中
infatuation, absorbtion
沉迷
say sưa, say mê, mê mẩn

今、息子は新しいゲームに夢中だ。
At the moment my son is crazy about a new game.
儿子现在沉迷于新游戏。
Bây giờ, con trai tôi đang say sưa với trò chơi mới.

0427

めいしょ
名所
famous place, place of interest
名胜，胜地
thắng cảnh, địa danh nổi tiếng

富士山とその周りの湖は観光の名所だ。
Mt. Fuji and the surrounding lakes are tourist attractions.
富士山及其周围的湖泊是旅游胜地。
Núi Phú Sỹ và hồ xung quanh đó là thắng cảnh tham quan nổi tiếng.
☀**観光名所**

0428

めいぶつ
名物
local speciality
名产
sản vật

お土産に、この寺の名物のお菓子を買った。
I bought the temple's well-known confectionary as a souvenir.
买了这座寺庙有名的点心作为土特产。
Tôi đã mua sản vật của chùa này làm quà lưu niệm.

0429
めいれい
命令 する
order, command
命令
mệnh lệnh, chỉ thị

会社の命令で１か月の海外研修に行った。
As per my company's instructions, I went for one month's overseas training.
受公司的命令进行了为期一个月的海外进修。
Tôi đã đi thực tập 1 tháng ở nước ngoài theo chỉ thị của công ty.

0430
メールアドレス
e-mail address
邮件地址
địa chỉ e-mail

名刺にメールアドレスが書いてある。
The e-mail address is written on the business card.
名片上写着邮件地址。
Ở danh thiếp đã ghi địa chỉ E-mail.

0431
メダル
medal
奖牌
huy chương

大会で優勝して、メダルをもらった。
Because I won at the tournament, I received a medal.
在比赛中获得第一名，得到了奖牌。
Tôi đã vô địch trong đại hội và nhận được huy chương.
☀記念メダル

0432
メモ する
memo
笔记
ghi nhớ

会議で決まったことをメモした。
I made a memo of the decisions made at the meeting.
记录了在会议上决定的事项。
Tôi đã ghi lại những điều quyết định trong cuộc họp.
☀メモ帳

0433
めんきょ
免許
license
许可
giấy cấp phép, giấy phép

医師になるには、免許が必要だ。
A license is necessary in order to become a doctor.
要成为医生，需要获得许可证。
Để trở thành y sỹ cần có bằng.
☀免許証　☀医師免許

0434
めんせつ
面接 する
interview
面试
phỏng vấn

就職試験の最後は社長の面接だ。
The last part of the employment examination is an interview with the president.
入职考试的最后一关是社长的面试。
Bước cuối cùng của kỳ thi xin việc là phỏng vấn của giám đốc.

0435
もうしこみ
申し込み
application
申请，报名
đăng ký

大会参加の申し込みは今日までです。
Application to participate in the meeting is until today.
报名参赛到今天截止。
Hạn đăng ký tham gia đại hội là hết hôm nay.
☀申込書

0436
もくじ
目次
table of contents
目录
mục lục

目次を見ると、本の内容が大体分かる。
You can generally understand what a book is about by looking at the table of contents.
看目录大致能明白这本书的内容。
Xem mục lục thì có thể hiểu được đại khái nội dung cuốn sách.

0437
もくてき
目的
purpose, aim
目的
mục đích

大学に行く目的を話してください。
Please talk about your purpose in going to university.
请谈谈你上大学的目的。
Hãy cho biết mục đích đi học đại học của bạn.

0438
もちもの
持ち物
belongings
行李，携带物品
vật dụng mang theo, đồ mang theo

出発のまえに、空港で持ち物を検査された。
Before departure, at the airport they inspected our belongings.
出发之前，在机场接受了行李的检查。
Tôi bị kiểm tra hành lý mang theo ở sân bay trước giờ xuất phát.

0439
ものがたり
物語
story
故事
câu chuyện

悲しい物語を読んで、泣いてしまった。
I read a sad story and cried.
读了悲伤的故事而哭了出来。
Đọc câu chuyện đau buồn đó, tôi đã khóc.

0440
もよう
模様
pattern
图案
hoạ tiết, hoa văn

花の模様のハンカチをもらった。
I received a flower-patterned handkerchief.
收到了一块有花朵图案的手帕。
Tôi đã được tặng chiếc khăn tay hoạ tiết hình bông hoa.
☀花模様

0441
やく
約
about
大约
khoảng

この大学は学生の約２割が留学生だ。
At this university, about 20% of the students are overseas students.
这所大学大约两成的学生都是留学生。
Ở trường đại học này, khoảng 20% sinh viên là du học sinh.

0442
ゆうき
勇気
courage
勇气
dũng khí, can đảm, mạnh dạn

勇気を出して、知らない人に声を掛けた。
I got up my courage and called out to a stranger.
鼓起勇气向不认识的人打了招呼。
Tôi đã mạnh dạn bắt chuyện với người không quen biết.

0443
ゆうしょう
優勝 する
championship
冠军，获胜
vô địch

彼はテニスの試合で優勝した。
At the tennis game, he won the championship.
他在网球比赛中拿了冠军。
Anh ấy đã vô địch trong trận đấu tennis.
☀優勝者　☀全国優勝

0444
ゆうじょう
友情
friendship
友情
tình bạn

昔の友達との友情を大切にしている。
I value the friendship of old friends.
珍惜和老朋友的友情。
Tôi rất trân trọng tình cảm với bạn cũ.

0445

ゆうびん
郵便
postal service, mail
邮政
đường bưu điện

郵便で父に誕生日のプレゼントを送った。
I sent a birthday present to my father by mail.
邮寄了生日礼物给爸爸。
Tôi đã gửi quà tặng sinh nhật bố bằng đường bưu điện.
☀郵便番号　☀郵便物

0446

ようきゅう
要求 する
request, demand
要求
yêu cầu, đề nghị

住民は市に病院の建設を要求した。
The citizens demanded that the city build a hospital.
居民向市里要求建设医院。
Người dân đã đề nghị thành phố xây dựng bệnh viện.

0447

ようし
用紙
form, paper
规定用纸
giấy

用紙のサイズを間違えてコピーしてしまった。
I photocopied the wrong size paper.
用尺寸不对的纸张进行了复印。
Tôi đã copy nhầm kích cỡ giấy.
☀～用紙（例：コピー用紙）　⊕～紙（例：新聞紙）

0448

ようす
様子
appearance
样子
tình hình, tình trạng, bộ mặt

新しいビルが建って、町の様子が変わった。
With the construction of that new building, the appearance of the town has changed.
新的大楼造好了，小镇变了样。
Toà nhà mới mọc lên, bộ mặt khu phố đã đổi khác.

0449

よそう
予想 する
expectation, anticipation
预测
dự đoán, đoán

テストに出る問題を予想した。
I anticipated what questions would come up on the test.
预测考试会考的题目。
Tôi đoán trước đề kiểm tra.

0450

よほう
予報 する
forecast
预报
dự báo

予報によると、明日は雪だそうだ。
According to the forecast, they say it will snow tomorrow.
根据预报，明天好像会下雪。
Theo dự báo, ngày mai tuyết rơi.
☀天気予報

0451

らいにち
来日 する
visit to Japan
来日本
sang nhật, đến nhật

来月、両親が来日する。
Next month my parents will visit Japan.
下个月，父母会来日本。
Tháng sau bố mẹ tôi sẽ đến Nhật.

0452

りかい
理解 する
understanding
领会，了解
hiểu

私の国の文化や習慣を理解してほしい。
I want you to understand the culture and customs of my country.
希望你能了解我国的文化和习惯。
Tôi muốn các bạn hiểu về văn hoá, phong tục tập quán của đất nước tôi.
⇔無理解　☀理解度

0453

リズム
rhythm
节拍
nhịp điệu

リズムに合わせて手をたたいた。
I clapped my hands to the rhythm.
和着节拍拍手了。
Tôi đã vỗ tay theo nhịp điệu.

0454

りそう
理想
ideal
理想
lý tưởng

彼は学生たちに理想の教育について話した。
He talked to the students about the ideal education.
他对学生们讲了关于理想教育的话题。
Ông ấy đã nói chuyện với sinh viên về đào tạo một cách lý tưởng.

0455

りゅうこう
流行 する
fashion
流行
lưu hành, thịnh hành, mốt

最近、白い色の服が流行しているそうだ。
They say that white-color clothes are fashionable recently.
据说最近流行白色衣服。
Gần đây, nghe nói quần áo màu trắng đang là mốt.
＊流行歌　＊大流行

0456

りょう
量
amount
量
lượng, sản lượng

日本人が食べる米の量は毎年減ってきている。
The amount of rice eaten by the Japanese is decreasing every year.
日本人食用大米的量每年都在减少。
Lượng tiêu thụ gạo của người Nhật đang giảm đi hàng năm.
＊～量（例：生産量）

0457

りょうがわ
両側
both sides
两侧
hai bên

道路の両側に歩道がある。
There's a sidewalk on both sides of this road.
道路的两侧有人行道。
Hai bên đường đều có đường đi bộ.
⇔片側　⊕両～（例：両方向）

0458

りょけん
旅券
passport
护照
hộ chiếu

海外へ行くときは、旅券が必要だ。
When you go abroad, you need a passport.
出国的时候，要有护照。
Khi đi nước ngoài cần có hộ chiếu.
❀パスポート

0459

ルール
rule
规则
quy định, quy tắc

ごみを出すルールを守ってください。
Please observe the rules concerning taking out garbage.
请遵守倒垃圾的规则。
Hãy tuân thủ quy định về việc vứt rác.
＊ルール違反　＊ルール化

0460

るすばん
留守番 する
looking after a house (when someone is away)
看家
trông nhà

両親が海外へ行くので、留守番が必要だ。
As my parents are going overseas, someone has to look after the house.
因为父母要去国外，所以必须有人看家。
Vì bố mẹ tôi đi nước ngoài nên phải trông nhà.

0461
れい
例
example
例子
ví dụ

例を出して説明をしてください。
Please give an example and expain it.
请举例说明。
Hãy lấy ví dụ và giải thích.
☀具体例

0462
れいがい
例外
exception
例外
ngoại lệ

この文法の規則には例外もある。
There are exceptions to this grammar rule.
关于这个语法规则也有例外的情况。
Với cấu trúc ngữ pháp này vẫn có trường hợp ngoại lệ.
☀例外的

0463
れつ
列
line, queue
列
hàng

チケットを買う人が列になって並んでいる。
People buying tickets have formed a line and are queuing.
买票的人排成了一列。
Những người mua vé đang xếp hàng.

0464
レベル
level
等级，水平
mức độ, mức, đẳng cấp

レベルが高い大学に行きたい。
I want to go to a high level university.
想去水平高的大学。
Tôi muốn vào trường đại học đẳng cấp cao.
☀～レベル(例：小学生レベル)

0465
れんあい
恋愛 する
romantic love
恋爱
yêu, tình yêu

恋愛はしても、結婚したいとは思わなかった。
Even if I had been in love, I didn't think I would want to get married.
虽然现在在谈恋爱，但我没想过要结婚。
Mặc dù yêu nhưng tôi không muốn kết hôn.
☀恋愛映画　☀恋愛小説

0466
れんぞく
連続 する
succession, continuation
连续
liên tiếp

同じ型の車の事故が連続して起こった。
Accidents with the same type of car occurred in succession.
同车型的车子连续发生了多起事故。
Liên tiếp xảy ra sự cố của xe ô tô cùng đời.
☀連続ドラマ

0467
ろうどう
労働 する
labor, work
劳动，工作
lao động, việc đi làm

留学生の労働には特別な条件があります。
There are special conditions related to overseas students working.
留学生工作有一些特别的条款。
Có điều kiện riêng cho việc đi làm của du học sinh.
☀労働時間　☀労働者

0468
ろくおん
録音 する
(sound) recording
录音
ghi âm

自分の発音を録音して、何度も聞いた。
I recorded my pronunciation and listened to it many times.
把自己的发音录下来，听了好多遍。
Tôi đã ghi âm lại phát âm của mình và nghe lại nhiều lần.

0469 **ろくが** **録画** (する) (picture) recording 录像 ghi hình	**毎週、好きなドラマを録画している。** I record my favorite TV drama every week. 每周都会把喜欢的电视剧录下来。 Hàng tuần tôi đều ghi hình lại bộ phim yêu thích.
0470 **ロッカー** locker 存放柜 tủ để đồ	**荷物を駅のロッカーに入れた。** I put my bags in a station locker. 把行李放到车站的存放柜里面。 Tôi đã cho hành lý vào tủ để đồ ở nhà ga. **✲ロッカールーム**
0471 **わだい** **話題** topic (of conversation) 话题 chủ đề câu chuyện, chủ đề bàn tán	**今、新しいゲームが話題になっている。** Now, a new game has become a topic of conversation. 现在，这款新游戏成了热门话题。 Hiện nay, trò chơi mới đang là chủ đề bàn tán của mọi người.
0472 **わりあい** **割合** ratio, percentage 比例 tỷ lệ	**このクラスは男女の割合が同じだ。** In this class the ratio of men to women is the same. 这个班的男女比例相同。 Tỷ lệ nam nữ ở lớp này là như nhau.
0473 **わるくち** **悪口** abuse, bad-mouthing (somebody) 坏话 nói xấu	**他人の悪口を言うのはやめよう。** Stop bad-mouthing other people. 请不要再说别人的坏话了。 Hãy thôi đừng nói xấu người khác.

読んでみよう２

伝統文化ツアーのお知らせ

この**伝統**文化**ツアー**は、日本の**伝統的**な技術、特に**手作り**の素晴らしさを、世界中の人々に紹介する**ツアー**です。人々に**手作り**の温かさを伝えるとともに、**伝統**文化を守りながら育てることを**目的**としています。**ツアー**をご希望の方は、**担当者**まで**申し込み**のメールをお送りください。**定員**は３０名です。

また、会では**ボランティア**ガイドの**募集**も行っています。興味をお持ちの方は、活動できる曜日と時間をお知らせください。

伝統文化を紹介する会（担当者　山田）

メールアドレス：jgt1234 @ aaa . jp

Traditional Culture Tour Information

This traditional culture tour is to introduce Japanese traditional technologies, particularly the magnificence of handicrafts, to the people of the world. Together with conveying the warmth of handicrafts to people, it is intended that, while protecting traditional culture, it will also nurture it. For persons who would like to take part in the tour, please send an application by e-mail to the person in charge. There is a fixed number of 30 places.

In addition, the association is also recruiting volunteer guides. If you are interested, please let us know the days and times you are available.

The Association for Introducing Traditional Culture (Person in charge: Yamada)

E-mail address: jgt1234@aaa.jp

传统文化观光的通知

本次传统文化观光，是将日本的传统技术，尤其是手工制作的精彩处，介绍给世界各地的人的观光之旅。它的目的是向人们传递手工制品的温馨，同时继续保护和弘扬传统文化。想参加观光的朋友，请发送申请邮件给负责人。规定人数为 30 人。

另外，本会正募集志愿者。有兴趣的人请告诉我们可以参加活动的日期和时间。

传统文化介绍会（负责人山田）

邮箱地址：jgt1234@aaa.jp

Thông báo về tua du lịch văn hoá truyền thống

Tua du lịch văn hoá truyền thống này là tua giới thiệu với mọi người trên toàn thế giới về những kỹ thuật truyền thống của Nhật, đặc biệt là sự tinh tế trong nghề thủ công. Mục đích của tua là cùng với việc truyền đạt những tình cảm gần gũi của ngành nghề thủ công cho mọi người, đồng thời mong muốn giáo dục và mọi người có ý thức bảo vệ văn hoá truyền thống. Những người muốn tham gia tua này hãy gửi mail đăng ký cho người phụ trách. Số lượng : 30 người.

Hơn nữa, hội chúng tôi cũng đang tuyển các tình nguyện viên hướng dẫn tua. Người có quan tâm, xin hãy cho biết ngày thứ mấy và thời gian có thể tham gia được.

Hội giới thiệu văn hoá truyền thống (Người phụ trách:Yamada)

Địa chỉ E-mail: jgt1234@aaa.jp

ジョン・リーのコンサート

この間、ジョン・リーが**来日**した。**話題**の映画の**テーマ**曲を歌っている歌手だ。私も以前**夢中**になった人だ。チケットの前売りの**申し込み**をしたが、もう売り切れだった。しかたがないので、当日、会場の前で友人と**待ち合わせ**をして、2時間行列して切符を買った。それから、**持ち物**の検査を受けて会場の中に入った。会場は**満員**。ジョンがたくさんの**拍手**に迎えられて**入場**した。**評判**の通り、素晴らしい歌と演奏だった。彼の**人気**が今も変わらない理由が分かる気がした。

John Lee's Concert

Recently, John Lee visited Japan. He's the singer of the theme song to that movie that everyone is talking about. I was also crazy about him a while back. I applied for tickets in advance, but they were already sold out. As there was no other way, on the day, a friend and I got together in front of the venue, lined up for two hours and bought tickets. After that, our bags were checked and we entered the hall. The place was full. John was welcomed with much applause as he entered. As per his reputation, there were great songs and a great performance. I felt I understood the reason why his popularity hasn't changed even now.

约翰・李的演唱会

前几天，约翰・李来日本了。他是演唱话题电影主题曲的歌手。以前我也对他很着迷。虽然申请了预售票，但已经卖光了。没有办法，我只好当天在会场前和朋友碰面，花了两小时排队买票。接着，我们接受随身携带物品的检查，进入了会场。会场全坐满了。约翰在雷鸣般的掌声中上场了。正如评论所说，唱歌和演奏都很精彩。我似乎明白了他的人气现在也没有下滑的理由。

Buổi hòa nhạc của John Lee

Vừa qua, John Lee đã đến Nhật. John Lee là ca sỹ hát bài hát đầu đề cho bộ phim đang được mọi người bàn tán hiện nay. Đây cũng là người mà tôi ngưỡng mộ trước đây. Tôi đã đăng ký mua vé bán trước nhưng vé đã bán hết rồi. Vì không còn cách nào khác, nên vào hôm đó tôi đã hẹn gặp bạn ở trước hội trường và xếp hàng 2 tiếng đồng hồ để mua vé. Sau khi qua kiểm tra các vật dụng mang theo"kiểm tra an ninh", tôi đã vào hội trường. Hội trường chật kín người. Ca sỹ John đã bước vào hội trường với những tràng pháo tay chào đón của mọi người. Đúng như đánh giá của mọi người, giọng hát và biểu diễn thật tuyệt vời. Tôi đã hiểu lý do vì sao cho đến giờ, sự ngưỡng mộ của mọi người đối với anh ấy vẫn không thay đổi.

接辞２（せつじ） Affixes 2 / 接头词／接尾词 2 / Phụ tố 2

12	～発（はつ） leaving ~ ～出发 xuất phát ~	成田発（なりたはつ） （時刻）発（じこく はつ）（例：５時発）（れい：ごじはつ）
13	～着（ちゃく） arriving at ~ ～抵达 đến ~	京都着（きょうとちゃく） （時刻）着（じこく ちゃく）（例：８時着）（れい：はちじちゃく）
14	～機①（き） ~ plane ～机，飞机 máy bay ~	大型機（おおがたき）　小型機（こがたき）
15	～船（せん） ~ ship ～船 thuyền ~	観光船（かんこうせん）　実習船（じっしゅうせん）
16	～地（ち） land/area/ground for ~ ～地 vùng ~, địa điểm ~	現在地（げんざいち）　出身地（しゅっしんち）
17	～者（しゃ） ~ person, -er/or ～者 người ~, ~ giả	教育者（きょういくしゃ）　参加者（さんかしゃ）
18	～生（せい） ~ student ～生 học sinh ~, sinh viên ~	研修生（けんしゅうせい）　受験生（じゅけんせい）
19	～校（こう） ~ school ～校 trường ~	受験校（じゅけんこう）　進学校（しんがくこう）
20	～学（がく） -ology, branch of study ～学 môn ~, ~ học	心理学（しんりがく）　政治学（せいじがく）
21	～部①（ぶ） ~ club ～部 câu lạc bộ ~	テニス部（ぶ）　放送部（ほうそうぶ）
22	～戦（せん） battle of ~ ～赛 trận đấu ~, ván ~	延長戦（えんちょうせん）　団体戦（だんたいせん）

名詞(めいし)　交通(こうつう)・健康(けんこう)

Nouns – Transportation and Health
名词 – 交通 · 健康
Danh từ – Giao thông, Sức khỏe

0474 あたり **辺り** neighborhood, vicinty 附近 vùng	**この辺(あた)りにコンビニはありませんか。** Isn't there a convenience store in this neighborhood? 这附近有没有便利店? Ở vùng này có cửa hàng tiện lợi không ạ?
0475 いち **位置** する location 位置 vị trí	**机(つくえ)の位置(いち)を窓(まど)のそばに変(か)えた。** I changed the location of the desk to nearer the window. 把桌子的位置换到了窗户边上。 Tôi đã thay đổi vị trí chiếc bàn sang bên cạnh cửa sổ. ✻位置関係(いちかんけい)
0476 いちば **市場** market 市场 chợ	**市場(いちば)で新鮮(しんせん)な野菜(やさい)を買(か)った。** I bought fresh vegetables at the market. 在市场上买了新鲜的蔬菜。 Tôi đã mua rau tươi ở chợ.
0477 いなか **田舎** countryside 乡下，农村 quê, vùng quê, miền quê	**両親(りょうしん)は田舎(いなか)で暮(く)らしている。** My parents live in the countryside. 父母在农村生活。 Bố mẹ tôi đang sống ở quê.
0478 おく **奥** inner part, back 里面 bên trong, sâu trong	**バスで山(やま)の奥(おく)の温泉(おんせん)に行(い)った。** I went to a hotspring in the heart of the mountains. 乘坐巴士去了山里的温泉。 Tôi đã đi suối nước nóng ở tận núi sâu bằng xe buýt.
0479 **オフィス** office 办公室 văn phòng	**彼(かれ)のオフィスはビルの４階(よんかい)にある。** His office is on the fourth floor of the building. 他的办公室在大楼的４楼。 Văn phòng của anh ấy ở tầng 4 của toà nhà.
0480 かいがい **海外** overseas 海外 nước ngoài	**あの作家(さっか)は日本(にほん)より海外(かいがい)で人気(にんき)がある。** That writer is more popular overseas than in Japan. 那位作家在海外比在日本更受欢迎。 Tác giả ấy được yêu thích ở nước ngoài hơn ở Nhật. ✻海外旅行(かいがいりょこう)

0481

カウンター
counter
前台，柜台
quầy

修理は、こちらのカウンターで受け付けます。
We accept repairs at this counter.
需要修理的顾客请到这边的柜台受理。
Việc sửa chữa thì giao dịch tại quầy này.
☀サービスカウンター

0482

ガソリンスタンド
gas/petrol station
加油站
cây xăng

ガソリンスタンドで車を洗った。
I washed the car at the gas station.
在加油站洗了车。
Tôi đã rửa xe ở cây xăng.

0483

かんばん
看板
signboard
广告牌
bảng, biển hiệu

ホテルの前に大きな看板があります。
There's a big signboard in front of the hotel.
酒店门前有一块很大的广告牌。
Ở phía trước khách sạn có biển hiệu lớn.

0484

きつえんじょ
喫煙所
smoking area
吸烟室
nơi hút thuốc, nơi được phép hút thuốc

たばこは喫煙所で吸ってください。
Please smoke in the smoking area.
抽烟请到吸烟室。
Hãy hút thuốc ở chỗ hút thuốc.

0485

きっさてん
喫茶店
tearoom, coffee shop
咖啡店
quán nước, quán giải khát

喫茶店でケーキとコーヒーを注文した。
I ordered a coffee and cake in the coffee shop.
在咖啡店点了蛋糕和咖啡。
Tôi đã gọi bánh ngọt và cà phê ở quán nước.

0486

グラウンド
ground (sports ground)
操场
sân vận động

学校のグラウンドでサッカーの練習をする。
We practice soccer in the school sports ground.
在学校的操场练习踢足球。
Tôi luyện tập bóng đá ở sân vận động của trường.

0487

けいさつしょ
警察署
police station
派出所
sở cảnh sát

警察署で運転免許の講習を受けた。
I took the driving license class at the police station.
在派出所听了关于驾照的讲习。
Tôi đã học lấy bằng lái xe ở sở cảnh sát.

0488

けいじばん
掲示板
bulletin/notice board
布告栏
bảng thông báo

市の掲示板で講演会があるのを知った。
I knew there was a lecture from seeing it on the city bulletin board.
通过看市里的布告栏知道了有演讲。
Tôi đã biết về buổi nói chuyện qua bảng thông báo của thành phố.
⊕～板（例：案内板）

0489 げきじょう **劇場** theater 剧场 nhà hát kịch, nhà hát	**劇場の入り口でチケットが買える。** You can buy tickets at the entrance of the theater. 在剧场的入口处可以买门票。 Có thể mua vé ở cửa vào của nhà hát. ⊕～場（例：会議場）
0490 **コインランドリー** Laundromat, launderette 投币式洗衣房 máy giặt công cộng	**週末にコインランドリーで洗濯する。** I do the washing at the Laundromat at the weekend. 周末的时候，我在投币式洗衣房洗衣服。 Cuối tuần tôi giặt đồ bằng máy giặt công cộng.
0491 こうがい **郊外** suburbs 郊外 ngoại ô	**東京の郊外に家を買った。** I bought a house in the suburbs of Tokyo. 在东京的郊外买了房子。 Tôi đã mua nhà ở ngoại ô Tokyo.
0492 こうしゅうトイレ **公衆トイレ** public restroom/lavatory 公共厕所 nhà vệ sinh công cộng	**この公園には公衆トイレがある。** This park has a public restroom. 这座公园里有公共厕所。 Ở công viên này có nhà vệ sinh công cộng.
0493 こんざつ **混雑** する congestion 混乱，拥挤 hỗn tạp, đông đúc, đông	**祭りがあるので、町は観光客で混雑している。** Because there is a festival, the town is crowded with tourists. 因为在举办庙会，所以镇上挤满了游客。 Vì đang có lễ hội nên phố xá rất đông khách tham quan.
0494 **コンビニ** convenience store 便利店 cửa hàng tiện lợi	**コンビニでお弁当を買って、温めてもらった。** I bought a lunchbox in the convenience store, and got it warmed up. 在便利店买了便当，并且请店员帮忙加热了。 Tôi đã mua cơm hộp ở cửa hàng tiện lợi và nhờ hâm nóng.
0495 さいばんしょ **裁判所** courthouse, court 法院 toà án	**市役所の隣に裁判所がある。** There's a courthouse next to the municipal office. 市政府的隔壁是法院。 Bên cạnh toà thị chính có toà án. ✲最高裁判所
0496 さか **坂** hill 坡道 con dốc, đường dốc	**この町は坂が多い。** This town has a lot of hills. 这个镇上坡道很多。 Phố này có nhiều dốc. ✲坂道　✲上り坂

□ 0497 **さゆう** **左右** right and left 左右 trái phải, hai bên, các phía	**左右をよく見てから、道路を渡ろう。** Cross the road after looking right and left carefully. 请看清左右的情况之后，再过马路。 Hãy nhìn kỹ bên trái bên phải rồi sang đường. **⇔前後**
□ 0498 **じどうはんばいき** **自動販売機** automatic vending machine 自动售货机 máy bán hàng tự động	**自動販売機で飲み物を買った。** I bought a drink at the vending machine. 在自动售货机上买了饮料。 Tôi đã mua đồ uống ở máy bán tự động.
□ 0499 **しゅう** **州** state 州 châu, bang	**アメリカには現在５０の州がある。** There are currently 50 states in the U.S.. 美国现在有50个州。 Ở Mỹ, hiện nay có 50 bang. **☀州政府**
□ 0500 **しゅうい** **周囲** circumference 周围，周长 xung quanh, chu vi	**この湖は周囲が１０キロある。** The circumference of this lake is 10 kilometers. 这个湖的周长有10千米。 Chu vi của hồ này là 10km.
□ 0501 **しゅと** **首都** capital 首都 thủ đô	**日本の首都は東京だ。** The capital of Japan is Tokyo. 日本的首都是东京。 Thủ đô của Nhật Bản là Tokyo.
□ 0502 **しょうてん** **商店** store, shop 商店 cửa hàng	**通りに商店が並んでいる。** There are stores along the street. 沿街有许多商店。 Đường phố có rất nhiều các cửa hàng.
□ 0503 **しょうてんがい** **商店街** shopping street/district 商业街 phố mua sắm	**ときどき、駅前の商店街で買い物をする。** Sometimes, I do shopping at the shopping street near the station. 有时会在车站前的商业街买东西。 Thỉnh thoảng tôi mua đồ ở phố mua sắm trước nhà ga.
□ 0504 **しょうぼうしょ** **消防署** firehouse, fire station 消防局 cục phòng cháy	**消防署の前に救急車が止まっている。** An ambulance has stopped in front of the firehouse. 消防局的门前停着救护车。 Xe cấp cứu đỗ phía trước cục phòng cháy. **☀消防署員**

0505
しょてん
書店
bookstore, bookshop
书店
cửa hàng sách

大きな書店でその本を探したが、なかった。
I looked for that book in a big bookstore, but they didn't have it.
虽然去大型书店找了那本书，可是没找到。
Tôi đã tìm quyển sách đó tại hiệu sách lớn nhưng không có.
⊕～店（例：専門店）

0506
しろ
城
castle
城堡
lâu đài

城は山の上にある。
The castle is on the mountain.
城堡在山上。
Có lâu đài ở trên đỉnh núi.

0507
すみ
隅
corner
角落
góc

部屋の隅も掃除するのを忘れないように。
Don't forget to clean in the corners of the room.
请不要忘了打扫房间的角落。
Đừng quên quét dọn ở cả trong góc căn phòng.
☀隅々

0508
ぜいかん
税関
customs
海关
thuế quan

空港の税関で荷物のチェックを受けた。
They checked my baggage at customs at the airport.
在机场的海关接受了行李检查。
Tôi đã kiểm tra hành lý tại hải quan sân bay.

0509
せき
席
seat
座位
ghế

劇場の前の方の席を予約した。
I reserved seats toward the front of the theater.
预订了剧场靠前面的座位。
Tôi đã đặt chỗ ở phía trên của nhà hát.
☀自由席　☀予約席

0510
ぜんご
前後
front and back, before and after
前后
gần, khoảng, trước sau

車の前後を横断するのは危険だ。
It's dangerous to cross at the front or back of a car.
过马路时从车辆前后穿过很危险。
Việc qua đường trước và sau xe ô tô là nguy hiểm.
⇔左右

0511
ぜんこく
全国
whole country
全国
toàn quốc

コンサートには全国からファンが集まった。
Fans gathered from the whole country for the concert.
演唱会聚集了来自全国的粉丝。
Người hâm mộ trong cả nước đã tập trung tại buổi hòa nhạc.
☀全国大会　☀全国的

0512
センター
center
中心
trung tâm

大学に留学生のためのセンターが建設された。
A center for overseas students was constructed at the university.
大学建设了留学生中心。
Trung tâm dành cho lưu học sinh đã được xây dựng trong trường đại học.
☀相談センター　☀文化センター

0513
だんち
団地
housing complex/estate
小区
khu, vùng

この団地には約２０００人が住んでいる。
About 2,000 people live in this housing complex.
这个小区大约有2000人在里面居住。
Tại khu chung cư này có khoảng 2.000 người đang sinh sống.
☀工業団地

0514
ちいき
地域
area
地区
khu vực

雪が多い地域では、冬は生活が大変だ。
In areas with lots of snow, life in winter is hard.
在经常下雪的地区，冬天生活非常不方便。
Tại những vùng nhiều tuyết, mùa đông sinh hoạt rất vất vả.

0515
ちか
地下
underground, basement
地下
dưới lòng đất, tầng hầm

駅の地下には土産物店がたくさんある。
There are lots of souvenir shops in the basement of the station.
在车站的地下有许多特产商店。
Ở dưới tầng hầm nhà ga có rất nhiều cửa hàng bán đồ lưu niệm.
☀地下室

0516
ちほう
地方
region, district, provinces
地区
địa phương

お正月の行事は地方によってさまざまだ。
The New Year events vary with the region.
根据地区的不同，新年期间的活动也是各种各样的。
Lễ hội vào dịp Tết tùy từng địa phương mà đa dạng khác nhau.
☀地方都市

0517
ちめい
地名
place name
地名
tên địa danh

古い地図に昔の地名が書いてあった。
The old place names were written on an old map.
在旧版的地图上写着以前的地名。
Bản đồ cũ có viết địa danh ngày xưa.

0518
ちゅうおう
中央
center
中央
trung ương, trung tâm

駅は町の中央にある。
The station is in the center of town.
车站在镇子的中心。
Nhà ga nằm ở trung tâm thành phố.
☀中央政府

0519
ちゅうしん
中心
center, focus, loading, major, primary
中心
trung tâm

円の中心を通る線を引く。
I drew a line through the center of a circle.
画一条通过圆心的直线。
Kẻ một đường thẳng qua tâm hình tròn.
☀中心地　☀中心的

0520
つきあたり
突き当たり
at the end of (the street, road, hall, etc.)
尽头
cuối đường

図書館は、この道の突き当たりです。
The library is at the end of this street.
图书馆在这条路的尽头。
Thư viện ở cuối con đường này.

0521
でいりぐち
出入口
doorway
出入口
cửa ra vào

夜は、正面の出入口は閉まっています。
The doorway at the front is closed at night.
晚上，正面的出入口是关闭的。
Ban đêm, cửa ra vào ở cổng chính sẽ đóng.

0522
てまえ
手前
this side, just before
靠近自己这边
phía trước mặt

花屋は本屋の手前にある。
The flower shop is just before the bookstore.
花店在书店的前面。
Cửa hàng hoa ở trước cửa hàng sách.

0523
でんちゅう
電柱
telegraph pole
电线杆
cột điện

あの電柱の前で車を止めてください。
Please stop the car just before that telegraph pole.
请在那根电线杆的前面停车。
Hãy đỗ xe trước cột điện kia.

0524
とかい
都会
city, urban area
城市
thành phố, đô hội

都会は夜遅くまで、にぎやかだ。
The city is lively till late at night.
城市一直到深夜都很热闹。
Thành phố nhộn nhịp đến tận đêm khuya.
☀都会的　☀大都会

0525
とこや
床屋
barber shop, barber's
理发店
tiệm cắt tóc

父は月に１回、床屋で髪を切る。
My father has his haircut at the barber's once a month.
爸爸一个月去理发店剪一次头发。
Bố tôi mỗi tháng cắt tóc tại hàng cắt tóc một lần.

0526
とし
都市
city
城市
thành thị

都市は交通が便利だ。
Transportation is convenient in the city.
城市的交通很便捷。
Giao thông ở thành thị thuận tiện.
☀都市部　☀大都市

0527
とち
土地
land, region
土地
đất đai

土地と家を３０００万円で買った。
I bought the land and house for 30 million yen.
买土地和房屋加起来一共花了3000万日元。
Tôi đã mua cả nhà và đất với giá 30 triệu yên.

0528
ななめ
斜め
slant, diagonal
斜
chếch, chéo

公園を斜めに歩いて行くと、お城がある。
When you walk diagonally through the park, there you'll find a castle.
斜着穿过公园的话，就会看到一座城堡。
Đi chéo qua công viên thì sẽ thấy thành cổ.
☀斜め後ろ　☀斜め前

0529

バー
bar
酒吧
quán bar

週に１回、バーで酒を飲む。
I drink in a bar once a week.
一周会去酒吧喝一次酒。
Mỗi tuần tôi uống rượu ở quán bar một lần.

0530

ばいてん
売店
stand, kiosk
小卖店
cửa hàng

駅の売店で新聞を買う。
I buy a newspaper at the station kiosk.
在车站前的小店里买报纸。
Mua báo ở quầy bán hàng trong ga.

0531

はか
墓
grave
坟墓
mộ

両親と一緒に祖父の墓の前で祈った。
I prayed with my parents in front of my grandfather's grave.
和父母一起去了爷爷的墓前祈祷。
Tôi và bố mẹ đã khấn trước mộ ông tôi.

0532

はくぶつかん
博物館
museum
博物馆
bảo tàng

博物館で珍しい貝を見た。
I saw an unusual shell at the museum.
在博物馆看到了稀有的贝壳。
Tôi đã nhìn thấy con sò lạ ở viện bảo tàng.
⊕～館（例：体育館）

0533

ひじょうぐち
非常口
emergency exit
安全出口
cửa thoát hiểm

非常口は、あの緑色のマークがある所です。
The emergency exit is that place there with the green mark.
安全出口是有绿色标记的地方。
Cửa thoát hiểm ở chỗ hiển thị màu xanh kia.

0534

ひろば
広場
open space, square
广场
quảng trường

子供たちが広場でサッカーをしている。
The children are playing soccer in the open area.
孩子们在广场上踢球。
Bọn trẻ đang đá bóng ở quảng trường.

0535

フロント
front/reception desk
前台
quầy lễ tân

ホテルのフロントで部屋の鍵をもらった。
I got my room key at the hotel front desk.
在酒店前台拿到了房间的钥匙。
Tôi đã nhận chìa khóa phòng tại quầy lễ tân của khách sạn.
☀フロント係

0536

ベンチ
bench
长椅
ghế dài

公園のベンチでお昼を食べた。
I ate my lunch on a park bench.
在公园的长椅上吃了午饭。
Tôi đã ăn cơm trưa ở chỗ ghế ngồi trong công viên.

0537

ほうがく
方角
direction, way
方位
phương hướng, phương giác

目的の寺は北の方角にある。
The temple we are aiming for is in a northerly direction.
我们要找的寺院在北面。
Ngôi chùa chúng tôi muốn đến nằm ở phía Bắc.

0538

ほうこう
方向
direction, course
方向
phương hướng, phía

駅は、どっちの方向ですか。
Which direction is the station?
车站在哪个方向?
Nhà ga nằm ở hướng nào?

0539

ほうめん
方面
area, vicinity
方面，那一带
phía, hướng

旅行は、どちらの方面に行かれますか。
Which area are you going to on the trip?
去哪一带旅行?
Du lịch thì bạn sẽ đi đâu?
☀～方面（例：関西方面）

0540

ホール
hall
大厅
phòng lớn, hội trường lớn

学校のホールで友達と待ち合わせをした。
I arranged to meet my friends in the school hall.
在学校的大厅和朋友碰头了。
Tôi đã hẹn bạn ở hội trường lớn ở trường.
☀コンサートホール　☀大ホール

0541

まちあいしつ
待合室
waiting room
候诊室，候车室
phòng chờ

病院の待合室は患者でいっぱいだ。
The hospital waiting room is full of patients.
医院的候诊室里全是患者。
Có rất nhiều bệnh nhân tại phòng chờ của bệnh viện.

0542

まどぐち
窓口
service window, counter
窗口
quầy giao dịch

銀行の窓口で税金を払った。
I paid the tax at the bank counter.
在银行的窗口支付了税款。
Tôi đã nộp thuế tại quầy giao dịch của ngân hàng.
☀相談窓口　☀～番窓口（例：２番窓口）

0543

まわり
周り
around
周围
xung quanh

池の周りに桜の花が咲いている。
Cherry blossoms are in bloom around the pond.
池塘周围的樱花盛开了。
Hoa anh đào nở quanh hồ.

0544

マンション
condominium, large apartment/flat
高级公寓
chung cư

私はマンションの５階に住んでいます。
I live on the fifth floor of a condominium.
我住在公寓的5楼。
Tôi sống ở tầng 5 tòa chung cư.

0545 むかい **向かい** the opposite side 对面 đối diện	**銀行の向かいにスーパーがある。** There's a supermarket opposite the bank. 银行的对面有超市。 Đối diện ngân hàng có siêu thị. ☀向かい側
0546 むき **向き** direction 方向 hướng	**夕方になって、風の向きが変わった。** When it became evening the wind changed direction. 到了傍晚，风的方向改变了。 Đến chiều tối thì hướng gió đã thay đổi. ☀北向き　☀南向き
0547 やくしょ **役所** government office 机关 ủy ban hành chính	**役所に結婚の届けを出した。** I submitted my marriage notification at the municipal office. 向机关递交了结婚登记申请书。 Tôi đã nộp giấy đăng kí kết hôn tại trụ sở ủy ban hành chính.
0548 やっきょく **薬局** pharmacy, chemist's 药店 hiệu thuốc	**薬局で薬を買った。** I bought medicine at the pharmacy. 在药店买了药。 Tôi đã mua thuốc tại hiệu thuốc.
0549 ゆうえんち **遊園地** amusement park, fun fair 游乐园 khu vui chơi, công viên	**子供を連れて遊園地へ行った。** I went to the amusement park with the children. 带孩子去了游乐园。 Tôi đã đưa con đến khu vui chơi.
0550 りょかん **旅館** Japanese-style inn 旅馆 khách sạn kiểu nhật	**温泉に行って、旅館に泊まった。** I went to a hot spring and stayed at an inn. 去泡温泉之后，住了旅馆。 Tôi đã đi suối nước nóng và nghỉ ở khách sạn kiểu Nhật.
0551 **ロビー** lobby 大厅 sảnh	**ホテルのロビーに団体客が入って来た。** A party of tourists came into the hotel lobby. 旅游团进了酒店的大厅。 Đoàn khách đã vào đến sảnh khách sạn.
0552 あみだな **網棚** luggage rack 网状置物架 giá để hành lý	**電車の網棚に荷物を忘れてしまった。** I forgot some bags on the train luggage rack. 把行李忘在电车的网状置物架上了。 Tôi đã để quên mất hành lý ở giá để hành lý trên tàu.

0553 いどう 移動 する movement, travel 移动 di chuyển, dịch chuyển	荷物が多いので、車で移動した。 As there was so much baggage, we traveled by car. 因为行李多，所以选择了乘车前往。 Vì có quá nhiều hành lý nên tôi đã di chuyển bằng ô tô. ☀移動距離
0554 うんてんめんきょ 運転免許 driver's license 驾驶证 bằng lái xe	運転免許は１８歳になると取れる。 You can take your driver's license at 18. 18岁能拿驾驶执照。 Đủ 18 tuổi thì có thể lấy được bằng lái xe. ☀運転免許証
0555 エンジン engine 引擎 động cơ máy móc	電気自動車はエンジンの音がしない。 Electric cars don't make an engine sound. 电动汽车没有引擎声。 Xe ô tô điện thì không có tiếng động cơ .
0556 おうだん 横断 する crossing 横穿 băng qua	老人が、ゆっくり道を横断した。 An old man slowly crossed the road. 老人慢慢地横穿马路了。 Người cao tuổi ấy đã qua đường một cách từ từ. ☀横断禁止
0557 おうふく 往復 する round trip, return 往返 khứ hồi	往復の乗車券を買った。 I bought a return ticket. 买了往返的车票。 Tôi đã mua vé xe khứ hồi. ⇔片道　☀往復はがき
0558 かいさつ 改札 する examination of tickets, ticket gate 检票 soát vé, cửa soát vé	改札の前で友達と待ち合わせた。 I arranged to meet my friends in front of the ticket gate. 在检票口和朋友见面了。 Tôi đã hẹn bạn tôi trước cửa soát vé.
0559 かいすうけん 回数券 coupon ticket 回数车票 vé dùng nhiều lần	たびたびバスに乗るので、回数券を買った。 As I often travel by bus, I bought a book of tickets. 因为经常坐公共汽车，所以买了回数车票。 Vì tôi hay đi xe buýt nên đã mua cả tập vé.
0560 かたみち 片道 one way 单程 một chiều	京都までの片道の切符を買った。 I bought a one-way ticket to Kyoto. 买了一张到京都的单程票。 Tôi đã mua vé một chiều đi Kyoto. ⇔往復

0561
きゅうきゅうしゃ
救急車
ambulance
救护车
xe cấp cứu

けがをした人を救急車で病院に運んだ。
They took the injured person to the hospital by ambulance.
用救护车把受伤的人送往医院了。
Họ đã đưa người bị thương đến bệnh viện bằng xe cấp cứu.

0562
くだり
下り
descent, going down
首都到地方，下行
xuống về xuôi

下りの電車は何番のホームから出ますか。
What platfrom number does the down train depart from?
下行电车是从几号站台发车呢?
Tàu về xuôi xuất phát từ đường tàu số mấy?
⇔上り　☀下り電車

0563
けいゆ
経由 する
via
经过
quá cảnh

北京を経由して、モンゴルに行った。
I went to Mongolia via Beijing.
经过北京，前往蒙古。
Tôi đi qua Bắc Kinh đến Mông Cổ
☀〜経由〜行き(例：名古屋経由京都行き)

0564
こうくうき
航空機
aircraft, airplane
飞机
máy bay

航空機は２０世紀になって発達した。
Aircraft were developed in the 20th century.
飞机在20世纪取得了迅猛的发展。
Thế kỉ 20 thì phương tiện máy bay đã phát triển.

0565
こうそくどうろ
高速道路
freeway, motorway
高速公路
đường cao tốc

空港までは、高速道路を使えば１時間です。
It'll take an hour to the airport if you use the freeway.
如果通过高速公路前往机场的话需要1小时。
Nếu đi bằng đường cao tốc ra sân bay thì mất 1 tiếng.

0566
こうつうきかん
交通機関
means of transportation
交通机关
phương tiện giao thông

大雪でほとんどの交通機関が止まっている。
Most means of transportation have stopped owing to the heavy snow.
受大雪影响，几乎所有交通机关都停运了。
Do tuyết rơi nhiều nên hầu hết phương tiện giao thông đang bị dừng.

0567
こうつうじこ
交通事故
traffic accident
交通事故
tai nạn giao thông

トンネルの中で交通事故が起きた。
A traffic accident occurred in a tunnel.
隧道中发生了交通事故。
Đã xảy ra tai nạn giao thông trong đường hầm.

0568
ざせき
座席
seat
座位
chỗ ngồi

飛行機の座席は窓側を選んだ。
I chose a window seat on the plane.
选择了飞机内靠窗的座席。
Tôi đã chọn ghế cạnh cửa sổ của máy bay.

0569

シートベルト
seatbelt
安全带
dây an toàn

車に乗るときは、シートベルトをすること。
Fasten your seatbelt when you get in a car.
坐车的时候要系好安全带。
Khi đi ô tô phải thắt dây an toàn.

0570

じこくひょう
時刻表
timetable
时刻表
bảng giờ

時刻表で電車の出発時間を調べた。
I looked up the train departure times on the timetable.
在时刻表上查到了电车的出发时间。
Tôi đã tra giờ tàu xuất phát trên bảng giờ tàu.

0571

してつ
私鉄
private railroad/railway
私营铁路
đường sắt tư nhân

次の駅で私鉄に乗り換えよう。
We'll transfer to a private railroad at the next station.
在下一站换私营铁路吧。
Đến ga tới đổi sang tàu tư nhân.

0572

しゃこ
車庫
garage, depot
车库
bãi để xe

バス会社の車庫に長距離バスが並んでいる。
The long-distance buses are lined up in the bus company's depot.
巴士公司的车库里停着很多长途大巴。
Có nhiều xe buýt chạy đường dài đang đỗ trong bãi để xe của công ty xe buýt.

0573

じゅうたい
渋滞 する
traffic congestion
堵车
tắc đường

事故があって、道が渋滞している。
There was an accident, so the road's congested.
发生了交通事故，路上在堵车。
Do tại nạn nên đường bị tắc.

0574

じょうしゃけん
乗車券
train/bus ticket
车票
vé xe

目的地までの乗車券を買った。
I bought a ticket to my destination.
购买了前往目的地的车票。
Tôi đã mua vé đến điểm cần đến.

0575

しんかんせん
新幹線
the Shinkansen, bullet train
新干线
tàu siêu tốc

京都へ行くには、新幹線が便利だ。
The Shinkansen is convenient for going to Kyoto.
去京都的话，还是乘新干线比较方便。
Đi Kyoto thì tàu Shinkansen là tiện.

0576

ストップ する
stop
刹车
dừng

急に前の車がストップした。
The car in front suddenly stopped.
前面的车突然急刹车了。
Xe ô tô phía trước đột nhiên dừng lại.

0577 **スピード** speed 速度 tốc độ	**新幹線は時速３００キロ以上のスピードが出る。** The Shinkansen can get up to a speed of over 300 kilometers per hour. 新干线以每小时300千米以上的速度行驶。 Tàu Shinkansen có thể chạy tốc độ trên 300km. **☀スピード違反**
0578 **そくど** **速度** speed 速度 tốc độ	**道が狭いので、車の速度を落とした。** Because the road was narrow, I reduced speed. 因为路很窄，所以降低了车速。 Vì đường hẹp nên tôi đã giảm tốc độ xe ô tô. **☀最高速度　☀平均速度**
0579 **タイヤ** tire 轮胎 bánh xe	**雪道を走るので、特別なタイヤを付けた。** Because the car was running on snow-covered roads, I attached special tires. 因为要在雪地上开车，所以装上了特制的轮胎。 Vì chạy đường tuyết nên tôi đã lắp lốp xe đặc biệt.
0580 **ちかみち** **近道** する shortcut (抄) 近路 đường tắt	**駅までの近道を見付けた。** I found a shortcut to the station. 找到了开往车站的近道。 Tôi đã tìm thấy đường tắt đi đến ga.
0581 **ちゅうしゃ** **駐車** する parking 停车 sự đỗ xe	**この道路は駐車できない。** You can't park on this road. 这条路不能停车。 Đường này không được đỗ xe. **☀駐車場　☀駐車料金**
0582 **つうか** **通過** する passing 通过 vượt qua, đi qua	**台風は夜中に関東地方を通過した。** The typhoon passed the Kanto region late at night. 台风在夜里通过了关东地区。 Bão đã đi qua vùng Kanto lúc ban đêm.
0583 **つりかわ** **つり革** hanging strap 把手 dây bám bằng da	**電車が揺れるので、つり革につかまった。** Because the train was swaying, I held onto the strap. 因为电车在摇晃，所以抓住了把手。 Do tàu rung lắc nên tôi đã bám vào chỗ tay cầm trên tàu.
0584 **ていきけん** **定期券** commuter pass 定期车票 vé tháng	**毎日電車に乗るなら、定期券のほうが安い。** If you're using the train every day, a commuter pass is cheaper. 每天都坐电车的话，买定期车票会比较便宜。 Nếu ngày nào cũng đi tàu thì vé tháng sẽ rẻ hơn.

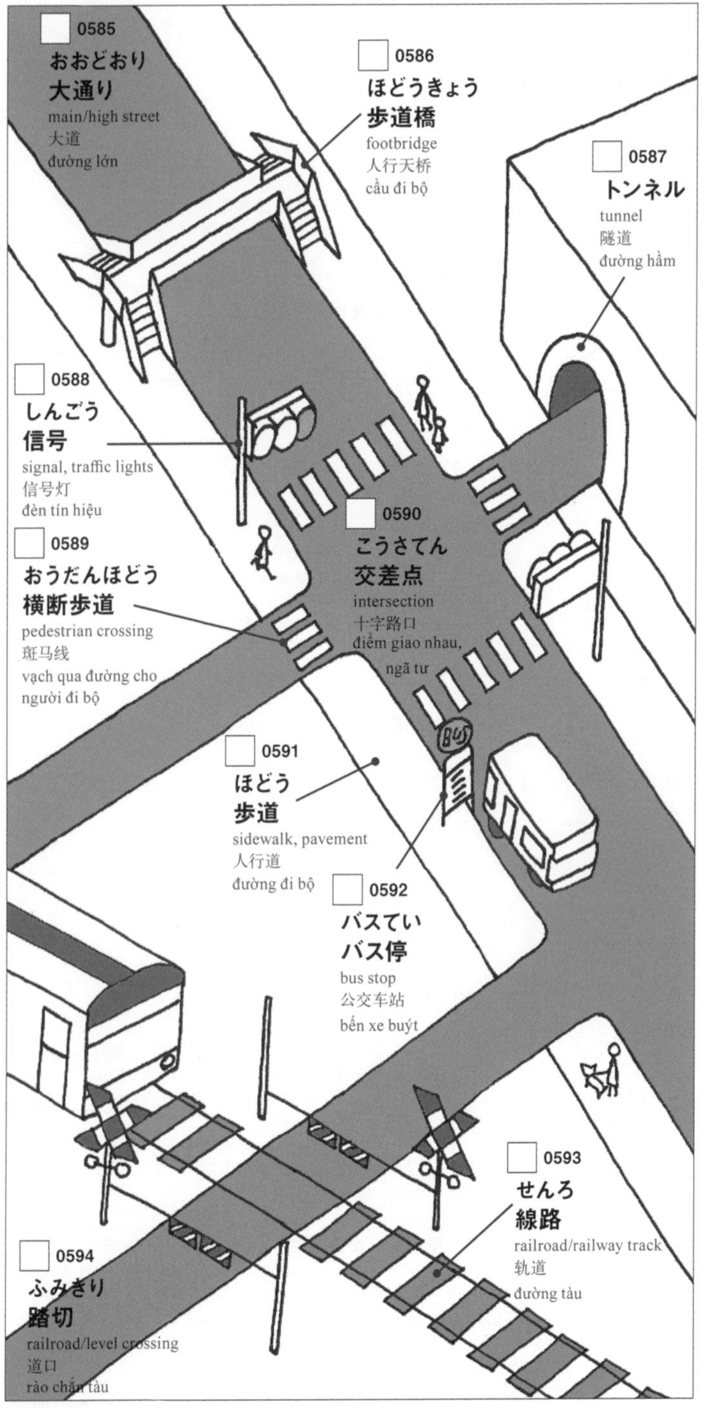
0585
おおどおり
大通り
main/high street
大道
đường lớn
0586
ほどうきょう
歩道橋
footbridge
人行天桥
cầu đi bộ
0587
トンネル
tunnel
隧道
đường hầm
0588
しんごう
信号
signal, traffic lights
信号灯
đèn tín hiệu
0589
おうだんほどう
横断歩道
pedestrian crossing
斑马线
vạch qua đường cho
người đi bộ
0590
こうさてん
交差点
intersection
十字路口
điểm giao nhau,
ngã tư
0591
ほどう
歩道
sidewalk, pavement
人行道
đường đi bộ
0592
バスてい
バス停
bus stop
公交车站
bến xe buýt
BUS
0593
せんろ
線路
railroad/railway track
轨道
đường tàu
0594
ふみきり
踏切
railroad/level crossing
道口
rào chắn tàu

0595
ていしゃ
停車 する
(car, train) stopping
停车
sự dừng tàu, xe

踏切の前では、一度停車するのが規則だ。
It is a rule to stop once before a railroad crossing.
在道口前停一下车是规则。
Quy định phải dừng xe trước chỗ chắn tàu.
☀停車時間

0596
てつどう
鉄道
railroad/railway
铁路
đường sắt

これは大陸を鉄道で移動するツアーです。
This is a tour traveling the continent by railroad.
这是一场通过铁路来穿越大陆的旅行。
Đây là tour đi xuyên lục địa bằng đường sắt.
☀鉄道会社

0597
とうちゃく
到着 する
arrival
到达
đến nơi

飛行機は予定の時間に到着した。
The plane arrived at the planned time.
飞机按照预计的时间到达了。
Máy bay đã hạ cánh đúng giờ dự kiến.
⇔出発　☀到着時間（到着時刻）

0598
どうろ
道路
road, street
道路
đường

この道路は朝も夕方も渋滞する。
This road is congested in the morning and the evening.
这条路从早到晚一直堵车。
Con đường này dù là buổi sáng hay buổi chiều tối cũng đều tắc.
☀道路工事　⊕～道（例：自動車道）

0599
ドライブ する
drive, motoring
驾车兜风
lái xe, lái xe dã ngoại

山の中をドライブするのは気持ちがいい。
It feels good to drive in the mountains.
在山中驾车兜风非常舒服。
Lái xe dã ngoại đường núi rất thú vị.

0600
ドライブイン
pull-in/roadside restaurant
路边餐馆
trạm nghỉ

疲れたから、ドライブインで休もう。
As we're tired, let's take a rest at a roadside restaurant.
已经很累了，在路边餐馆休息一下吧。
Vì mệt rồi nên chúng ta sẽ nghỉ ở trạm dừng chân.

0601
ナンバー
number
号码
số

犯人の車のナンバーを覚えていますか。
Do you remember the criminal's car number?
还记得犯人的车牌号码吗?
Bạn có nhớ số xe của kẻ phạm tội không?

0602
のぼり
上り
ascent, going up
从地方到首都，上行
đưa ra, lên , đi ngược (về phía bắc)

次の上りの電車は何時に出ますか。
What time does the next up train depart?
下一班上行电车几点发车呢?
Chuyến tàu ngược tiếp theo xuất phát lúc mấy giờ?
⇔下り　☀上り電車

0603 **はっしゃ** **発車** する departure 发车 khởi hành	**このバスは５分後に発車します。** This bus will depart in five minutes. 这辆巴士会在五分钟之后发车。 Chuyến xe buýt này sẽ xuất phát sau 5 phút nữa. **☀発車時間（発車時刻）**
0604 **パトカー** patrol car 巡逻车 xe cảnh sát	**パトカーはスピード違反の車を追って行った。** The patrol car chased after a car for speeding. 巡逻车追着超速的车开去了。 Xe cảnh sát đã đuổi theo xe ô tô vi phạm tốc độ.
0605 **ハンドル** handle, steering wheel 方向盘 tay lái	**日本の車はハンドルが右側に付いている。** The steering wheel is on the right-hand side in Japanese cars. 日本的车，方向盘装在车的右侧。 Xe ô tô của Nhật Bản thì tay lái ở bên phải.
0606 **びん** **便** flight 航班 chuyến	**午後の便で北海道へ行く。** I'll go on the afternoon flight to Hokkaido. 乘下午的航班前往北海道。 Tôi đi Hokaido bằng chuyến chiều. **☀出発便　☀～便（例：ＪＡＬ１０３便）**
0607 **ブレーキ** brake 刹车 phanh	**猫が飛び出して来たので、ブレーキを踏んだ。** Because a cat dashed out, I stepped on the brakes. 因为一只猫突然跳了出来，所以踩了刹车。 Vì con mèo lao ra nên tôi đã đạp phanh. **☀急ブレーキ**
0608 **ホーム** **（プラットホーム）** platform 站台 sân ga	**次の電車を待つ人がホームに並んでいる。** People waiting for the next train are lined up on the platform. 等待下一班电车的人在站台上排队。 Người đợi chuyến tàu tiếp theo đang xếp hàng ở sân ga.
0609 **ゆき/いき** **行き** going, bound for 去，前往 hướng đi, đi	**行きは飛行機、帰りは新幹線にします。** I've decided I'm going by plane and returning by Shinkansen. 我决定去程乘飞机，返程乘新干线。 Tôi quyết định đi bằng máy bay và về bằng Shinkansen. **☀～行き（例：沖縄行き）**
0610 **ラッシュ** **（ラッシュアワー）** rush hour 高峰时间 giờ cao điểm	**ラッシュアワーは駅も電車も混んでいる。** In the rush hour, both the trains and the stations are crowded. 上下班高峰的时候车站和电车都很挤。 Giờ cao điểm thì nhà ga và tàu đều đông.

0611
レール
rail
铁轨
đường ray

モノレールはレールが1本(いっぽん)しかない。
A monorail only has one rail.
单轨铁路只有一根铁轨。
Tàu Monoreru chỉ có 1 đường ray.

0612
ダンプ（ダンプカー）
dump truck
翻斗车
xe ô tô địa hình

0613
トラック
truck, lorry
卡车
xe tải

0614
ヘリコプター
helicopter
直升机
máy bay trực thăng

0615
ボート
boat
舟，小船
ca nô

0616
モノレール
monorail
单轨铁路
đường ray đơn

0617
ロケット
rocket
火箭
tên lửa

0618
あせ
汗
sweat
汗
mồ hôi

暑(あつ)くて、たくさん汗(あせ)をかいた。
It was hot and I sweated a lot.
因为天气很热，所以出了很多汗。
Do trời nóng nên tôi đã ướt đẫm mồ hôi.

0619
アレルギー
allergy
过敏反应
dị ứng

食(た)べ物(もの)のアレルギーはありますか。
Do you have any food allergies?
对食物过敏吗?
Bạn có bị dị ứng thức ăn không?
☀～アレルギー（例(れい)：卵(たまご)アレルギー）

0620
いいん
医院
doctor's office, surgery
医院
bệnh viện

内科(ないか)の医院(いいん)は、いつも混(こ)んでいる。
The internal medicine doctor's office is always crowded.
内科医院一直人满为患。
Bệnh viện nội khoa lúc nào cũng đông.
☀小児科医院(しょうにかいいん)

0621
いき
息
breath, breathing
气息
hơi thở

今日(きょう)は寒(さむ)いので、吐(は)く息(いき)が白(しろ)い。
Because it's cold today people's breath is white.
因为今天很冷，所以吐出来的气是白色的。
Hôm nay trời lạnh nên thở ra hơi màu trắng.

0622
いねむり
居眠り する
doze
瞌睡
ngủ gật

事故(じこ)の原因(げんいん)は運転中(うんてんちゅう)の居眠(いねむ)りだった。
The cause of the accident was somebody nodding off while driving.
交通事故的原因是驾驶的时候打盹了。
Nguyên nhân của tai nạn là do ngủ gật trong khi lái xe.

0623
いのち
命
life
生命
tính mạng

すぐ手術をすれば、この子の命は助けられる。
If operated on immediately, this child's life will be saved.
如果马上手术的话，就能挽救这个孩子的生命。
Nếu phẫu thuật ngay thì tính mạng của đứa bé này sẽ được cứu.

0624
インフルエンザ
influenza
流感
cảm cúm

インフルエンザにかかって、高い熱が出た。
I had influenza and got a high fever.
因为患流感而发起了高烧。
Do cúm nên tôi đã bị sốt cao.

0625
ウイルス
virus
病毒
virus

患者の血液からウイルスが見付かった。
A virus was found in the patient's blood.
在患者的血液里发现了病毒。
Đã phát hiện ra Virus trong máu của bệnh nhân.

0626
うがい する
gargle
漱口
súc miệng

家に帰ったら、必ずうがいをする。
I always gargle when I get home.
一回到家，一定要漱口。
Khi về nhà thì phải súc miệng.

0627
かおり
香り
scent, smell
香味
mùi hương

この石けんは花の香りがする。
This soap has a flower smell.
这块肥皂有一股花香。
Xà phòng này có mùi hoa.

0628
かふんしょう
花粉症
hay fever
花粉过敏
dị ứng phấn hoa

春は花粉症に苦しむ人が多い。
Many people suffer from hay fever in the spring.
春天，因花粉过敏而苦恼的人很多。
Mùa xuân, có nhiều người khổ sở vì dị ứng phấn hoa.

0629
かみのけ
髪の毛
hair (head)
头发
tóc

暑くなったので、髪の毛を短く切った。
Because it's got hot, I cut my hair short.
因为天气变热了，所以把头发剪短了。
Vì trời nóng nên tôi đã cắt ngắn tóc.

0630
がん
cancer
癌症
ung thư

１年に１度、がんの検査を受けている。
I undergo a cancer examination once a year.
每年做一次癌症检查。
Mỗi năm một lần tôi kiểm tra ung thư.
☀胃がん

0631
かんじゃ
患者
patient
患者
bệnh nhân

冬になると、インフルエンザの患者が増える。
When winter comes, the number of influenza patients increases.
一到冬天，患流感的人就会变多。
Cứ đến mùa đông thì bệnh nhân bị cúm tăng lên.

0632
きず
傷
cut, scar, wound
伤口
vết xước, sẹo

指の傷が、なかなか治らない。
The cut on my finger is hardly getting better.
手指上的伤口怎么也好不了。
Vết xước ở ngón tay mãi không khỏi.
☀切り傷

0633
きゅうびょう
急病
急性病
sudden illness
ốm đột xuất

父が急病だという連絡が、母からあった。
I received word from my mother that my father had suddenly become ill.
妈妈打来电话，告诉我父亲突然生病了。
Mẹ báo bố bị ốm đột ngột.
⊕〜病（例：心臓病）

0634
きんえん
禁煙 する
stopping smoking
禁烟，戒烟
cấm hút thuốc, không hút thuốc

健康のことを考えて、禁煙した。
I thought about my health and gave up smoking.
考虑到健康而戒了烟。
Vì nghĩ cho sức khỏe nên tôi đã không hút thuốc.
☀禁煙席

0635
きんし
禁止 する
prohibition
禁止
cấm

この公園では野球やゴルフを禁止している。
It is prohibited to play baseball or golf in this park.
这个公园里禁止打棒球或高尔夫球。
Cấm chơi bóng chày và chơi gôn tại công viên này.
☀駐車禁止

0636
くしゃみ
sneezing
喷嚏
hắt hơi

花粉症でくしゃみが止まらない。
I can't stop sneezing because of this hay fever.
因为花粉过敏，打喷嚏打得停不下来。
Vì dị ứng phấn hoa nên tôi hắt hơi không dừng được.

0637
けつあつ
血圧
blood pressure
血压
huyết áp

血圧が高いので、食べ物に気を付けている。
Because my blood pressure is high, I am being careful about food.
因为高血压，所以在吃东西方面很注意。
Vì bị huyết áp cao nên tôi chú ý đồ ăn.
☀高血圧　☀低血圧

0638
けつえき
血液
blood
血液
máu

血液の検査をして、病気が分かった。
The disease was found by examining my blood.
通过血液检查，查明了病状。
Khi kiểm tra máu, tôi đã biết được bệnh tình.
☀血液型　☀血液検査

0639 げり 下痢 する diarrhea 腹泻 tiêu chảy	古い魚を食べて、下痢をした。 I got diarrhea from eating fish that was off. 吃了不新鲜的鱼，拉肚子了。 Do ăn cá ôi nên tôi đã bị tiêu chảy.
0640 けんこう 健康 health 健康 sức khỏe	健康のために、毎日30分歩いている。 For my health, I walk 30 minutes a day. 为了健康，每天步行30分钟。 Hàng ngày tôi đi bộ 30 phút để rèn luyện sức khỏe. ☀健康管理　☀健康状態
0641 けんさ 検査 する examination 检查 kiểm tra	毎年、胃の検査をしている。 I have a stomach examination every year. 每年都做一次胃部的检查。 Hàng năm tôi đều kiểm tra dạ dày. ☀～検査（例：がん検査）
0642 こきゅう 呼吸 する breathing 呼吸 hô hấp	魚は水の中でだけ呼吸ができる。 Fish can only breathe in water. 鱼只能在水中呼吸。 Cá chỉ có thể thở được ở trong nước.
0643 こっせつ 骨折 する bone fracture, broken bone 骨折 gãy xương	スキーで転んで、足を骨折した。 I fell down while skiing and broke my leg. 在滑雪的时候摔倒，腿骨折了。 Do ngã khi trượt tuyết nên tôi đã bị gãy chân.
0644 コンタクト （コンタクトレンズ） contact lens 隐形眼镜 kính áp tròng	寝るときは、コンタクトを外す。 When I go to bed, I take out my contacts. 睡觉的时候，会拿掉隐形眼镜。 Lúc ngủ thì tôi tháo kính áp tròng.
0645 しぼう 死亡 する death 死亡 tử vong	交通事故で死亡する人は減ってきた。 The number of people being killed in traffic accidents is decreasing. 在交通事故中丧生的人数减少了。 Số người tử vong do tai nạn giao thông đã giảm. ☀死亡者
0646 しゅじゅつ 手術 する operation （做）手术 phẫu thuật	父は、手術してから元気になった。 My father got well after his operation. 父亲做了手术之后，变得健康了起来。 Bố tôi sau khi phẫu thuật đã khỏe ra. ☀外科手術

0647
しゅっけつ
出血 (する)
bleed, bleeding
出血
xuất huyết

出血がひどかったので、病院へ行った。
Because the bleeding was terrible, I went to the hospital.
因为出血很严重，所以去了医院。
Do bị xuất huyết nhiều nên tôi đã đi bệnh viện.

0648
しょうじょう
症状
symptoms
症状
bệnh tình

薬を飲んだら、風邪の症状が軽くなった。
I took the medicine, and my cold symptoms lightened.
吃了药之后，感冒症状好多了。
Vì tôi đã uống thuốc nên bệnh tình thuyên giảm.

0649
しょうどく
消毒 (する)
disinfection, sterilization
消毒
khử độc, khử trùng

医者は患者を診るとき、手を消毒する。
When examining patients, the doctor disinfects his hands.
医生在给病人诊断的时候，会消毒双手。
Bác sỹ khi khám cho bệnh nhân thì khử trùng tay.
※消毒済み

0650
しょくちゅうどく
食中毒
food poisoning
食物中毒
ngộ độc thực phẩm

食中毒は夏に多いと言われている。
It is said there is a lot of food poisoning in summer.
据说食物中毒在夏季发生得比较多。
Người ta nói vào mùa hè hay bị ngộ độc thực phẩm.

0651
しょくよく
食欲
appetite
食欲
sự thèm ăn

病気が治って、食欲が出てきた。
I got better, and my appetite came back.
病好了以后，食欲也变好了。
Sau khi tôi khỏi bệnh thì đã cảm thấy muốn ăn.

0652
しらが
白髪
gray hair
白发
tóc bạc

父は急に白髪が増えた。
My father's gray hair has suddenly increased.
爸爸的白发忽然变多了。
Bố tôi bỗng nhiên xuất hiện nhiều tóc bạc.

0653
しんけい
神経
nerve
神经
thần kinh, tủy (răng)

歯の神経を抜くことになった。
I ended up having a dental nerve removed.
最终需要抽掉牙神经。
Tôi đã triệt tủy răng.

0654
しんさつ
診察 (する)
medical examination
诊断
khám bệnh

熱が続くので、病院で診察してもらった。
Because my fever continued, I had an examination at the hospital.
因为持续发烧，所以去医院诊断了一下。
Do sốt kéo dài nên tôi đã khám ở bệnh viện.
※診察券　※診察室

0655 **しんだんしょ** **診断書** medical certificate 诊断书 sổ khám bệnh	**この保険に入るには、医師の診断書が必要だ。** To apply for this insurance, you need a medical certificate from a doctor. 参加这个保险需要医生的诊断书。 Để vào bảo hiểm này cần có sổ khám bệnh của bác sĩ.
0656 **しんちょう** **身長** height 身高 chiều cao	**兄は家族の中でいちばん身長が高い。** My older brother is the tallest in our family. 哥哥在家人当中是长得最高的。 Anh trai tôi cao nhất trong nhà.
0657 **すいみん** **睡眠** sleep 睡眠 ngủ	**明日のために、睡眠を十分とって休もう。** For tomorrow, I'll rest and get a good night's sleep. 为了明天，要好好睡一觉。 Vì ngày mai nên hôm nay phải ngủ cho đầy giấc. **✳睡眠時間　✳睡眠不足**
0658 **ずつう** **頭痛** headache 头痛 đau đầu	**頭痛がするので、薬を飲んだ。** Because I had a headache, I took medicine. 因为头痛，所以吃了点药。 Vì đau đầu nên tôi đã uống thuốc.
0659 **ストレス** stress 压力 sự căng thẳng	**ストレスをためるのは体に良くない。** The build up of stress is not good for your body. 压力持续积攒对身体不好。 Sự căng thẳng thì không tốt cho sức khỏe.
0660 **せき** cough 咳嗽 ho	**今流行している風邪は、せきがひどいらしい。** The cold going around now seems to bring on a terrible cough. 现在流行的感冒，听说会让人咳嗽得很厉害。 Bệnh cúm hiện nay có vẻ bị ho nhiều.
0661 **ダイエット** する diet 减肥 giảm béo	**ダイエットをして、３キロやせた。** I dieted and lost three kilograms. 减肥瘦了3千克。 Tôi thực hiện giảm béo và đã giảm được 3kg. **✳ダイエット法**
0662 **たいおん** **体温** body temperature 体温 nhiệt độ cơ thể	**体温を測ったら、３９度もあった。** When I took my temperature, it was as high as 39 degrees. 量了一下体温，有39度。 Khi đo nhiệt độ cơ thể thì thấy là 39 độ. **✳体温計**

0663
たいじゅう
体重
body weight
体重
cân nặng

食べ過ぎで体重が３キロも増えてしまった。
I ate too much and my weight increased by three kilograms.
吃得过多，导致体重长了3千克。
Do ăn quá nhiều nên trọng lượng cơ thể đã tăng 3kg.
☀体重計

0664
たいりょく
体力
physical strength
体力，抵抗力
thể lực

体力が落ちて、最近よく風邪を引く。
My physical strength has declined, and recently I catch colds easily.
抵抗力变差了，最近总是感冒。
Do thể lực suy giảm nên gần đây hay bị cảm cúm.
☀体力的

0665
つかれ
疲れ
tiredness, fatigue
疲劳
mệt

夜眠れなくて、疲れが取れない。
I can't sleep at night and get rid of my tiredness.
晚上睡不着，疲劳无法消解。
Ban đêm do không ngủ được nên tôi chưa hết mệt.

0666
ながいき
長生き する
longevity, long life
长寿
sự trường thọ

「祖母は１００歳です」「長生きですねえ」
"My grandmother is 100 years old." "She is living to a ripe old age."
"我奶奶100岁了。""你奶奶真长寿啊！"
"Bà tôi đã 100 tuổi rồi đấy", "Cụ thọ nhỉ"

0667
なみだ
涙
tear, eyewater
眼泪
nước mắt

朝から目がかゆくて、涙も出る。
Since this morning, my eyes are itchy and water.
从早上开始眼睛就很痒，还会流眼泪。
Từ sáng đến giờ tôi bị ngứa mắt nên nước mắt cứ chảy ra.

0668
におい
匂い/臭い
smell
气味
mùi

この花は、いい匂いがする。
This flower has a nice smell.
这朵花有很好闻的气味。
Bông hoa này tỏa mùi thơm.

0669
はきけ
吐き気
nausea
恶心，反胃
buồn nôn

おなかも痛いし、吐き気もしてつらい。
I feel terrible because I have a stomachache and nausea.
肚子疼，还想吐，很难受。
Tôi bị đau bụng lại buồn nôn nên rất khó chịu.

0670
はだ
肌
skin
皮肤
da

赤ちゃんの肌は、とても柔らかい。
Babies' skin is very soft.
婴儿的肌肤非常嫩。
Da của em bé rất mềm.

0671

はだか
裸
naked, nude
赤裸
khỏa thân

日本では裸で温泉に入る。
In Japan people get in hot springs in the nude.
在日本是赤裸着泡温泉的。
Ở Nhật, khi tắm suối nước nóng thì mọi người đều khỏa thân.

0672

がんか
眼科
ophthalmology
眼科
khoa mắt

0673

げか
外科
surgery
外科
khoa ngoại

0674

さんふじんか
産婦人科
obstetrics and gynecology
妇产科
khoa sản

0675

しか
歯科
dentistry
牙科
nha khoa

0676

じびか
耳鼻科
otolaryngology
耳鼻科
khoa tai mũi họng

0677

しょうにか
小児科
pediatrics
儿科
nhi khoa

0678

せいけいげか
整形外科
orthopedics
骨科
khoa chỉnh hình

0679

ないか
内科
internal medicine
内科
khoa nội

0680

ひふか
皮膚科
dermatology
皮肤科
khoa da liễu

0681

はだし
bare feet
赤脚
chân đất

子供のころ、よくはだしで遊んでいた。
In my childhood, I used to play a lot barefoot.
小时候经常赤着脚玩耍。
Hồi bé tôi hay đi chơi bằng chân đất.

0682

はら
腹
belly, stomach
肚子
bụng

父は、鏡を見て「腹が出てきたな」と言った。
My father looked in the mirror and said, "I've become pot bellied."
爸爸看着镜子说："肚子出来了啊。"
Bố tôi soi gương và nói "bụng phệ mất rồi nhỉ".

0683

ひふ
皮膚
skin
皮肤
da

日に当たったら、皮膚が赤くなった。
When I was exposed to the sun, my skin became red.
一晒太阳，皮肤就变红了。
Ra nắng thì da sẽ bị đỏ lên.
☀皮膚科

0684

ふくさよう
副作用
side effect
副作用
tác dụng phụ

この薬は副作用で眠くなることがある。
Sometimes a side effect of this medicine is that it makes you drowsy.
有时会因为这个药的副作用而变得很困。
Tác dụng phụ của thuốc này là gây buồn ngủ.

0685 **へいねつ** **平熱** normal temperature 正常体温 nhiệt độ bình thường	**私の平熱は36.3度です。** My normal temperature is 36.3 degrees. 我的正常体温是36.3度。 Nhiệt độ bình thường của tôi là 36,3 độ.
0686 **ほね** **骨** bone 骨头 xương	**牛乳や小魚は骨を強くする。** Milk and small fish make your bones strong. 牛奶和小鱼会让骨头变得强健。 Sữa bò và cá cơm thì tốt cho xương.
0687 **マスク** mask 口罩 khẩu trang, mặt nạ	**せきが出るので、マスクをしている。** Because I have a cough, I'm wearing a mask. 因为咳嗽，所以戴了口罩。 Vì bị ho nên tôi đeo khẩu trang.
0688 **むしば** **虫歯** bad tooth, cavity 蛀牙 răng sâu	**虫歯が痛くて、眠れない。** My bad tooth aches and I cannot sleep. 因为蛀牙很疼而睡不着觉。 Vì răng sâu đau nên tôi không ngủ được.
0689 **めぐすり** **目薬** eye drops 眼药水 thuốc nhỏ mắt	**目薬が、うまく目に入らない。** I'm no good at getting eye drops into my eyes. 没法熟练地把眼药水滴进眼睛里。 Thuốc không tra được vào mắt.
0690 **やけど** する burn, scald 烫伤 bỏng	**うっかり熱いお湯に触って、やけどした。** I carelessly put my hands in some hot water and got scalded. 不小心碰到了很烫的热水，烫伤了。 Tôi lơ đễnh chạm vào nước nóng nên đã bị bỏng. ※大やけど
0691 **よぼう** **予防** する prevention 预防 dự phòng	**インフルエンザの予防のために、注射をした。** I had a vaccination for the prevention of influenza. 为了预防流感而接种了疫苗。 Để phòng tránh cúm nên tôi đã tiêm. ※予防注射　※予防法
0692 **レントゲン** X-ray X光 x-quang	**検査のために、レントゲンを撮った。** As I was having an examintion, they took an X-ray. 因为要检查，所以拍了X光片。 Tôi đã chụp X-Quang để kiểm tra sức khỏe. ※レントゲン撮影

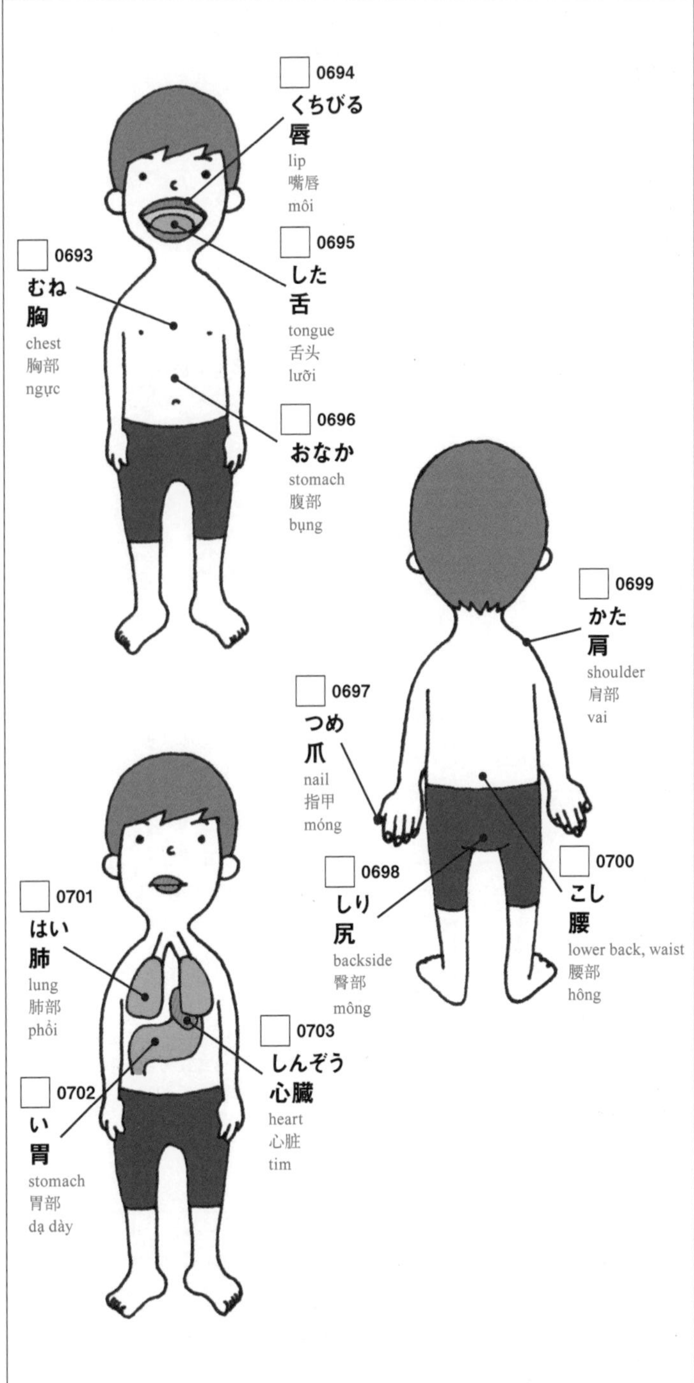

0694
くちびる
唇
lip
嘴唇
môi
0693
むね
胸
chest
胸部
ngực
0695
した
舌
tongue
舌头
lưỡi
0696
おなか
stomach
腹部
bụng
0699
かた
肩
shoulder
肩部
vai
0697
つめ
爪
nail
指甲
móng
0698
しり
尻
backside
臀部
mông
0700
こし
腰
lower back, waist
腰部
hông
0701
はい
肺
lung
肺部
phổi
0703
しんぞう
心臓
heart
心脏
tim
0702
い
胃
stomach
胃部
dạ dày

読んでみよう３

旅館からのメール

山田**旅館**にご予約いただきまして、ありがとうございます。ご予約の内容について確認のメールをさせていただきます。

チェックイン日時：４月４日　１５時頃ご**到着**

部屋：和室

旅館への行き方：

新幹線の**改札**を出ましたら、**大通り**を右に１０分ほどお歩きください。**突き当たり**に**博物館**が見えます。そこを右に曲がると、**ガソリンスタンド**があります。その**斜め前**に**旅館**がございます。

桜のシーズンは、**混雑**が予想されます。気を付けてお出掛けください。

Mail from inn

Thank you for making a reservation at the Yamada Inn. We are e-mailing you now to confirm the details of your reservation.

Check in date and time: April 4, arriving around 3 pm

Room: Japanese room

How to get to the inn:

After coming out of the Shinkansen ticket gate, please walk to the right down the main street for ten minutes. Towards the end of the road, you will be able to see a museum. If you turn right there, there is a gas station. The inn is diagonally in front.

In cherry blossom season, it is expected to be congested. Please be careful when you come to us.

来自旅馆的邮件

非常感谢您预订山田旅馆。请允许我对您的预订内容进行邮件确认。

入住时间：4月4日15点左右到达

房型：日式房间

前往旅馆的方法：

出新干线的检票口后，请沿大路往右走十分钟左右。在路的尽头能看到博物馆。从那里往右拐，有一家加油站。旅馆就在加油站的斜前方。

预计赏樱季节游客较多，会出现拥挤的情况，外出请小心。

E-mail từ nhà nghỉ

Chân thành cảm ơn quý khách đã đặt nhà nghỉ Yamada của chúng tôi. Cho phép tôi được liên lạc bằng mail để xác nhận nội dung đặt phòng.

Thời gian nhận phòng: Ngày 4 tháng 4, vào khoảng 15 giờ.

Loại phòng: phòng kiểu Nhật.

Cách đi đến khách sạn:

Sau khi quý khách ra khỏi cửa soát vé tàu shinkansen, hãy đi bộ theo đường lớn khoảng 10 phút về phía bên phải. Ở cuối đường, quý khách sẽ nhìn thấy bảo tàng. Sau khi rẽ phải ở đó, quý khách sẽ thấy cây xăng. Chênh chếch phía trước là khách sạn.

Vì đang là mùa hoa Anh Đào nên có thể sẽ đông người. Mong quý khách hãy cẩn thận khi đi ra ngoài.

風邪

おとといから**せき**が出て、**頭痛**がした。**食欲**もなくて、**睡眠**もあまりとれなかった。２日間で**体重**は３キロも減った。今朝も調子が悪かったので、**マスク**をして近くの**内科**の**医院**へ行って、診てもらった。**医院**で**体温**を測ったら、３８度５分もあって、びっくりした。**胸**の**レントゲン**を撮って、**血液**の検査をした。医師が**診察して**「**インフルエンザ**や胸の病気ではありません。風邪ですね」と言ってくれたので、ほっとした。

Cold

Since the day before yesterday I've had a cough and a headache. I've had no appetite, and I'm not sleeping much either. In two days, I've lost as much as three kilograms in weight. Because I felt bad this morning, too, I put on a face mask, went to a nearby internal medicine clinic and got checked. At the clinic they took my temperature, and I was shocked that it was as high as 38.5 degrees. They took a chest X-ray and I had a blood test. The doctor examined me and said, "It isn't the flu or an illness in your chest. It's a cold." So, I was relieved.

感冒

我前天开始咳嗽，头痛。既没有食欲，又睡得很少。两天之内体重减少了 3 千克。因为今天早上身体依然不舒服，所以我戴着口罩去附近的内科医院就诊了。在医院里测体温，有 38.5°C，吓了一跳。拍了胸部的 X 光片，验了血。医生诊断说："不是流感和胸部的病。是感冒。"于是我就放心了。

Bệnh cảm

Từ hôm kia tôi bị ho và đau đầu. Không muốn ăn uống gì và cũng không ngủ được mấy. Trong 2 ngày mà tôi giảm 3kg. Sáng nay, tôi cũng không thấy khoẻ nên tôi đã đeo khẩu trang đi khám phòng khám nội khoa ở gần nhà. Ở bệnh viện, sau khi đo nhiệt độ, tôi giật mình vì thấy mình sốt đến 38 độ 5. Tôi đã chụp X quang tim phổi và kiểm tra máu. Bác sỹ đã nói: "Không phải bệnh cúm hay bệnh tim, phổi mà chỉ là bị cảm." nên tôi đã yên tâm.

名詞　人間関係・教育

Nouns – Human Relations and Education
名词 – 人际关系 · 教育
Danh từ – Các mối quan hệ, Giáo dục

0704 **あいて** **相手** opponent, other party, partner 对手 đối phương, đối thủ	**今度の試合の相手は去年優勝したチームだ。** Our opponent in the next game is the team that won last year's championship. 这次比赛的对手，是去年得了冠军的队伍。 Đối thủ lần này chính là đội đã vô địch năm ngoái. **☀結婚相手　☀話し相手**
0705 **いいん** **委員** member of a committee, delegate 委员 ủy viên	**小学生のとき、クラスの委員になった。** When I was at elementary school, I became the class representative. 小学的时候担任了班委。 Khi học tiểu học, tôi đã là cán bộ lớp. **☀委員会　☀～委員（例：クラス委員）**
0706 **いし** **医師** doctor 医生 bác sỹ	**医師は丁寧に患者を診察した。** The doctor examined the patient with care. 医生给患者仔细地诊断病情。 Bác sĩ đã khám cho bệnh nhân một cách cẩn thận. **⊕～医（例：内科医）**
0707 **おう** **王** king 君主，国王 vua	**昔、この国の王は人々のために港を作った。** A long time ago, the king of this country made a port for the people. 很久以前，这个国家的君主为了百姓建造了港口。 Ngày xưa, ông vua của đất nước này đã xây cảng cho nhân dân. **⇔女王　☀発明王**
0708 **おうさま** **王様** king 国王 nhà vua	**王様は助けてくれた若者に礼を言った。** The King thanked the young man who had helped him. 国王对救了自己的年轻人表达了谢意。 Nhà vua đã nói lời cảm ơn tới những người thanh niên đã giúp đỡ ông. **⇔女王様**
0709 **おじさん** middle-aged man 叔叔，中年男子 chú, bác	**駅で知らないおじさんが話し掛けてきた。** At the station, a man I didn't know talked to me. 在车站被一个不认识的中年男子搭话了。 Ở ga có một chú không quen biết đã bắt chuyện với tôi. **⇔おばさん**
0710 **おじょうさん** **お嬢さん** miss, young lady, an other's daughter 姑娘，令爱，您的女儿 tiểu thư	**こんにちは。お嬢さんとお出掛けですか。** Good afternoon. Are you going out with your daughter? 下午好，您是要和女儿出门吗? Xin chào, ông đi cùng cô nhà ạ.

0711

おばさん
middle-aged woman
阿姨
cô, bác

隣の家のおばさんは親切でいい人だ。
The woman next door is a nice, kind person.
隔壁家的阿姨是和蔼可亲的人。
Bác gái nhà bên thân thiện và là người tốt.
⇔おじさん

0712

おやこ
親子
parent and child
亲子，父母和子女
mẫu tử; phụ tử, cha mẹ và con

親子で参加できる料理教室を探している。
I'm looking for a cooking class in which a parent and child can participate.
寻找可以亲子参加的烹饪课堂。
Tôi đang tìm lớp học nấu ăn mà cả bố mẹ và con cái đều có thể tham gia.
☀親子愛　☀親子関係

0713

かいいん
会員
member
会员
hội viên

現在、会員の数は２０名です。
Currently, the number of members is 20 people.
现在有20名会员。
Hiện nay, số hội viên là 20 người.
☀会員証　☀会員数

0714

ガイド
guide
导游
hướng dẫn viên

日本語が話せるガイドを探している。
I'm looking for a guide who can speak Japanese.
正在找会说日语的导游。
Tôi đang tìm người hướng dẫn viên nói được tiếng Nhật.
☀観光ガイド

0715

かかり
係り
person in charge
负责人
người phụ trách

サークルの会費を集める係りになった。
I've become the person in charge of collecting the circle's membership fees.
成为收社团会费的负责人。
Tôi đã trở thành người phụ trách thu tiền của câu lạc bộ.
☀～係（例：連絡係）

0716

がくれき
学歴
educational background
学历
quá trình học tập

履歴書には学歴や資格を書く。
On the résumé, you write your educational background and qualifications.
在简历上写明学历和拥有的资格证书。
Khi viết bản lý lịch, cần khai quá trình học tập và bằng cấp.
☀高学歴

0717

かた
方
person
位
ngài, vị, người

次の方、どうぞこちらへ。
The next person, this way, please.
下一位，请往这里走。
Xin mời người tiếp theo.
☀方々

0718

かんきゃく
観客
audience
观众
quan khách

劇場で騒いだ観客が外に出された。
Noisy members of the theater audience were sent outside.
在剧场喧哗的观众被请了出去。
Vị khách gây ồn trong nhà hát đã bị đưa ra ngoài.
☀観客数　☀観客席

0719 きょうじゅ **教授** professor 教授 giảng viên, giáo sư	**教授に実験の結果を報告した。** I reported the result of the experiment to the professor. 向教授报告了实验结果。 Tôi đã báo cáo kết quả thí nghiệm cho giáo sư. ※大学教授
0720 **クラスメート** classmate 同班同学 bạn cùng lớp	**彼は高校時代のクラスメートだ。** He was my classmate during my high school years. 他是我高中时代的同班同学。 Anh ấy là bạn cùng lớp với tôi thời phổ thông trung học.
0721 **グループ** group 小组 nhóm	**5人ずつのグループに分かれて見学した。** We did the study tour by dividing into groups of five. 被分成五个人的小组各自进行了参观学习。 Chúng tôi đã được chia 5 người một nhóm đi tham quan.
0722 こいびと **恋人** boyfriend, girlfriend 恋人 người yêu	**週末は恋人とデートの約束をしている。** I've arranged a date with my boyfriend for the weekend. 周末约好了和恋人约会。 Tôi hẹn với người yêu đi chơi vào cuối tuần.
0723 **コーチ** する coach 教练 huấn luyện viên	**私のチームのコーチは、とても厳しい。** My team's coach is very strict. 我们队的教练非常严格。 Huấn luyện viên của đội tôi rất nghiêm khắc.
0724 こくおう **国王** king 国王 quốc vương	**その国王は国の将来を心配していた。** The king worried about the future of the country. 那位国王很担心国家的将来。 Vị quốc vương đó đã lo lắng về tương lai của đất nước.
0725 こくせき **国籍** nationality 国籍 quốc tịch	**生まれたのはタイですが、国籍は日本です。** Though I was born in Thailand, my nationality is Japanese. 在泰国出生了，但国籍是日本。 Tôi sinh ra ở Thái Lan nhưng mang quốc tịch Nhật Bản. ※無国籍
0726 こくみん **国民** nation, people 国民 quốc dân	**選挙権は国民の重要な権利の1つだ。** The right to vote is one of the important rights of the people. 选举权是国民的重要权利之一。 Bầu cử là một trong những quyền lợi quan trọng của nhân dân. ※国民的　※全国民

0727
こじん
個人
individual
个人
cá nhân

このグラウンドは個人でも利用できる。
This sports ground can be used even by individuals.
个人也能使用这个运动场。
Sân bóng này thì cá nhân cũng được sử dụng.
☀個人情報

0728
こせい
個性
individuality, personality
个性
cá tính, tính cách

この絵は作家の個性がよく出ている。
The personality of the painter really shows through in this picture.
这幅画充分展现了作者的个性。
Bức tranh này đã thể hiện rõ cá tính của tác giả.

0729
さいのう
才能
talent, ability
才能
tài năng

彼は音楽の才能がある。
He has a talent for music.
他有音乐方面的才能。
Anh ấy có tài năng về âm nhạc.

0730
さくしゃ
作者
writer, author, artist
作者
tác giả

この小説の作者は若い女性だ。
The author of this novel is a young woman.
这部小说的作者是一位年轻女性。
Tác giả của cuốn tiểu thuyết này là một cô gái trẻ.
⊕～作（例：村上春樹作）

0731
さっか
作家
writer, author, artist
作家
nhà văn

このお皿を作ったのは有名な作家だ。
The person who made this dish is a famous artist.
制作这个盘子的是一位有名的作家。
Người làm ra cái đĩa này là một nhà văn nổi tiếng.
☀～作家（例：アニメ作家）

0732
サラリーマン
salaried worker
工薪族
nhân viên văn phòng, viên chức

私の父はサラリーマンです。
My father is a salaried worker.
我的父亲是一位工薪族。
Bố tôi là viên chức.

0733
しかい
司会 する
moderator
司仪，主持人，主持
chủ trì

私が今日の会議の司会をします。
I will moderate at today's meeting.
我是今天会议的主持人。
Tôi sẽ chủ trì cuộc họp hôm nay.
☀司会者

0734
しかく
資格
qualification
资格
tư cách

妹は看護師の資格を取った。
My younger sister got her nurse's qualification.
妹妹取得了护士资格证。
Em gái tôi đã có bằng y tá điều dưỡng.
☀参加資格　☀受験資格

0735
しめい
氏名
full name
姓名
họ tên

ここに氏名と住所を書いてください。
Please write your full name and address here.
请在这里写下姓名和住址。
Hãy điền họ tên và địa chỉ vào đây.

0736
しゃいん
社員
company employee
公司员工
nhân viên

私の会社は社員が2000人いる。
There are 2,000 employees in my company.
我们公司有2000名员工。
Công ty của tôi có 2.000 nhân viên.
✻全社員

0737
じゅうみん
住民
resident, inhabitant
居民
dân cư

住民が協力して公園を掃除した。
The residents cooperated and cleaned the park.
居民协力清扫了公园。
Cư dân đã hợp tác để dọn dẹp công viên.
✻全住民　✻地域住民

0738
しゅしょう
首相
prime minister
首相
thủ tướng

首相が外国を訪問した。
The prime minister visited foreign countries.
首相去外国访问了。
Thủ tướng đã đi thăm nước ngoài.

0739
しゅっしん
出身
one's birth place, school one graduated from
出生，毕业
xuất thân, tốt nghiệp

彼は私と同じ大学の出身です。
He graduated from the same university as I did.
他和我是同一所大学毕业的。
Anh ấy tốt nghiệp cùng trường đại học với tôi.
✻出身地　✻～出身（例：地方出身）

0740
しゅふ
主婦
housewife
主妇
người nội trợ

ずっと主婦だった母が最近働き始めた。
My mother, who has always been a housewife, has started to work recently.
一直以来都是做家庭主妇的妈妈，最近开始工作了。
Từ trước tới giờ mẹ tôi là người nội trợ nhưng gần đây đã bắt đầu đi làm.

0741
しょうじょ
少女
young girl
少女
thiếu nữ, cô bé

踊っているのは8歳の少女だ。
The one dancing is an eight-year-old girl.
现在在跳舞的是一名8岁的少女。
Người đang múa là một cô bé 8 tuổi.
⇔少年

0742
しょうねん
少年
young boy
少年
thiếu niên

少年たちが広場でサッカーをして遊んでいる。
The young boys are playing soccer in the open area.
少年们在广场上踢足球。
Các bạn thiếu niên đang chơi đá bóng ngoài quảng trường.
⇔少女　✻少年期

0743

じょおう
女王
queen
女王
hoàng hậu, nữ hoàng

彼女(かのじょ)が、この国(くに)の新(あたら)しい女王(じょおう)だ。
She is the new queen of this country.
她是这个国家新一任的女王。
Cô ấy là vị nữ hoàng mới của quốc gia này.
⇔王(おう)

0744

しょくぎょう
職業
occupation, profession
职业
nghề nghiệp

子供(こども)が好(す)きなので、教師(きょうし)という職業(しょくぎょう)を選(えら)んだ。
Because I like children, I chose the profession of teacher.
因为喜欢孩子，所以选择了教师这个职业。
Vì yêu thích trẻ con nên tôi đã chọn nghề giáo viên.
☀職業的(しょくぎょうてき)　☀職業病(しょくぎょうびょう)

0745

じょし
女子
woman, girl
女子
nữ

私(わたし)の高校(こうこう)は女子(じょし)のサッカー部(ぶ)が強(つよ)い。
At my high school, the girls' soccer team is strong.
我们高中的女子足球部很厉害。
Đội bóng đá nữ trường phổ thông trung học của tôi mạnh.
⇔男子(だんし)　☀女子大学(じょしだいがく)

0746

しんせき
親戚
relative
亲戚
họ hàng

毎年(まいとし)、正月(しょうがつ)には祖父(そふ)の家(いえ)に親戚(しんせき)が集(あつ)まる。
Every New Year, the relatives gather at my grandfather's house.
每年过新年的时候，亲戚们就会聚到爷爷家里来。
Hàng năm, vào dịp năm mới thì họ hàng thường tập trung tại nhà ông tôi.

0747

しんゆう
親友
close friends
挚友
bạn thân

困(こま)ったときに助(たす)けてくれるのが、親友(しんゆう)だ。
It's close friends that help you in times of trouble.
在遇到困难的时候来帮助我的人，是我的挚友。
Lúc khó khăn người giúp đỡ mình là bạn thân.

0748

スター
star
明星
ngôi sao

彼女(かのじょ)は今(いま)いちばん人気(にんき)があるスターだ。
She is the most popular star now.
她是现今人气最旺的明星。
Cô ấy hiện nay là ngôi sao được hâm mộ nhất.
☀スター選手(せんしゅ)　☀映画(えいが)スター

0749

せい
姓
family name
姓
họ (gia đình)

結婚(けっこん)して、姓(せい)が変(か)わった。
Because I got married, I changed my family name.
结婚之后，就改姓了。
Sau khi kết hôn tôi đã đổi họ.

0750

せいかく
性格
character, personality
性格
tính cách

兄(あに)と弟(おとうと)は顔(かお)は似(に)ているが、性格(せいかく)は全(まった)く違(ちが)う。
While my older and younger brothers look alike, their characters are completely different.
哥哥和弟弟长得很像，但是性格完全不同。
Anh tôi và em trai tôi mặc dù khuôn mặt giống nhau nhưng tính cách hoàn toàn khác nhau.

0751

せいじん
成人 する
adult
成人
người trưởng thành

日本では20歳で成人する。
People come of age when they are 20 in Japan.
在日本，20岁成人。
Ở Nhật Bản, 20 tuổi đã là thành niên.
☀成人式

0752

せいねん
青年
youth, adolescent
青年
thanh niên

子供だった彼が立派な青年になっていた。
He was a child who's become a great young man.
当年还是小孩子的他，如今已经成为优秀的青年。
Đứa trẻ ngày ấy giờ đã thành một thanh niên chững chạc.
☀青年期

0753

せいねんがっぴ
生年月日
date of birth
出生年月日
ngày tháng năm sinh

生年月日は１９９９年１月１日です。
My date of birth is January 1st, 1999.
出生年月日是1999年1月1日。
Ngày tháng năm sinh: Ngày 1 tháng 1 năm 1999.

0754

せいべつ
性別
gender
性别
giới tính

この仕事は年齢や性別に関係なくできる。
You can do this job regardless of your age or gender.
这份工作和年龄与性别无关，谁都能做。
Công việc này thì ai cũng có thể làm được không kể tuổi tác và giới tính.

0755

ぜんいん
全員
all the members
全员
tất cả mọi người

卒業式には学生の全員が出席した。
All of the students attended the graduation ceremony.
全体学生都出席了毕业典礼。
Toàn bộ sinh viên đã có mặt trong buổi lễ tốt nghiệp.

0756

せんしゅ
選手
player, athlete
选手
tuyển thủ

将来の夢はサッカーの選手になることだ。
My dream for the future is to become a soccer player.
将来的梦想是成为足球选手。
Tôi ước mơ tương lai sẽ trở thành cầu thủ bóng đá.
☀スポーツ選手　☀～選手（例：サッカー選手）

0757

そうりだいじん
総理大臣
prime minister
首相
thủ tướng

国会で総理大臣が選ばれた。
The prime minster was elected in the Diet.
在国会上选举出了总理大臣。
Quốc hội bầu ra thủ tướng.

0758

だいじん
大臣
minister
大臣
bộ trưởng

大臣は総理大臣が選ぶ。
The prime minster selects the ministers.
由首相挑选大臣。
Bộ trưởng là do thủ tướng chọn.
☀副大臣

0759

だいとうりょう
大統領
president
总统
tổng thống

韓国で大統領の選挙がある。
There is a presidential election in Korea.
韩国将举行总统选举。
Tại Hàn Quốc có cuộc bầu cử tổng thống.
☀大統領選挙　☀副大統領

0760

たにん
他人
other people
他人
người khác

彼女は他人の意見を全く聞かない。
She doesn't listen to the opinions of other people at all.
她完全不听取他人的意见。
Cô ấy hoàn toàn không nghe ý kiến của người khác.

0761

タレント
radio or TV talent, TV personality
艺人
tài năng, người nổi tiếng

有名なタレントにサインをもらった。
I got the autograph of a famous TV personality.
得到了有名的艺人的签名。
Tôi đã xin chữ kí của người nổi tiếng.

0762

だんし
男子
boy, man
男子
nam

私の高校は男子が多い。
There are many boys in my high school.
我上的高中，男生很多。
Trường phổ thông trung học của tôi có nhiều nam.
⇔女子　☀男子校

0763

たんしょ
短所
weak point, shortcoming
短处，缺点
sở đoản,nhược điểm

彼の短所は少し消極的なところだ。
His weak point is he takes a slightly negative position.
他的缺点是态度有点消极。
Nhược điểm của anh ấy là hơi nhút nhát.
⇔長所

0764

だんたい
団体
group, party, team
团体，集体
đoàn thể

サッカーや野球は団体でするスポーツだ。
Soccer and baseball are sports you play in teams.
足球和棒球是可以集体参与的运动。
Bóng đá và bóng chày là môn thể thao tập thể.
☀団体旅行　⊕～団（例：応援団）

0765

チーム
team
队，组
đội

父は野球のチームに入っている。
My father is in a baseball team.
爸爸加入了棒球队。
Bố tôi ở trong đội bóng chày.
☀相手チーム　☀女子チーム

0766

ちゅうねん
中年
middle aged
中年
trung niên

部長は、あの背の高い中年の男性です。
The general manager is that tall middle-aged man.
部长是一位高个子的中年男性。
Trưởng phòng là người đàn ông trung niên cao lớn kia.

0767
ちょうしょ
長所
strong/good point
长处，优点
sở trường

私の長所は誰とでも友達になれることだ。
My good point is I am able to become friends with anyone.
我的优点是不论和谁都能成为朋友。
Ưu điểm của tôi là có thể kết bạn với bất kì ai.
⇔短所

0768
てんさい
天才
genius
天才
thiên tài

あの子はピアノの天才だそうだ。
I heard that that child is a genius at the piano.
听说那个孩子是钢琴天才。
Nghe nói đứa bé ấy là thiên tài piano.
☀天才的

0769
てんのう
天皇
emperor
天皇
thiên hoàng

天皇の政治的な活動は禁止されている。
The Emperor is barred from all political activity.
天皇的政治性活动是被禁止的。
Thiên hoàng không được phép tham gia vào các hoạt động chính trị.
☀天皇制

0770
とうばん
当番
turn of duty
值日
ượt, phiên

今週は私が寮の掃除の当番だ。
This week it's my turn to clean the dormitory.
这周我是打扫寝室的值日生。
Tuần này tới lượt tôi dọn dẹp ký túc xá.
☀当番制

0771
とくぎ
特技
special skill/talent
特长
kỹ năng đặc biệt

私の特技はスキーで、教えることができます。
I am good at skiing and I can even teach it.
我的特长是滑雪，我可以教人。
Biệt tài của tôi là trượt tuyết và tôi cũng có thể dạy môn này.

0772
どくしん
独身
single
单身
độc thân

兄は独身です。
My older brother is single.
哥哥是单身。
Anh trai tôi đang độc thân.
☀独身者用　☀独身生活

0773
としうえ
年上
older
年长
lớn tuổi hơn

姉は私より３歳年上だ。
My older sister is three years older than me.
姐姐比我大3岁。
Chị tôi hơn tôi 3 tuổi.
⇔年下

0774
としした
年下
younger
年轻
ít tuổi hơn

姉は年下の人と結婚した。
My older sister married a younger person.
姐姐和比她小的人结婚了。
Chị tôi đã kết hôn với người kém tuổi.
⇔年上

0775
としより
年寄り
old person
老年人
người cao tuổi

最近の年寄りは若者より元気がいい。
Recently, old people are more cheerful than young ones.
最近的老年人比年轻人有精神。
Gần đây người già có sức khỏe tốt hơn cả thanh niên.
☀お年寄り

0776
ドライバー
driver
驾驶员
người lái xe

私は無事故のドライバーの免許を持っている。
I have a clean driver's license.
我持有零事故司机的资格证。
Tôi có giấy chứng nhận người lái xe chưa từng gây ra tai nạn.
✿運転手

0777
なかま
仲間
companion, fellow
伙伴
bạn, đồng bọn.

サークルの仲間と一緒に旅行した。
I traveled with friends from my circle.
和社团的伙伴一起去旅游了。
Tôi đã đi du lịch cùng các bạn trong câu lạc bộ.
☀～仲間（例：遊び仲間）

0778
なかよし
仲良し
good friend
关系好
thân thiết

息子は隣の家の子と仲良しだ。
My son has become good friends with the child next door.
儿子和邻居家的孩子关系很好。
Con trai tôi chơi rất thân với đứa trẻ nhà bên.

0779
にんげん
人間
human being
人类
con người

人間だけが言葉を持っている。
Only human beings are capable of speech.
只有人类拥有语言。
Chỉ có con người mới có ngôn ngữ.
☀人間関係　☀人間的

0780
ねんれい
年齢
age
年龄
tuổi tác

先生に年齢を聞いたが、教えてくれなかった。
I asked my teacher her age, but she didn't tell me.
我问了老师的年龄，但是她没告诉我。
Tôi đã hỏi tuổi cô giáo nhưng cô không trả lời.
☀年齢制限

0781
のうりょく
能力
ability
能力
năng lực

問題を自分で解決できる能力が、最も大切だ。
The ability to solve problems by yourself is the most important thing.
自己解决问题的能力是很重要的。
Năng lực tự giải quyết vấn đề là quan trọng nhất.
☀～能力（例：運動能力）

0782
ファン
fan
粉丝
người hâm mộ

私は、あの野球選手のファンだ。
I'm a fan of that baseball player.
我是那位棒球选手的粉丝。
Tôi là người hâm mộ cầu thủ bóng chày đó.
☀～ファン（例：鉄道ファン）

0783

ふうふ
夫婦
husband and wife, married couple
夫妻
vợ chồng

隣の夫婦は、とても仲がいい。
The married couple next door really get on well.
隔壁的夫妻，关系很好。
Vợ chồng nhà bên rất hòa thuận.
☀夫婦愛

0784

ふぼ
父母
father and mother, parents
父母
phụ mẫu

国へ帰って、久しぶりに父母に会った。
I returned home and met my parents after a long time.
回国以后，见到了许久没见面的父母。
Lâu lắm rồi tôi mới được gặp lại cha mẹ sau khi về nước.

0785

プロ
pro, professional
专业
chuyên nghiệp

娘はプロのサッカー選手になりたいらしい。
My daughter seems to want to become a professional soccer player.
女儿好像想成为专业的足球运动员。
Hình như con gái tôi muốn trở thành cầu thủ bóng đá chuyên nghiệp.

0786

ほんにん
本人
the actual/said person
本人
chính người đó

面接の結果は本人に直接知らせます。
I'll inform the actual person of the result of the interview.
面试结果会直接通知本人。
Kết quả phỏng vấn sẽ được thông báo trực tiếp đến người ứng tuyển.

0787

まいご
迷子
lost child
迷路的孩子
lạc đường

弟が遊園地で迷子になった。
My younger brother became lost at the amusement park.
弟弟在游乐场迷路了。
Em trai tôi bị lạc tại khu vui chơi.

0788	0789	0790	0791
ちちおや **父親** father 父亲 bố	**ははおや** **母親** mother 母亲 mẹ	**そふ** **祖父** grandfather 爷爷，外公 ông	**そぼ** **祖母** grandmother 奶奶，外婆 bà

0792	0793	0794	0795
ちょうなん **長男** oldest son 长男 trưởng nam	**ちょうじょ** **長女** oldest daughter 长女 trưởng nữ	**じなん** **次男** one's second son 次子 thứ nam	**じじょ** **次女** one's second daughter 次女 thứ nữ

0796	0797	0798	0799
まご **孫** grandchild 孙子，孙女 cháu	**おい** nephew 侄子，外甥 cháu trai	**めい** niece 侄女，外甥女 cháu gái	**いとこ** cousin 堂兄弟，堂姐妹，表兄弟，表姐妹 anh em họ

0800
みんぞく
民族
race, ethnic group
民族
dân tộc

この国には、さまざまな民族が住んでいる。
Various ethnic groups live in this country.
这个国家居住着各个的民族的人。
Ở đất nước này có rất nhiều dân tộc đang sinh sống.
☀民族音楽

0801
むすこ
息子
son
儿子
con trai

息子は海外で仕事をしている。
My son is working overseas.
儿子在国外工作。
Con trai tôi đang làm việc ở nước ngoài.
⇔娘

0802
むすめ
娘
daughter
女儿
con gái

娘さんは、もう高校を卒業されましたか。
Has your daughter graduated from high school yet?
你女儿高中毕业了吗?
Con gái của ngài đã tốt nghiệp phổ thông trung học chưa ạ?
⇔息子

0803
めうえ
目上
one's superior
上级
bề trên

目上の人には丁寧な言葉で話しなさい。
Talk to your superiors using polite language.
对上级说话，请使用郑重的语言。
Hãy nói với người bề trên bằng từ ngữ lễ phép.

0804
メンバー
member
队员，成员
thành viên

私は試合に出るメンバーに選ばれた。
I was selected as a member to take part in the game.
我被选为参赛队员了。
Tôi đã được chọn là thành viên tham gia trận đấu.
☀参加メンバー

0805
ゆうじん
友人
friend
朋友
bạn bè

彼女は私の昔からの友人だ。
She's been my friend for a long time.
她是我的老朋友。
Cô ấy là bạn thân của tôi từ ngày xưa.
☀友人関係

0806
リーダー
leader
领袖，队长
lão đạo, thủ lĩnh, người dẫn đầu

みんなでグループのリーダーを選んだ。
Everyone together selected the group leader.
大家一起选出了小组的组长。
Mọi người đã chọn người lãnh đạo của nhóm.
☀リーダー的　☀チームリーダー

0807
りれきしょ
履歴書
résumé, CV
简历
bản lý lịch

アルバイトをするので、履歴書を書いた。
Because I wanted a part-time job, I wrote my résumé.
为了打工，写了简历。
Vì muốn đi làm thêm nên tôi đã viết sơ yếu lí lịch.

0808
ろうじん
老人
old person
老年人
người già

毎朝、公園で老人たちが体操をしている。
Every morning in the park, old people do physical exercises.
每天早上，老年人都会在公园做操。
Hàng sáng, những người cao tuổi tập thể dục ở công viên.

0809
わかもの
若者
young people
年轻人
giới trẻ

このサークルには若者も老人も参加している。
Both young and old people participate in this circle.
这个社团年轻人和老人都有参加。
Câu lạc bộ này thì người trẻ và người già đều tham gia.
✲若者言葉

0810
エンジニア
engineer
工程师
kỹ sư

0811
がか
画家
artist, painter
画家
họa sĩ

0812
かしゅ
歌手
singer
歌手
ca sĩ

0813
かんごし
看護師
nurse
护士
y tá

0814
きしゃ
記者
journalist, reporter
记者
nhà báo

0815
きょうし
教師
teacher
教师
giáo viên

0816
こうむいん
公務員
civil servant
公务员
công chức, viên chức

0817
コック
cook
厨师
đầu bếp

0818
じょゆう
女優
actress
女演员
nữ diễn viên

0819
だいく
大工
carpenter
木匠
thợ mộc

0820
つうやく
通訳 する
interpreter
翻译
thông dịch

0821
デザイナー
designer
设计师
nhà thiết kế

0822
はいゆう
俳優
actor, actress
男演员
diễn viên

0823
パイロット
pilot
飞行员
phi công

0824
べんごし
弁護士
lawyer
律师
luật sư

0825
えんそく
遠足
school trip
郊游
tham quan, dã ngoại

遠足で動物園に行った。
I went to the zoo on a school trip.
去动物园郊游了。
Tôi đã đi dã ngoại đến thăm vườn bách thú.

0826
かいとう
解答 する
answer, solution
解答
giải đáp, đáp án

先生が試験問題の解答を壁に貼った。
The teacher put the answers to the examination questions on the wall.
老师把考试题的答案贴在了墙上。
Giáo viên đã dán đáp án của bài thi lên tường.
✲解答用紙

0827 がくしゅう **学習** する study, learning 学习 học tập, rèn luyện	**国で日本語を半年学習した。** I studied Japanese for half a year in my country. 在国内学了半年的日语。 Tôi đã học tiếng Nhật nửa năm ở trong nước. **☀～学習（例：漢字学習）**
0828 がくねん **学年** grade, year 年级 học niên, khóa	**私たちの学年は３クラスある。** We have three classes in our year. 我们这个年级有三个班。 Khóa tôi có 3 lớp. **☀高学年　☀低学年**
0829 がくりょく **学力** academic ability 学习能力 học lực	**勉強して学力を付けたい。** I want to study to enhance my academic ability. 想通过学习来提升自己的学习能力。 Tôi học để nâng cao học lực. **☀基礎学力**
0830 がっき **学期** school semester/term 学期 học kì	**学期の終わりにテストがある。** There's a test at the end of the semester. 在学期的末尾有一场考试。 Cuối học kì có bài kiểm tra. **☀新学期　☀～学期（例：１学期）**
0831 かもく **科目** subject of study 科目 môn học	**私が好きな科目は英語と数学だ。** My favorite subjects are English and mathematics. 我喜欢的科目是英语和数学。 Môn học yêu thích của tôi là tiếng Anh và toán học. **☀得意科目**
0832 がんしょ **願書** written application 志愿书 hồ sơ	**希望の大学に願書を出した。** I submitted an application to the university I wanted to go to. 我向志愿校提交了志愿书。 Tôi đã nộp hồ sơ vào trường đại học mà tôi có nguyện vọng. **☀入学願書**
0833 **カンニング** する cheating in an exam 作弊 gian lận thi cử, quay cóp	**カンニングをしたら、成績は０点です。** If you cheat in the exam, your score will be zero. 如果作弊的话，就会得0分。 Nếu quay cóp thì sẽ bị điểm 0.
0834 **キャンパス** campus 校园，校区 cơ sở	**この大学にはキャンパスが２つある。** This university has two campuses. 这所大学有两个校区。 Trường đại học này có 2 cơ sở.

0835 きゅうしょく **給食** provision of meals (at schools, companies, etc.) 供餐 bữa cơm (trường học, công ty)	**今日の給食は私が好きなメニューだ。** Today they are serving my favorite menu. 今天食堂的饭菜是我喜欢的。 Bữa cơm hôm nay là thực đơn tôi thích. **☀給食費　☀学校給食**
0836 きょうかしょ **教科書** textbook 教科书 sách giáo khoa	**試験のまえに、教科書を読んで復習する。** I read and reviewed the textbook before the exam. 在考试之前复习了教科书。 Trước khi thi, tôi đọc lại sách giáo khoa để ôn lại. **⊕〜書（例：参考書）**
0837 **クイズ** quiz 智力问答 câu đố	**私はクイズの答えを考えるのが好きだ。** I like thinking about the answers to quizzes. 我喜欢思考智力问答的答案。 Tôi thích suy nghĩ câu trả lời cho các câu đố.
0838 くみ **組** class, group 班级 tổ, nhóm	**４月から仲良しの友達と同じ組になった。** Since April I have been in the same class as a good friend of mine. 从四月开始，我和好朋友成了同班同学。 Từ tháng 4 thì tôi cùng tổ với bạn thân của tôi.
0839 **クラブ** club 俱乐部 câu lạc bộ	**弟は卓球のクラブに入っている。** My younger brother is in the table tennis club. 弟弟参加了乒乓球俱乐部。 Em trai tôi trong câu lạc bộ bóng bàn. **☀クラブ活動**
0840 **グラフ** graph 图表 biểu đồ	**グラフを使って人口の変化を説明した。** Using a graph, I explained the change in the population. 使用图表说明了人口的变化。 Tôi đã dùng biểu đồ để giải thích về thay đổi dân số. **☀グラフ化　☀円グラフ**
0841 けいさん **計算** する calculation 计算 tính, tính toán	**アルバイト店員の１か月の給料を計算した。** I calculated the month's salary of the part-time sales clerk. 计算了打工的员工这一个月的工资。 Tôi đã tính lương một tháng cho nhân viên làm thêm của cửa hàng.
0842 ごうかく **合格** する passing an exam 合格 đỗ, đỗ đạt	**大学の入学試験に合格した。** I passed the university entrance examination. 通过了大学的入学考试。 Tôi đã đỗ kỳ thi đại học. **☀合格者　☀不合格**

0843
こうぎ
講義 する
lecture
讲义，授课
bài giảng, giờ giảng

あの教授の講義は、とても分かりやすい。
That professor's lectures are very easy to understand.
那个教授的讲义十分易懂。
Bài giảng của giảng viên đó rất dễ hiểu.

0844
こうざ
講座
course of lectures
讲座
khoá học

市は毎年、パソコンの講座を開く。
Every year the city holds a course of lectures on PCs.
市里每年都会开关于电脑的讲座。
Thành phố hàng năm đều mở khoá học về máy tính.

0845
こうしゅう
講習 する
short course
讲习
khoá học, khoá đào tạo

講習を受ければ、上の資格が取れる。
You'll get a higher qualification if you take the course.
只要参加了这个课程就能获得更高的资格。
Nếu tham gia khoá đào tạo, có thể sẽ lấy được chứng chỉ cao hơn.
☀講習会

0846
サークル
club, circle
社团
nhóm, câu lạc bộ

大学のサークルに入って、友達ができた。
I joined a club at university and made friends.
通过参加大学的社团，交上了朋友。
Tham gia vào câu lạc bộ ở trường đại học, tôi đã có bạn.
☀サークル活動　☀～サークル(例：テニスサークル)

0847
さんかく(さんかくけい)
三角(三角形)
triangle
三角(三角形)
tam giác

三角の形の切手は日本では珍しい。
It's unusual to see a triangular-shaped stamp in Japan.
三角形的邮票在日本是非常珍贵的。
Tem hình tam giác rất lạ ở Nhật.
⊕～形(例：四角形)

0848
じかんわり
時間割
timetable, schedule
课程表
thời gian biểu, thời khoá biểu

先生が時間割の表を壁に貼った。
The teacher put the class timetable list on the wall.
老师把课程表贴在了墙上。
Thầy giáo đã dán thời khoá biểu lên tường.
☀時間割表

0849
じしゅう
自習 する
study by oneself
自习
tự học

先生が休みで、1時間目は自習になった。
As the teacher was absent, we studied by ourselves in the first period.
因为老师休息了，所以第一节课变成了自习。
Vì thầy giáo nghỉ nên tiết đầu tiên chúng tôi tự học.
☀自習室

0850
じっけん
実験 する
experiment
实验
thí nghiệm, thực nghiệm

論文を書くために、毎日実験している。
In order to write my thesis, I do experiments every day.
为了写论文，每天都在做实验。
Để viết luận văn, hàng ngày tôi đều làm thí nghiệm.
☀実験室

□ 0851 **じっしゅう** **実習** (する) practical training, practice 实习 thực tập, thực hành	**明日は学校で料理の実習がある。** There will be cookery practice at school tomorrow. 明天学校有烹饪实习。 Ngày mai có buổi thực hành nấu ăn ở trường học. ☀実習室　☀実習生
□ 0852 **じゅけん** **受験** (する) examination 考试 dự thi, tham gia kỳ thi	**妹は３つの大学を受験した。** My younger sister took examinations for three universities. 妹妹考了三所大学的入学考试。 Em gái tôi đã dự thi 3 trường đại học. ☀受験生　☀受験勉強
□ 0853 **しょうがくせい** **小学生** elementary schoolchild 小学生 học sinh tiểu học, học sinh cấp 1	**小学生のころ、水泳が苦手だった。** When I was an elementary schoolchild, I was poor at swimming. 上小学的时候，我不太会游泳。 Khi là học sinh tiểu học, tôi đã rất kém môn bơi.
□ 0854 **しょきゅう** **初級** beginner 初级 sơ cấp	**初級のクラスで日本語を勉強している。** I am studying Japanese in a beginner class. 我在初级班学习日语。 Tôi đang học tiếng Nhật ở lớp sơ cấp. ❀中級　⊕～級（例：３級）
□ 0855 **しんがく** **進学** (する) going on to the next educational step 升学 học lên	**大学を卒業したら、大学院に進学したい。** After I graduate from university, I want to continue on to graduate school. 大学毕业后，想继续读研究生。 Sau khi tốt nghiệp đại học, tôi muốn học lên cao học. ☀大学進学
□ 0856 **ず** **図** chart, diagram 图片 hình vẽ, đồ thị	**先生は図を使って人間の体を説明した。** The teacher explained the human body using an illustration. 老师用图片来说明了人体构造。 Thầy giáo dùng hình vẽ để giải thích về cơ thể con người.
□ 0857 **すうじ** **数字** number, figure 数字 số, con số	**日本では８は良い数字だと言われている。** In Japan it is said that eight is a good number. 在日本，8 被认为是吉利的数字。 Ở Nhật, 8 được cho là con số đẹp.
□ 0858 **せいかい** **正解** (する) correct answer 正确答案，答对 câu trả lời đúng, câu trả lời chính xác	**この問題の正解を教えてください。** Please tell me the correct answer to this problem. 请告诉我这道题的正确答案。 Hãy chỉ cho tôi câu trả lời đúng của câu hỏi này.

0859	
せいせき **成績** academic result, score, grade 成绩 thành tích, kết quả	**勉強すれば、必ず成績が上がるよ。** If you study, your grades will definitely improve. 只要学习的话，成绩肯定会变好。 Nếu học thì nhất định thành tích sẽ khá lên đấy. ☀成績通知表　☀成績表

0860	
ゼミ **（ゼミナール）** seminar 小组讨论 hội thảo	**大学のゼミで調査の結果を発表した。** I presented the results of the investigation at a university seminar. 在大学的小组讨论中发表了调查结果。 Tôi đã phát biểu kết quả điều tra trong giờ thảo luận của trường đại học ☀ゼミ生

0861	
せんもん **専門** specialty 专业 chuyên môn	**私の専門はアジアの歴史です。** My specialty is Asian history. 我的专业是亚洲历史。 Chuyên môn của tôi là lịch sử châu Á. ☀専門知識　☀専門的

0862	
そうたい **早退** する leaving work (or school) early 早退 nghỉ sớm, về sớm	**病院に行くために、早退した。** I left early to go to the hospital. 因为要去医院，所以早退了。 Tôi đã về sớm để đi bệnh viện. ⇔遅刻

0863	
たいせき **体積** volume 体积 thể tích	**気体は、温めると体積が増える。** When you heat up a gas, its volume increases. 气体加热后体积会增加。 Thể khí sẽ tăng thể tích khi nóng lên.

0864	
たんご **単語** word 单词 từ vựng	**毎日、電車の中で単語を覚えている。** Every day I memorize words on the train. 每天都在电车里背单词。 Hàng ngày tôi học từ trong tàu điện. ☀単語帳

0865	
たんにん **担任** する in charge of class 担任，班主任 giáo viên chủ nhiệm	**担任の先生に進学の相談をした。** I consulted the teacher in charge about continuing on with my education. 与班主任讨论了升学问题。 Tôi đã hỏi giáo viên chủ nhiệm về việc chuyển cấp.

0866	
ちしき **知識** knowledge 知识 ri thức, kiến thức	**勉強して自分の知識を広げたい。** I want to widen my knowledge by study. 想通过学习来增加自己的知识面。 Tôi muốn học để mở rộng kiến thức của mình. ☀基礎知識

0867 ちゅうきゅう **中級** intermediate 中级 trung cấp	**英語のレベルテストを受けたら、中級だった。** I took an English level test, and it established that I was intermediate. 参加了英语的等级考试，拿了中级。 Tôi đã làm bài kiểm tra tiếng Anh và đạt trình độ trung cấp. ⊗初級　☀中級レベル
0868 つうがく **通学** する commuting to school 上下学 đi học	**高校生のころ、自転車で通学していた。** When I was a high school student, I went to school by bike. 上高中的时候，我是骑自行车上下学的。 Hồi học phổ thông trung học, tôi đi học bằng xe đạp. ☀通学時間
0869 てんすう **点数** mark, score 分数 điểm số	**テストの点数は100点だった。** My score in the test was 100. 考试的分数是100分。 Điểm số bài kiểm tra là 100 điểm. ⊕〜数（例：参加者数）
0870 **ばつ** cross mark 叉号 phạt, dấu x	**間違った答えに、ばつを付けてから直した。** I corrected the wrong answers, which were marked with a cross. 先在错误的答案上打叉，然后再订正。 Tôi đã đánh dấu X vào câu trả lời sai và sửa lại. ⇔丸
0871 ひゃっかじてん **百科事典** encyclopedia 百科全书 từ điển bách khoa	**百科事典で植物の名前を調べた。** I looked up the name of the plant in an encyclopedia. 在百科全书上查找植物的名称。 Tôi đã tra tên thực vật bằng từ điển bách khoa.
0872 ひょう **表** chart, table, list 表格 bảng	**次の表は米の消費量についてです。** The next chart is about rice consumption. 下表是关于大米的消费量的。 Bảng tiếp theo nói về lượng tiêu thụ gạo. ☀料金表
0873 **プラス** する plus, add 加，正号 thêm	**消費税をプラスしても、１万円で足りる。** 10,000 yen is enough even with consumption tax. 即使加上消费税，1万日元也足够了。 Cho dù có cộng thêm tiền thuế tiêu thụ đi chăng nữa thì 1 vạn yên vẫn đủ. ⇔マイナス
0874 ぶん **文** sentence 文章，句子 câu	**文は短いほうが読みやすい。** Shorter sentences are easy to understand. 篇幅短的文章更容易理解。 Câu ngắn thì sẽ dễ đọc hơn.

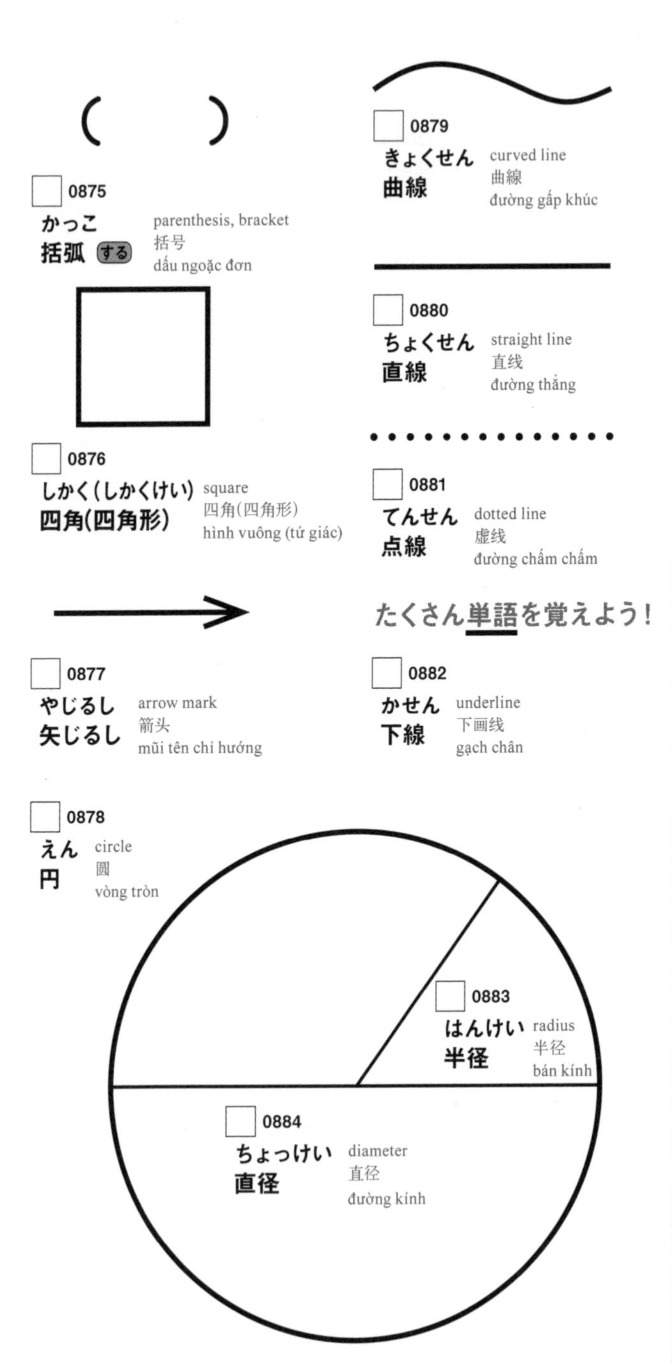
0875
かっこ
括弧 する
parenthesis, bracket
括号
dấu ngoặc đơn
0876
しかく(しかくけい)
四角(四角形)
square
四角(四角形)
hình vuông (tứ giác)
0877
やじるし
矢じるし
arrow mark
箭头
mũi tên chỉ hướng
0878
えん
円
circle
圆
vòng tròn
0879
きょくせん
曲線
curved line
曲線
đường gấp khúc
0880
ちょくせん
直線
straight line
直线
đường thẳng
0881
てんせん
点線
dotted line
虚线
đường chấm chấm
たくさん単語を覚えよう！
0882
かせん
下線
underline
下画线
gạch chân
0883
はんけい
半径
radius
半径
bán kính
0884
ちょっけい
直径
diameter
直径
đường kính

0885

ほいくしょ/ほいくじょ
保育所
day-care center
托儿所
nhà trẻ

毎朝、夫が子供を保育所に連れて行く。
My husband takes our child to the day-care center every morning.
每天早上，丈夫把孩子带去托儿所。
Hàng sáng, chồng tôi đưa con tôi đi nhà trẻ.
☀公立保育所

0886

マイナス する
minus, subtraction
减去，负号
trừ đi, âm, lỗ

問題を１つ間違えると、５点マイナスされる。
When you give the wrong answer to a question, five points will be subtracted.
做错一道问题就要扣5分。
Cứ sai 1 câu trong bài kiểm tra sẽ bị trừ 5 điểm.
⇔プラス

0887

まる
丸
circle, club
圆圈
tròn

答えが合っていたら、丸を付けてください。
If the answer is correct, please circle it.
答案正确的话，请在答案上画一个圈。
Nếu câu trả lời đúng thì hãy khoanh tròn.
⇔ばつ

0888

めんせき
面積
area
面积
diện tích

小学校で円の面積の計算方法を習った。
I learned how to calculate the area of a circle at elementary school.
上小学的时候，学了圆面积的计算方法。
Tôi đã học cách tính diện tích hình tròn từ hồi tiểu học.

0889

もじ
文字
letter, character
文字
chữ cái

カタカナや平仮名は漢字からできた文字だ。
Katakana and hiragana are letters derived from kanji.
片假名和平假名都是从汉字演变来的文字。
Hiragana và Katakana là những chữ cái được tạo ra từ chữ Hán.
☀大文字　☀小文字

0890

りゅうがく
留学 する
overseas study
留学
du học

自分でアニメを作りたくて、日本へ留学した。
As I want to create anime myself, I came to study in Japan.
想自己制作动画，所以去日本留学了。
Tôi muốn tự mình làm phim hoạt hình nên đã du học Nhật Bản.
☀留学生活　☀海外留学

0891

レッスン する
lesson
课程，授课
bài học, lớp

妹はピアノのレッスンに通っている。
My younger sister goes to have piano lessons.
妹妹参加了钢琴课程。
Em gái tôi đang theo học lớp piano.

0892

レポート/リポート する
report
报告
báo cáo

記者は世界の教育事情をレポートした。
The journalist reported on the educational situation around the world.
记者报道了世界各地的教育问题。
Nhà báo đã viết báo cáo về tình hình giáo dục trên thế giới.
☀～レポート(例：研究レポート)

0893
ローマじ
ローマ字
roman letter
罗马字母
chữ la tinh

カードにはローマ字で名前が書いてある。
On the card, the name is written in roman letters.
卡片上的姓名是用罗马字母来标记的。
Tên đã được viết bằng chữ la tinh trên thẻ.

0894
せんもんがっこう
専門学校
vocational school/college
专业学校
trường chuyên môn

0895
だいがくいん
大学院
graduate school
研究生院
khoa sau đại học

0896
たんだい(たんきだいがく)
短大(短期大学)
junior college
短期大学
cao đẳng

0897
ようちえん
幼稚園
kindergarten, nursery school
幼儿园
trường mẫu giáo

0898
かがく
化学
chemistry
化学
hóa học

0899
こくご
国語
national language
国语
môn quốc ngữ

0900
たいいく
体育
physical education, gym
体育
thể dục

0901
ぶつり
物理
physics
物理
vật lý

0902
りか
理科
science
理科
khối tự nhiên

0903
アニメ
(アニメーション)
anime, animation
动画
hoạt hình

日本のアニメは世界中にファンがいる。
Japanese anime has fans all over the world.
日本动画在全世界都有粉丝。
Phim hoạt hình của Nhật Bản được nhiều người hâm mộ trên thế giới.

☀アニメ化

0904
えんそう
演奏 する
performance
演奏
biểu diễn

コンサートでピアノの演奏を聞いた。
I heard a piano performance at the concert.
在音乐会上倾听了钢琴演奏。
Tôi đã nghe trình diễn Piano trong buổi hòa nhạc.

☀演奏家　☀演奏会

0905
かいすいよく
海水浴
sea bathing
海水浴
tắm biển

夏休みに友達と海水浴に行った。
In the summer vacation, I went sea bathing with my friends.
暑假里和朋友去泡了海水浴。
Nghỉ hè tôi đã đi tắm biển với bạn bè.

☀海水浴場

0906
かし
歌詞
lyrics
歌词
lời bài hát

この歌の歌詞は覚えやすい。
The lyrics to this song are easy to remember.
这首歌的歌词很好记。
Lời của bài hát này dễ nhớ.

0907 がっき **楽器** musical instrument 乐器 nhạc cụ	**好きな楽器を持って、音を出してみよう。** Choose your favorite instrument and try to make a sound. 选一个喜欢的乐器，然后试着使它发出声音吧。 Hãy cầm lấy nhạc cụ mình thích rồi chơi thử đi. **✻楽器店**
0908 **キャンプ** する camp 野营 cắm trại	**湖のそばで３日間キャンプした。** I camped by the side of a lake for three days. 在湖边野营了三天。 Chúng tôi đã đi cắm trại 3 ngày ở bên hồ. **✻キャンプ場**
0909 きょく **曲** piece of music, tune 歌曲 ca khúc	**カラオケで好きな曲を歌った。** I sang my favorite tunes at karaoke. 在卡拉OK里唱了自己喜欢的歌曲。 Khi đi hát karaoke, tôi đã hát những ca khúc mình thích.
0910 げいじゅつ **芸術** art 艺术 nghệ thuật	**芸術には人の心を動かす力がある。** Art has the power to move people's hearts. 艺术中蕴藏着震撼人心的力量。 Nghệ thuật có thể làm lay động trái tim con người. **✻芸術家　✻芸術的**
0911 げき **劇** play, drama 戏剧 kịch	**子供のとき、劇を見て俳優になりたいと思った。** When I was a child, I saw a play and thought I wanted to be an actor. 小时候，我因为看过一场戏剧而十分想成为一名演员。 Hồi bé tôi xem kịch và đã muốn trở thành diễn viên.
0912 **コンサート** concert 音乐会 buổi hòa nhạc	**ロックのコンサートに行った。** I went to a rock concert. 参加了一场摇滚音乐会。 Tôi đã đi xem buổi biểu diễn nhạc rock.
0913 さっきょく **作曲** する composition 作曲 sáng tác nhạc	**この曲は有名な音楽家が作曲した。** A famous composer composed this music. 这首曲子是由著名音乐家作曲的。 Ca khúc này đã được sáng tác bởi một nhạc sĩ nổi tiếng. **✻作曲家**
0914 し **詩** poetry, poem 诗 thơ	**自分が作った詩をみんなの前で読んだ。** I read the poem I wrote in front of everyone. 大家面前朗读了自己所作的诗。 Tôi đã đọc bài thơ mình tự sáng tác trước mọi người. **✻詩集　✻詩的**

0915

チケット
ticket
门票
vé

試合のチケットをインターネットで買った。
I bought the ticket for the game on the Internet.
在网上买了比赛的门票。
Tôi đã mua vé xem trận đấu ở trên mạng.

0916

どくしょ
読書 する
reading
读书
đọc sách

読書を全然しない大学生がいるそうだ。
I heard that there are university students who don't read at all.
听说有完全不读书的大学生。
Tôi nghe nói có những sinh viên hoàn toàn không chịu đọc sách.
☀読書会

0917

とざん
登山 する
mountain climbing
登山
leo núi

今度の休みに日帰りで登山をしたい。
For my next holiday I want to do a one-day mountain climb.
下次放假想去登山一日游。
Tôi muốn dành một ngày để đi leo núi vào kỳ nghỉ lần này.
☀登山家 ☀登山鉄道

0918

ドラマ
drama
电视剧
phim dài tập

今話題になっているドラマを見た。
I watched the drama that everyone is currently talking about.
看了现在很有话题性的电视剧。
Tôi đã xem bộ phim mà gần đây mọi người hay bàn tán.
☀海外ドラマ ☀連続ドラマ

0919

バーベキュー
barbecue
烧烤
tiệc nướng ngoài trời

庭で友達とバーベキューをした。
I had a barbecue with friends in the garden.
和朋友在院子里烧烤。
Tôi đã làm bữa tiệc nướng ngoài trời cùng với bạn bè ở sân nhà.

0920

はなび
花火
fireworks
烟火
pháo hoa

祭りの夜、きれいな花火を楽しんだ。
During the evening of the festival, I enjoyed the beautiful fireworks.
在庙会那天的夜晚，欣赏了美丽的烟花。
Mọi người thưởng thức màn pháo hoa tuyệt đẹp vào đêm lễ hội.
☀花火大会

0921

びじゅつ
美術
fine art
美术
mỹ thuật

ヨーロッパの美術に興味がある。
I am interested in European art.
对欧洲艺术很感兴趣。
Tôi rất hứng thú với mỹ thuật phương Tây.
☀美術大学 ☀現代美術

0922

レジャー
leisure
空闲，闲暇的娱乐
thư giãn, nghỉ ngơi

連休中は海のレジャーを楽しんだ。
I enjoyed a leisurely time by the sea during the consecutive holidays.
长假期间在海边悠闲地享受了一番。
Tôi đã vui chơi ở biển vào kỳ nghỉ dài ngày.
☀レジャー産業

0923	0924	0925	0926
すもう **相撲** sumo 相扑 sumo	たっきゅう **卓球** table tennis 乒乓球 bóng bàn	つり **釣り** fishing 钓鱼 câu cá	**ハイキング** hiking 远足 đi bách bộ

0927	0928	0929	0930
バット bat 球棒 gậy bóng chày	**ピクニック** picnic, outing 野餐 picnic, dã ngoại	**マラソン** marathon 马拉松 chạy việt dã	**ラケット** racket 球拍 vợt

0931	0932
ランニング running 跑步 chạy bộ	**ロック** rock (music) 摇滚 nhạc rock

読んでみよう４

自己紹介

初めまして。私はグエンと申します。ベトナムの**出身**で、**エンジニア**です。**留学**したのは日本の**アニメ**や**ドラマ**が好きだったからですが、**進学**した大学の**専門**は**物理**でした。**講義**や**実習**は大変でしたが、**サークル**の**仲間**に助けてもらって、卒業後は日本の会社に就職できました。

趣味は**読書**と**マラソン**です。**特技**はギターです。ときどき自分で**作曲**もします。

日本で**知識**と経験を積んで、いつか国で会社を作りたいです。

どうぞよろしくお願いします。

Self-Introduction

How do you do? My name is Nguyen. I'm a native of Vietnam and an engineer.

The reason I studied abroad was because I liked Japanese anime and TV dramas, but my speciality at the university I entered was physics. Although the lectures and practical training were hard, I had the help of friends in my club, and after graduating I was able to work for a Japanese company.

My hobbies are reading and running marathons. My special skill is the guitar. I sometimes even compose songs myself.

Someday, I want to start a company in my country after having acquired knowledge and experience.

It's nice to meet you all.

自我介绍

初次见面。我叫谷恩。来自越南，是名工程师。

我来日本留学的原因是喜欢日本的动画和电视剧，但我的大学专业是物理。虽然课程和实习很辛苦，但是小组的伙伴们给了我很大帮助，毕业之后我进了日本公司。

我的兴趣是读书和跑马拉松。我擅长弹吉他，有时候自己也作曲。

我想在日本积累知识和经验，将来回国开公司。

请多关照。

Giới thiệu bản thân

Xin chào các bạn. Tôi tên là Nguyên. Tôi là kỹ sư đến từ Việt Nam.

Tôi du học là vì yêu thích phim hoạt hình và truyện tranh Nhật Bản nhưng chuyên ngành học ở trường đại học của tôi là vật lý. Nghe giảng và thực hành đều rất khó nhưng được các bạn trong nhóm giúp đỡ nên sau khi tốt nghiệp tôi đã làm việc tại công ty của Nhật.

Sở thích của tôi là đọc sách và chạy Maraton. Tôi chơi được ghita. Thỉnh thoảng cũng tự mình sáng tác nhạc.

Tôi muốn tích luỹ kiến thức và kinh nghiệm ở Nhật để khi nào đó có thể lập công ty tại trong nước.

Rất mong nhận được sự giúp đỡ.

田中教授、世界的な賞をもらう

A大学の**教授**、田中さんが世界的な賞をもらった。

田中さんの小学校、中学校時代の**クラスメート**は、「彼は**小学生**のころから**理科**が得意でしたから、中学のときは、**理科**クラブに入っていました。でも、おとなしくてクラスの**リーダー**ではありませんでしたし、**成績**も**学年**でものすごく良かったとは思いません。英語が苦手で、**単語**が覚えられなくて困っていましたよ。大学、**大学院**では好きな**実験**ばかりの毎日だったようです」と話している。

Professor Tanaka Receives Global Award

Professor Tanaka, a professor of A University, has received a global award.

Prof. Tanaka's elementary school and junior high school classmate said, "He was good at science from his elementary school days, and joined the science club at junior high school. But he was quiet, never class leader, and I don't think his grades were extremely good in the school year. He was poor at English, and it caused him trouble that he couldn't remember words. At university and graduate school it seems every day was full of the experiments he liked to do."

田中教授，荣获世界大奖

A 大学的田中教授获得了世界大奖。

田中先生小学和中学时代的同班同学说："他从小学开始就很擅长理科，初中的时候就进了理科兴趣小组。但是他很老实，不是班上的干部，成绩也不是年级里名列前茅的。他不擅长英语，总因为记不住单词而伤脑筋。在读大学和研究生时，天天就做喜欢的实验。"

Giáo sư Tanaka nhận giải thưởng quốc tế

Giáo sư trường Đại học A, thầy Tanaka đã nhận giải thưởng Quốc tế.

Bạn học thời tiểu học và trung học với giáo sư Tanaka đã kể lại rằng :"Cậu ấy từ hồi tiểu học đã rất giỏi khoa học tự nhiên, vì thế khi học trung học, anh ấy đã vào câu lạc bộ Khoa học tự nhiên. Tuy nhiên, anh ấy trầm tính, nên không phải là cán bộ lớp, thành tích cũng không quá xuất sắc trong niên khoá. Tiếng Anh kém và không nhớ được từ vựng mấy nên cũng đã rất vất vả đấy. Nhưng khi học đại học, cao học, hình như anh ấy hàng ngày toàn mải miết với các thí nghiệm".

接辞3 (せつじ)

Affixes 3
接头词 / 接尾词 3
Phụ tố 3

23	～車（しゃ） ~ car/vehicle ～车 xe ~	大型車（おおがたしゃ）　国産車（こくさんしゃ）
24	～機（き）② ~ machine ～机 máy ~	印刷機（いんさつき）　コピー機（き）
25	～所（じょ/しょ） ~ place/spot, place/facilities for a specific purpose ～所 nơi ~, chỗ ~	営業所（えいぎょうしょ）　料金所（りょうきんじょ）
26	～長（ちょう） ~ chief/head ～长 trưởng ~	委員長（いいんちょう）　支店長（してんちょう）
27	副（ふく）～ vice-, deputy, assistant 副～ phó ~	副会長（ふくかいちょう）　副社長（ふくしゃちょう）
28	～業（ぎょう） ~ industry ～业 ~ nghiệp	製造業（せいぞうぎょう）　通信業（つうしんぎょう）
29	～部（ぶ）② ~ department/section ～部 phòng ~, bộ phận ~	営業部（えいぎょうぶ）　国際部（こくさいぶ）
30	～金（きん） money for ~ ～金 tiền ~	お見舞い金（おみまいきん）　入学金（にゅうがくきん）
31	～集（しゅう） collection/anthology of ~ ～集 tuyển tập ~, tập ~	写真集（しゃしんしゅう）　問題集（もんだいしゅう）
32	～歌（か） ~ song ～歌 bài hát ~	応援歌（おうえんか）　流行歌（りゅうこうか）
33	～史（し） ~ history ～史 lịch sử ~	科学史（かがくし）　日本史（にほんし）

名詞　社会・自然

Nouns - Society and Nature
名词 - 社会 · 自然
Danh từ - Xã hội, Tự nhiên

0933
あかじ
赤字
deficit, red figure
亏损
lỗ

景気が悪くて、経営は赤字が続いている。
As the economy is bad, business is continuing in the red.
经济不景气，经营持续在亏损。
Do tình hình kinh tế xấu đi nên việc kinh doanh liên tục gặp thua lỗ.
⇔黒字

0934
うりきれ
売り切れ
being sold out
售完，脱销
bán hết

読みたい本が売り切れで、買えなかった。
The book I want to read is sold out, so I couldn't buy it.
想看的书脱销了，没有买到。
Cuốn sách tôi muốn đọc đã bán hết nên đã không mua được.

0935
エーティーエム
ATM
ATM
ATM（自动取款机）
máy rút tiền tự động

銀行のＡＴＭでお金を下ろした。
I took money out from the bank ATM.
在银行的自动取款机上取了钱。
Tôi đã rút tiền tại máy rút tiền tự động của ngân hàng.
✳ＡＴＭコーナー

0936
かいけい
会計 する
accounting, payment, check, bill
结账
kế toán, tính tiền

会計を済ませて、レストランを出た。
I paid the bill and left the restaurant.
结完账后，走出了餐厅。
Sau khi trả tiền xong, chúng tôi rời khỏi nhà hàng.

0937
かいひ
会費
membership fee
会费
hội phí

サークルの会費は１月千円です。
The circle membership fee is 1,000 yen a month.
社团一个月的会费是一千日元。
Hội phí của câu lạc bộ là 1.000 yên 1 tháng.
✳年会費

0938
がくひ
学費
school expenses, academic fee
学费
học phí

この学校の学費は１年で大体８０万円だ。
The academic fee of this school is about 800,000 yen a year.
这所学校的学费大约是一年 80 万日元。
Học phí của trường này 1 năm khoảng 800 nghìn yên.

0939
がくわり(がくせいわりびき)
学割(学生割引)
student discount
学生折扣
giảm giá cho học sinh, sinh viên

学割で定期券を買った。
I bought a commuter pass with a student discount.
用学生折扣买了定期车票。
Tôi đã mua vé tháng theo chế độ miễn giảm cho học sinh.

0940 **きゅうりょう** **給料** pay, salary 工资 lương	**給料は毎月２５日に出ます。** Salaries are paid every month on the 25th. 每月25号发工资。 Tiền lương được trả vào ngày 25 hàng tháng. **☀給料日**
0941 **きんがく** **金額** amount of money 金额 kim ngạch, số tiền	**去年病院に支払った金額を教えてください。** Please tell me the amount of money you paid to the hospital last year. 请告诉我你去年付给医院的金额。 Hãy cho tôi biết số tiền đã trả năm ngoái cho bệnh viện.
0942 **くろじ** **黒字** surplus, black figure 盈余 lãi	**製品がよく売れて、会社の経営は黒字だ。** As the products are selling well, the company's business is in the black. 产品卖得很好，公司开始盈利了。 Vì sản phẩm bán rất chạy nên kinh doanh của công ty có lãi. **⇔赤字　☀黒字化**
0943 **けいき** **景気** business conditions, economic climate 景气 tình hình kinh tế	**景気がよくなって、給料が上がった。** Business conditions improved, so salaries went up. 行业景气，工资也涨了。 Vì tình hình kinh tế tốt lên nên lương đã tăng.
0944 **けいざい** **経済** economy, economics 经济 kinh tế	**世界の経済は日本の経済に影響する。** The world economy influences the economy of Japan. 世界的经济影响日本经济。 Kinh tế thế giới ảnh hưởng đến nền kinh tế Nhật Bản. **☀経済成長　☀経済的**
0945 **げんきん** **現金** cash 现金 tiền mặt	**現金で払うと、５％割引になる。** When you pay in cash, there is a 5% discount. 用现金支付的话，可以打9.5折。 Nếu trả bằng tiền mặt thì sẽ được giảm giá 5%. **☀現金払い**
0946 **こづかい** **小遣い** pocket money 零花钱 tiền tiêu vặt	**うちでは、子供の小遣いは月千円です。** In our house, our child's pocket money is 1,000 yen a month. 在我们家，小孩一个月有一千日元的零花钱。 Nhà tôi thì tiền tiêu vặt của con tôi là 1.000 yên 1 tháng. **☀小遣い帳**
0947 **ざいさん** **財産** property, assets 财产 tài sản	**親が残した財産を兄弟で分けた。** We divided the property left by the parents amongst the brothers. 兄弟几个分了父母留下来的财产。 Anh em đã phân chia tài sản của cha mẹ để lại.

0948
(お) さつ
(お) 札
bill, note
纸币
tiền giấy

この自動販売機は、お札が使えない。
You can't use bills on this vending machine.
这台自动贩卖机不能使用纸币支付。
Máy bán hàng tự động này không sử dụng tiền giấy.
※～円札（例：千円札）

0949
ししゅつ
支出 する
expenses, expenditure
支出
chi trả

子供の教育費が支出の３割にもなる。
The children's educational expenses will become 30% of our expenditure.
孩子的教育费用占支出的三成。
Số tiền dành cho học tập của con tôi chiếm 30% số tiền chi tiêu.
⇔収入

0950
しはらい
支払い する
payment
支付
thanh toán, trả tiền

支払いはカードでも現金でもできる。
Payment can be by card or by cash.
可以刷卡，也可以用现金支付。
Thanh toán bằng thẻ ngân hàng hay tiền mặt đều được.

0951
しゅうきん
集金 する
collection of money
收款
thu tiền

さっき、新聞の集金の人が来たよ。
The man who collects the newspaper subscription fee came a while ago.
刚才，收报纸订阅费的人来了。
Lúc nãy, người thu tiền báo đã đến đây đấy.

0952
しゅうにゅう
収入
income, earnings
收入
thu nhập

夫婦２人で働けば、収入を増やせる。
If both of the couple work, they can increase their income.
夫妻两人都出去工作的话，就能增加收入。
Nếu cả hai vợ chồng cùng đi làm thì sẽ tăng thêm thu nhập.
⇔支出　※臨時収入

0953
しょうがくきん
奨学金
scholarship
奖学金
học bổng

奨学金のおかげで、兄は大学を卒業できた。
Thanks to a scholarship, my older brother could graduate from university.
多亏了有奖学金，哥哥才能读完大学。
Nhờ có tiền học bổng mà anh tôi đã tốt nghiệp đại học.
※奨学金制度

0954
しょうきん
賞金
prize money
奖金
tiền thưởng

優勝すると、１００万円の賞金がもらえる。
If we win the championship, we'll get one million yen prize money.
获得第一名的话，能拿到100万日元的奖金。
Nếu vô địch thì sẽ nhận được 1 triệu yên tiền thưởng.

0955
しょうひ
消費 する
consumption
消费
tiêu dùng

夏はビールの消費が増える。
In summer the consumption of beer goes up.
夏天，啤酒的消耗量会增加。
Lượng tiêu thụ bia tăng lên vào mùa hè.
⇔生産　※消費者

0956
せいきゅうしょ
請求書
bill
账单
giấy đề nghị thanh toán

請求書の金額を見て、びっくりした。
I was surprised to see the amount on the bill.
看了眼账单上的金额，吓了一跳。
Khi thấy số tiền ghi trong giấy đề nghị thanh toán, tôi rất ngạc nhiên.

0957
ぜいきん
税金
tax
税金
tiền thuế

小学校も橋も私たちの税金でできたものだ。
Both the elementary school and the bridge are things paid for from our taxes.
无论是小学还是桥梁，都是用我们交的税建成的。
Trường tiểu học, cầu đều được xây bằng tiền thuế của chúng ta.
⊕～税（例：消費税）

0958
そうりょう
送料
postage, mailing cost
邮费
phí gửi, cước phí

送料は１キロまでが５００円です。
The mailing costs are 500 yen up to one kilogram.
邮费是一千米以内500日元。
Cước phí gửi cho đến 1kg là 500 yên.

0959
そん
損 する
loss
损失
tổn thất, lỗ

売れると思った品物が売れなくて、損をした。
The product I thought would sell didn't and I suffered a loss.
原以为会很好卖的商品却卖得不好，亏本了。
Sản phẩm tôi nghĩ là sẽ bán chạy thì lại không bán được nên đã bị lỗ.
⇔得　☀大損

0960
たからくじ
宝くじ
public lottery
彩票
xổ số

宝くじを買ったら、１００万円当たった。
When I bought a lottery ticket, I won a million yen.
买了彩票，中了100万日元。
Sau khi mua xổ số, tôi đã trúng giải thưởng 1 triệu yên.
☀宝くじ売り場

0961
ただ
free
免费
miễn phí

映画の券をただでもらった。
I received a free movie ticket.
免费获得了电影票。
Tôi đã nhận được vé xem phim miễn phí.

0962
チップ
tip
小费
tiền tip

日本のホテルでは、チップは要らない。
You don't need to tip in Japanese hotels.
在日本的酒店不需要支付小费。
Ở khách sạn tại Nhật Bản, không cần thiết phải cho tiền tip.

0963
チャージ する
charge
充值
nạp

電車のカードにお金をチャージした。
I charged my train card with money.
给交通卡里充了钱。
Tôi đã nạp tiền vào thẻ đi tàu điện.

0964
ちょきん
貯金 する
saving
存钱
tiền tiết kiệm

毎月、１万円ずつ貯金している。
I'm saving 10,000 yen a month.
坚持每个月存一万日元。
Hàng tháng, tôi gửi 10 nghìn yên vào sổ tiết kiệm.
☀貯金箱

0965
つうちょう
通帳
passbook
存折
sổ ngân hàng

銀行で通帳を作った。
I had a passbook made at the bank.
在银行办了存折。
Tôi đã làm sổ tiết kiệm tại ngân hàng.

0966
ていか
定価
retail/fixed price
定价
giá ghi trên sản phẩm, giá quy định

この靴は定価の７割で買った。
I bought these shoes for 70% of their regular price.
以定价的 7 折买下了这双鞋。
Đôi giày này tôi đã mua với giá là 70% giá bán.

0967
とく
得 する
advantage
获利，划算
có lợi

今なら、２個の値段で３個買えて得ですよ。
At the moment, it is economical because you are able to buy three for the price of two.
现在买的话，你可以用买两个的价格买下三个，很划算哦。
Nếu là bây giờ thì có thể mua 3 chiếc với giá 2 chiếc nên rất có lợi đấy.
⇔損

0968
とくばい
特売 する
bargain sale
特卖
bán giảm giá đặc biệt

特売で商品を４割引きで買った。
I bought this product at a 40% discount in the bargain sale.
在特卖的时候用打六折的价格买下了商品。
Tôi đã mua hàng giảm giá 40% trong dịp giảm giá đặc biệt.
☀特売セール

0969
ねあがり
値上がり する
increase/rise in price
涨价
lên giá

雨が続いたので、野菜が値上がりした。
Because it kept on raining, vegetables rose in price.
因为连续下雨，所以蔬菜涨价了。
Vì trời mưa liên tục nên rau đã tăng giá.
⇔値下がり

0970
ひよう
費用
cost
费用
chi phí

旅行の費用を計算した。
I calculated the cost of the trip.
计算了旅行的费用。
Chúng tôi đã tính chi phí đi du lịch.
⊕～費（例：生活費）

0971
ぶっか
物価
prices
物价
vật giá

物価が高くて、生活が大変だ。
Prices are high, so life is hard.
物价太高了，生活很艰难。
Vì vật giá tăng cao nên cuộc sống khó khăn.
☀物価高

0972 **ボーナス** bonus 奖金 tiền thưởng	**私の会社は年に２回、ボーナスが出る。** My company pays a bonus twice a year. 我所在的公司，一年发两次奖金。 Ở công ty tôi thì một năm được thưởng 2 lần.
0973 **ほけん** **保険** insurance 保险 bảo hiểm	**海外に行くときは、保険を掛ける。** When I go abroad, I get insurance. 去国外旅游的时候会买保险。 Mua bảo hiểm khi đi nước ngoài. **☀保険料　☀健康保険証**
0974 **まえうり** **前売り** する advance sale 预售 bán sớm, bán trước (kì hạn)	**インターネットで前売りの切符を買った。** I bought an advance ticket on the Internet. 在网上买了预售票。 Tôi đã mua vé đặt trước qua mạng. **☀前売り券　☀前売りチケット**
0975 **むりょう** **無料** free of charge 免费 miễn phí	**この駐車場は無料です。** This parking lot is free of charge. 这个停车场是免费使用的。 Bãi đỗ xe này miễn phí. **⇔有料　☀～無料（例：入場無料）**
0976 **やちん** **家賃** house rent 房租 tiền thuê nhà	**東京は家賃が高い。** Rents are high in Tokyo. 东京的房租很贵。 Tiền thuê nhà ở Tokyo đắt.
0977 **ゆうりょう** **有料** pay, charge 收费 mất phí	**ここのトイレは有料だ。** This restroom is not free. 这个厕所是收费的。 Nhà vệ sinh ở đây mất phí. **⇔無料　☀有料化**
0978 **よきん** **預金** する deposit 存款 tiền gửi	**毎月、銀行に預金している。** I make a deposit in the bank every month. 每个月往银行账户里存钱。 Hàng tháng tôi gửi tiền tiết kiệm vào ngân hàng. **☀預金通帳**
0979 **よさん** **予算** budget 预算 ngân sách, dự toán	**１万円の予算でテーブルを探した。** I looked for a table with a budget of 10,000 yen. 按1万日元以内的预算找了桌子。 Tôi đã tìm được chiếc bàn trong tầm giá 10 nghìn yên. **☀～年度予算（例：２０１６年度予算）**

0980
りょうがえ
両替 する
money changing
换钱
đổi tiền

１万円札を千円札１０枚に両替した。
I changed a 10,000 yen note into ten 1,000 yen notes.
把一万日元的纸币换成了10张一千日元的纸币。
Tôi đã đổi tờ 10 nghìn yên sang 10 tờ 1 nghìn yên.
☀両替機

0981
りょうきん
料金
charge, fee
费用
cước phí

毎月の電話の料金は５０００円ぐらいだ。
The monthly phone charge is about 5,000 yen.
每个月的电话费大概是5000日元。
Cước phí điện thoại mỗi tháng khoảng 5.000 yên.
☀～料金（例：電気料金）　⊕～料（例：使用料）

0982
りょうしゅうしょ
領収書
receipt
收据
hóa đơn

領収書に金額と日付を書いてもらった。
They wrote the amount and date on the receipt.
工作人员帮忙在收据上写下了金额和日期。
Tôi đã nhờ ghi lại số tiền và ngày tháng vào hóa đơn.

0983
レシート
receipt
收据
biên lai

買い物したら、必ずレシートをもらっている。
When shopping, I make sure to get a receipt.
去买东西时一定会要收据。
Khi đi mua đồ thì nhất định phải lấy hóa đơn.

0984
ローン
loan
贷款
tiền vay

１０年のローンで車を買った。
I bought my car with a ten-year loan.
用十年贷款买了车。
Tôi đã mua xe ô tô bằng tiền vay kỳ hạn 10 năm.
☀～ローン（例：住宅ローン）

0985
わりかん
割り勘
splitting the bill
AA制
chia nhau thanh toán

友達と食事するときは、いつも割り勘だ。
When I eat with friends, we always split the bill.
和朋友吃饭的时候都是AA制的。
Khi đi ăn cùng bạn bè, chúng tôi thường chia tiền thanh toán.

0986
わりびき
割引 する
discount
打折
giảm giá

夜遅くなると、電話料金は割引になる。
When it gets late at night, there is a discount on the telephone rate.
到了深夜再打电话，电话费会打折。
Cước phí điện thoại sẽ giảm vào buổi đêm.
☀割引券　☀～割引（例：３割引）

0987
いわ
岩
rock
岩石
tảng đá

山道に大きな岩がある。
There are big rocks on the mountain path.
山路上有一块很大的岩石。
Đường trên núi có những tảng đá lớn.

0988

うちゅう
宇宙
space, universe
宇宙
vũ trụ

いつか宇宙に行ってみたい。
I want to travel into space someday.
希望有一天能去宇宙看看。
Tôi muốn được lên thử vũ trụ một ngày nào đó.
✲宇宙開発　✲宇宙ロケット

0989

えきたい
液体
liquid, fluid
液体
chất lỏng

洗濯の洗剤を粉から液体に変えてみた。
I changed from a powder to a liquid washing detergent.
把洗衣剂从粉状的换成液体的了。
Tôi đã thử đổi bột giặt sang chất tẩy dạng lỏng.
✿気体　✿固体

0990

えさ
餌
feed, food
饲料
mồi

ペットの犬に餌をやった。
I fed my pet dog.
给宠物狗喂了狗粮。
Tôi đã cho con chó ăn rồi.

0991

えだ
枝
branch
树枝
cành cây

木の枝に鳥が留まっている。
A bird is perched on a tree branch.
小鸟停在树枝上。
Trên cành cây có con chim đang đậu.

0992

おおあめ
大雨
heavy rain
大雨
mưa to

今日は大雨になるらしいから、外出は危険だ。
It seems we're going to have heavy rain today, so it is dangerous to go out.
今天好像会下大雨，出门很危险。
Vì trời hôm nay có thể sẽ mưa to nên ra ngoài thì nguy hiểm.
✲大雨警報　✲大雨注意報

0993

おおゆき
大雪
heavy snow
大雪
tuyết rơi nhiều

大雪で電車が止まった。
The trains stopped because of the heavy snow.
因为下大雪，所以电车停运了。
Vì tuyết rơi dày nên tàu điện đã dừng lại.
✲大雪警報　✲大雪注意報

0994

おんせん
温泉
hot spring
温泉
suối nước nóng

この温泉の湯は茶色い色をしている。
The water of this hot spring is a brown color.
这个温泉的水是褐色的。
Suối nước nóng này nước màu nâu nhạt.

0995

おんど
温度
temperature
温度
nhiệt độ

エアコンをつけて、部屋の温度を高くした。
I turned on the air conditioner and increased the temperature of the room.
打开空调后，让房间的温度升高了。
Tôi đã bật điều hòa để tăng nhiệt độ trong phòng.

0996
かいちゅうでんとう
懐中電灯
flashlight
手电筒
đèn pin

キャンプに懐中電灯を持って行った。
I took a flashlight for camping.
带手电筒去野营了。
Tôi đã mang đèn pin khi đi cắm trại.

0997
かげ
影
shadow
影子
bóng

夏より冬のほうが影が長くなる。
Shadows are longer in winter than summer.
比起夏天，冬天时影子更长。
Bóng đổ vào mùa đông dài hơn mùa hè.

0998
かざん
火山
volcano
火山
núi lửa

日本には火山がたくさんある。
There are a lot of volcanoes in Japan.
日本有很多火山。
Ở Nhật Bản có rất nhiều núi lửa.
☀**火山活動**

0999
かみなり
雷
thunder and lightning
雷
sấm chớp

木に雷が落ちて、枝が折れた。
A tree was hit by lightning and a branch was broken.
雷打在树枝上，树枝被折断了。
Sét đánh vào cây khiến cành cây bị gãy.
☀**雷注意報**

1000
かわ
皮
peel
皮
vỏ

オレンジの皮を使ってお菓子を作った。
I made a cake using some orange peel.
用橙子的皮做了点心。
Tôi đã dùng vỏ cam để làm kẹo.

1001
かんきょう
環境
environment
环境
môi trường

静かな環境が気に入って、この家を借りた。
I like the quiet environment, so rented this house.
因为很中意这里安静的环境，所以借了这间房子。
Vì thích môi trường yên tĩnh nên tôi đã thuê ngôi nhà này.
☀**家庭環境**　☀**自然環境**

1002
かんそう
乾燥 する
dryness
干燥
khô

今日は部屋の中がとても乾燥している。
It's very dry in this room today.
今天室内很干燥。
Trong phòng hôm nay rất khô.

1003
かんでんち
乾電池
dry-cell battery
干电池
pin

このリモコンは乾電池が２本必要だ。
This remote control needs two dry-cell batteries.
这个遥控器需要装两节电池。
Cái điều khiển này cần 2 cục pin.

1004
きおん
気温
ambient temperature
气温
nhiệt độ không khí

お昼には、気温は30度を超すでしょう。
At noon the temperature will exceed 30 degrees.
到了中午，气温大概会超过30摄氏度。
Vào buổi trưa, nhiệt độ không khí có thể vượt quá 30 độ.
☀最高気温　☀平均気温

1005
きこう
気候
climate
气候
khí hậu

この地方は、気候が良くて住みやすい。
Because this region has a good climate, it is easy to live here.
这个地区的气候适宜，很适合居住。
Vùng này khí hậu tốt nên dễ sống.

1006
きたい
気体
gas
气体
thể khí

水は100度になると、気体になる。
At 100 degrees, water changes into vapor.
水到了100摄氏度，就会变成气体。
Nước ở 100 độ C sẽ chuyển sang thể khí.
❀液体　❀固体

1007
くさ
草
grass
草
cỏ

暖かくなって、畑の草が伸びてきた。
It became warm and the grass in the field grew.
天气变暖了，田里的草长起来了。
Thời tiết ấm lên thì cỏ trên cánh đồng lại mọc.

1008
けいほう
警報
warning
警报
cảnh báo

大雪の警報が出た。
A heavy snow warning was given.
发布了大雪警报。
Đã có cảnh báo về trận tuyết lớn.
☀警報ランプ　☀大津波警報

1009
けむり
煙
smoke
烟
khói

山の火事で煙が村に流れてきた。
Because of the mountain fire, smoke drifted through the village.
由于山林火灾，烟雾弥漫到了村里。
Do trên núi có hỏa hoạn nên khói đã lan ra khắp làng.

1010
こうずい
洪水
flood
洪水
lũ lụt

これ以上大雨が続いたら、洪水になる。
If the heavy rain continues further, there will be flooding.
大雨再这样继续下去的话，会引发洪水。
Nếu trời cứ tiếp tục mưa lớn thế này thì sẽ xảy ra lũ lụt.
☀洪水警報　☀洪水注意報

1011
こうよう
紅葉 する
red leaves of autumn/fall
(变成)红叶
lá đỏ

紅葉のシーズンは観光客が増える。
Tourists increase in the season of autumn colors.
观赏红叶的季节里，游客量会增加。
Vào mùa lá đỏ, lượng khách tham quan tăng lên.

1012 **こたい** **固体** solid 固体 thể rắn	**水は０度で固体、つまり氷になる。** At zero degrees, water becomes solid; that is to say ice. 水在0度会变成固体，也就是说会变成冰。 Nước ở 0 độ C sẽ chuyển sang thể rắn, tức là đá. ✤**液体**　✤**気体**
1013 **さんそ** **酸素** oxygen 氧气 oxy	**動物は、酸素がないと生きられない。** Animals cannot live without oxygen. 动物没有氧气就活不下去。 Động vật sẽ không thể sống được nếu không có Oxy.
1014 **しぜん** **自然** nature 自然 tự nhiên	**この辺りは、まだ自然が残っている。** Nature still remains in this area. 这里还有残存着自然的气息。 Vùng này vẫn còn hoang sơ. ✲**自然環境**
1015 **しつど** **湿度** humdity 湿度 độ ẩm	**日本の夏は暑くて、湿度も高い。** The summers in Japan are hot and have high humidity. 日本的夏天很热，湿度也很高。 Mùa hè ở Nhật Bản thì nóng và độ ẩm cao. ✲**湿度計**
1016 **しばふ** **芝生** lawn 草坪 bãi cỏ	**公園の芝生が、とてもきれいだ。** The lawns in this park are very beautiful. 公园的草坪很漂亮。 Bãi cỏ của công viên rất đẹp.
1017 **しょうかき** **消火器** fire extinguisher 灭火器 bình cứu hỏa	**家庭にも消火器を置いておくと、安心だ。** If you have a fire extinguisher at home, you'll have peace of mind. 在家里也备着灭火器，就会很放心。 Nếu trong nhà có đặt sẵn bình cứu hỏa thì sẽ thấy an tâm.
1018 **しょくぶつ** **植物** plants 植物 thực vật	**植物の成長には、太陽の光が必要だ。** For plants to grow, the light of the sun is necessary. 植物生长需要阳光。 Ánh sáng mặt trời rất cần thiết đối với sự phát triển của thực vật. ⇔**動物**
1019 **しんど** **震度** seismic intensity (on the Japanese scale) （地震）烈度 độ rung (động đất)	**今の地震は震度２だった。** The earthquake just now had a seismic strength of two. 刚刚的地震烈度为2级。 Trận động đất hiện tại mạnh 2 độ. ✲**震度計**

1020 しんりん 森林 forest 森林 rừng sâu	この森林には豊かな自然が残っている。 The abundance of nature remains in this forest. 这片森林里还保留着丰富的自然资源。 Khu rừng này vẫn còn lại tự nhiên rất đa dạng.
1021 せいぶつ 生物 living things 生物 sinh vật	海には、さまざまな生物がいる。 There are various types of living things in the sea. 海洋里有各种各样的生物。 Ở biển rất đa dạng sinh vật. ☀生物学
1022 たいよう 太陽 sun 太阳 mặt trời	太陽の光を利用して電気を作る。 We make electricity using the rays of the sun. 利用太阳能发电。 Sử dụng ánh sáng mặt trời để tạo ra điện. ☀太陽電池
1023 たいりく 大陸 continent 大陆 lục địa, châu lục	地球には６つの大陸がある。 There are six continents on the earth. 地球由6个大陆板块构成。 Trên trái đất có 6 châu lục. ☀～大陸（例：アジア大陸）
1024 たね 種 seed 种子 hạt giống	花が咲いたあと、小さな種ができる。 After flowers have bloomed, small seeds are formed. 花朵盛开之后，会结出小小的种子。 Sau khi hoa nở, những hạt giống nhỏ sẽ xuất hiện.
1025 だんすい 断水 する water stoppage 停水 mất nước, cắt nước	水道の工事で朝から断水が続いている。 Owing to the water service construction work, the suspension of the water supply has been continuing since this morning. 因为供水系统的施工，从早上开始就一直停水。 Do thi công đường nước nên từ sáng vẫn bị mất nước. ☀断水中
1026 たんぼ 田んぼ rice field 田 cánh đồng lúa	この田んぼでできたお米はおいしい。 The rice from this rice field is delicious. 这块田里长出来的大米很好吃。 Gạo trồng trên cánh đồng này rất ngon.
1027 ちきゅう 地球 earth 地球 địa cầu, trái đất	地球は約４６億年前に生まれたという。 It is said the earth was formed 4.6 billion years ago. 据说地球是在大约46亿年前出现的。 Nghe nói trái đất được hình thành vào khoảng 4,6 tỷ năm trước.

1028

ちゅういほう
注意報
alert, advisory, watch
预警警报
cảnh báo, chú ý

大雨の注意報が出ているから、気を付けて。
A heavy rain warning has been issued, so be careful.
大雨预警发布了，小心点。
Vì có cảnh báo mưa lớn nên hãy cẩn thận.
☀**乾燥注意報**

1029

つち
土
earth, soil
泥土
đất

雨が降らないので、庭の土が乾いている。
Because it hasn't rained, the soil in the garden is dry.
因为不下雨，所以院子里的泥土都干了。
Vì không có mưa nên đất trong vườn khô cằn.

1030

つなみ
津波
tsunami
海啸
sóng thần

地震が起きたら、津波にも注意しよう。
If there's an earthquake, be careful about a tsunami, too.
如果发生地震的话，还要小心海啸。
Nếu động đất xảy ra, thì hãy chú ý có sóng thần.
☀**津波警報**　☀**津波注意報**

1031

つゆ/ばいう
梅雨
rainy season
梅雨
mùa mưa

梅雨の時期は、雨が多くて蒸し暑い。
At the time of the rainy season, there's a lot of rain and it's humid.
梅雨季经常下雨，天气闷热。
Vào mùa mưa thì mưa nhiều và oi bức.

1032

ていでん
停電 する
power outage/cut
停电
mất điện

台風で電線が切れて、停電した。
Because of the typhoon, a power line was cut and there was a power outage.
因为刮台风，电线断了，所以停电了。
Mất điện vì đường dây điện bị đứt do bão.
☀**停電中**

1033

でんせん
電線
power line, electric wire
电线
đường dây điện

切れた電線に触るのは大変危険だ。
It's very dangerous to touch an exposed electric wire.
触摸断掉的电线，是极其危险的。
Chạm phải đường dây điện bị đứt thì vô cùng nguy hiểm.

1034

どろ
泥
mud
泥
bùn

靴が泥で汚れてしまった。
My shoes have become filthy with mud.
鞋子被泥弄脏了。
Giầy đã bị bẩn đầy bùn mất rồi.

1035

なみ
波
wave
波浪
sóng

今日の海は波もなくて静かだ。
Today the sea has no waves, so it's quiet.
今天的海面连海浪也没有，很平静。
Biển hôm nay phẳng lặng không gợn sóng.
☀**大波**

1036
にさんかたんそ
二酸化炭素
carbon dioxide
二氧化碳
khí CO2

車が増えると、空気中の二酸化炭素も増える。
When the number of cars increases, the carbon dioxide in the atmosphere increases too.
汽车的数量增加的话，空气中的二氧化碳也会增加。
Ô tô ngày càng nhiều lên nên tỉ lệ khí CO2 trong không khí cũng tăng.

1037
ね
根
root
根
rễ

植物の根は土の中に長く伸びている。
The roots of plants grow deep down in the soil.
植物的根在土里生长。
Rễ của thực vật phát triển trong đất.

1038
はたけ
畑
field
田地，旱地
cánh đồng

畑の野菜が大きく育っている。
The vegetables in the field are growing big.
地里的蔬菜长大了。
Rau trong ruộng đang phát triển.
✳小麦畑　✳野菜畑

1039
はんとう
半島
peninsula
半岛
bán đảo

半島の先に立って海を見た。
I stood at the tip of the peninsula and looked at the sea.
站在半岛的一端看了海。
Tôi đã đứng ở mũi bán đảo và ngắm biển.

1040
ひなん
避難 する
evacuation
避难
lánh nạn

洪水のときは、高い所に避難してください。
At the time of flooding, please evacuate to high ground.
发洪水的时候，请到高处避难。
Khi có lũ lụt thì hãy lánh nạn vào nơi cao.
✳避難指示　✳避難場所

1041
ふうそく
風速
wind speed
风速
vận tốc gió

風速30メートルの強い風が吹いた。
A strong wind blew with a wind speed of 30 meters per second.
刚刚刮起了风速30米每秒的大风。
Gió thổi với vận tốc mạnh 30m/giây.

1042
ぼうさい
防災
disaster prevention
防止灾害
phòng chống thiên tai

防災のために、住民が協力することが必要だ。
For disaster prevention, it is necessary for inhabitants to cooperate.
防止灾害需要居民们的合作。
Để phòng chống thiên tai thì sự hợp tác của người dân là điều vô cùng cần thiết
✳防災計画

1043
ほこり
dust
灰尘
bụi

本棚にほこりがたまっている。
Dust is collecting on the bookshelf.
书架上积着灰。
Bụi bám đầy trên giá sách.

1044

むし
虫
insect, worm, bug
虫子
côn trùng

庭(にわ)にいろいろな虫(むし)がいる。
There are various insects in the garden.
院子里有各种各样的虫子。
Trong vườn có rất nhiều loại côn trùng.

1045

ろうそく
candle
蜡烛
nến

停電(ていでん)に備(そな)えてろうそくが用意(ようい)してある。
In case of power cuts, I have candles ready.
为了防备停电而准备了蜡烛。
Nến được chuẩn bị sẵn để phòng việc mất điện.

1046

わん
湾
bay
海湾
vịnh

湾(わん)の中(なか)を船(ふね)が行(い)ったり来(き)たりしている。
Ships are coming and going in the bay.
海湾里，有船来来往往。
Thuyền bè ra vào vịnh.
☀～湾(わん)（例(れい)：東京湾(とうきょうわん)）

1047
うさぎ
rabbit
兔子
con thỏ

1048
うし
牛
cow
牛
con bò

1049
うま
馬
horse
马
con ngựa

1050
か
蚊
mosquito
蚊子
con muỗi

1051
かい
貝
shellfish
贝壳
con sò

1052
からす
crow
乌鸦
con quạ

1053
さる
猿
monkey
猴子
con khỉ

1054
ぞう
象
elephant
大象
con voi

1055
とら
虎
tiger
老虎
con hổ

1056
にわとり
鶏
chicken
鸡
con gà

1057
ねずみ
rat, mouse
老鼠
con chuột

1058
ひつじ
羊
sheep
羊
con cừu

1059
ぶた
豚
pig
猪
con lợn

1060
へび
蛇
snake
蛇
con rắn

1061
さくら
桜
cherry tree/blossom
樱花
hoa anh đào

1062

いご
以後
after, from that time on
以后
sau

私(わたし)が辞(や)めたら、以後(いご)のことは君(きみ)に頼(たの)むよ。
After I quit, I'll entrust you with any work from that time on.
如果我辞职了，今后的工作就拜托你啦。
Sau khi tôi nghỉ, những công việc sau đó nhờ cậu đấy.
⇔以前(いぜん)　⊕～後(ご)（例(れい)：夕食後(ゆうしょくご)）

1063

いぜん
以前
before, days gone by
以前
trước đây

ふるさとは以前と全く変わってしまった。
The hometown has really changed from before.
故乡和以前的样子完全不一样了。
Quê tôi đã thay đổi hoàn toàn so với trước đây.
⇔以後

1064

えんき
延期 する
postponement
延期
hoãn

母が入院したので、旅行を延期した。
Because my mother was hospitalized, I postponed my trip.
因为妈妈住院了，所以旅行延期了。
Vì mẹ tôi nằm viện nên tôi đã hoãn chuyến du lịch.

1065

えんちょう
延長 する
extension
延长
kéo dài , gia hạn (thời gian)

会議を１時間延長して、話し合いを続けた。
We extended the meeting by an hour and continued the talks.
会议延长了一小时，用来继续商谈。
Cuộc họp kéo dài thêm 1 tiếng, mọi người tiếp tục thảo luận.
☀延長戦　☀時間延長

1066

かいし
開始 する
start, commencement
开始
bắt đầu

試合は９時に開始する。
The game starts at nine.
比赛从9点开始。
Trận đấu sẽ bắt đầu vào lúc 9 giờ.
⇔終了　☀開始時間

1067

かこ
過去
past
过去
quá khứ

過去にも今回と同じような事件があった。
We've had similar cases to this one now in the past, too.
过去也发生过和这次类似的事件。
Trước đây cũng đã có vụ việc giống như lần này.
✿現在　✿未来

1068

きかん
期間
period of time
期间
quãng thời gian

この切符が使える期間は２日間だ。
This ticket can be used for a period of two days.
这张票的使用期限是两天。
Chiếc vé này có thời hạn sử dụng là 2 ngày.

1069

きげん
期限
deadline
期限
kì hạn

レポートは期限までに提出してください。
Please hand in the report by the deadline.
请在到期之前提交报告。
Hãy nộp bản báo cáo đúng kỳ hạn.
☀提出期限

1070

きゅうじつ
休日
day off
假日
ngày nghỉ

休日は、いつも友達とテニスをする。
On my day off, I always play tennis with friends.
休息天我总和朋友打网球。
Vào ngày nghỉ, tôi luôn chơi tennis với bạn bè.
⇔平日　☀休日出勤

1071 **げじゅん** **下旬** last ten days of a month 下旬 hạ tuần tháng	**東京では３月の下旬に桜が咲く。** In Tokyo, the cherry trees blossom in the last ten days of March. 在东京，三月下旬樱花会开。 Ở Tokyo, hoa Sakura nở vào cuối tháng 3. **❀上旬　❀中旬**
1072 **げつまつ** **月末** end of the month 月底 cuối tháng	**毎月、携帯電話代は月末に払っている。** I pay my mobile phone bill at the end of every month. 每个月，在月末交手机话费。 Tôi trả tiền điện thoại di động vào cuối mỗi tháng. **⊕～末（例：今月末）**
1073 **げんざい** **現在** at the moment/present, now 现在 hiện nay	**東京の現在の気温は１５度です。** The temperature at the moment in Tokyo is 15 degrees. 东京现在的气温是15摄氏度。 Nhiệt độ hiện tại ở Tokyo là 15 độ. **❀過去　❀未来**
1074 **げんだい** **現代** the present day/age 现代 hiện đại	**現代の社会は情報が重要だ。** Information is important in the present society. 信息对于现代社会来说是很重要的。 Đối với xã hội ngày nay thì thông tin rất quan trọng. **☀現代社会　☀現代的**
1075 **こうはん** **後半** latter/second half 后半 nửa sau	**試合の後半にやっと１点入った。** They finally got a point in the second half of the game. 在下半场的比赛中终于获得了一分。 Cuối cùng thì 1 bàn được ghi ở hiệp sau của trận đấu. **⇔前半**
1076 **ゴールデンウィーク** Golden Week 黄金周 tuần lễ vàng	**今年のゴールデンウィークは旅行に行く。** I'm going on a trip for this year's Golden Week. 在今年的黄金周去旅行。 Vào tuần lễ vàng năm nay tôi sẽ đi du lịch.
1077 **ころ** **頃** when, around the time 时候 khoảng , lúc (thời gian)	**小さい頃、よくテレビのアニメを見ていた。** When I was little, I often watched TV cartoons. 小时候经常看电视上播的动画片。 Lúc còn nhỏ, tôi đã xem rất nhiều phim hoạt hình trên ti vi.
1078 **こんかい** **今回** now, this time 这次 lần này	**今回の旅行は船で行くことにしました。** I decided to go on this trip by ship. 决定这次坐船去旅行。 Tôi đã quyết định chuyến du lịch lần này sẽ đi bằng tàu thủy.

1079
シーズン
season
季节
mùa

冬はスキーのシーズンだ。
Winter is the skiing season.
冬天是滑雪的季节。
Mùa đông là mùa trượt tuyết.
☀シーズン中　☀観光シーズン

1080
じき
時期
time, season
时期
thời kì

紅葉の時期に京都に行ってみたい。
I want to go to Kyoto at the time the leaves change color.
想在红叶的时期去京都。
Tôi muốn đi Kyoto vào mùa lá đỏ.
⊕〜期（例：成長期）

1081
じこく
時刻
time
时刻，时间
thời khắc

時刻は８時５５分。あと５分で試合開始です。
The time is 8:55. The game starts in five minutes.
现在是8点55分。比赛还有5分钟开始。
Bây giờ là 8 giờ 55 phút, sau 5 phút nữa thì trận đấu sẽ bắt đầu.
☀出発時刻

1082
じさ
時差
time difference
时差
múi giờ chênh lệch

日本と私の国の時差は２時間だ。
The time difference between Japan and my country is two hours.
日本和我国有两小时时差。
Thời gian chênh lệch giữa Nhật Bản và nước tôi là 2 tiếng.

1083
しゅう
週
week
周
tuần

週に３日、サークルの活動がある。
There are club activities three times a week.
每周有三次社团活动。
Câu lạc bộ hoạt động 3 ngày một tuần.

1084
しゅうまつ
週末
weekend
周末
cuối tuần

週末に友達と会う約束がある。
I have an arrangement to meet a friend at the weekend.
周末和朋友约好了碰面。
Tôi có hẹn gặp bạn vào cuối tuần.

1085
しゅうりょう
終了 する
end, close
结束
kết thúc

この番組は今月で終了するそうだ。
They say this program will end this month.
听说这个节目会在这个月完结。
Nghe nói chương trình ti vi này sẽ kết thúc trong tháng này.
⇔開始　☀終了時間

1086
しょうご
正午
noon
正午
giữa trưa

試合は正午に開始します。
The game starts at noon.
比赛将在正午开始。
Trận đấu sẽ bắt đầu vào giữa trưa.

1087
じょうじゅん
上旬
first ten days of the month
上旬
thượng tuần tháng

5月の上旬になれば、時間ができる。
I'll have the time in early May.
等到五月上旬，就有时间了。
Nếu vào đầu tháng 5 thì tôi có thời gian.
❀中旬　❀下旬

1088
しんねん
新年
new year
新年
năm mới

新年を迎えて、家族と神社に行った。
After the start of the new year, I went to the shrine with my family.
为了迎接新年，和家人一起去了神社。
Nhân dịp năm mới, tôi đã cùng gia đình đi đền.

1089
しんや
深夜
late at night
深夜
nửa đêm, đêm khuya

テストがあるので、深夜まで勉強した。
Because I will have a test, I studied till late at night.
因为要考试了，所以学习到了深夜。
Vì có bài kiểm tra nên tôi đã học đến tận khuya.
☀深夜番組

1090
スタート する
start
开始
bắt đầu

4月から新しいクラスがスタートする。
The new class starts in April.
四月会开新的课程。
Lớp học mới sẽ bắt đầu từ tháng 4.

1091
せんじつ
先日
the other day
前些天
hôm trước

先日は、大変お世話になりました。
Thank you so much for all your help the other day.
前些天，承蒙大家照顾了。
Cảm ơn anh đã giúp đỡ tôi hôm trước.

1092
ぜんはん
前半
first half
前一半
nửa trước

試合の前半は全く点を入れられなかった。
In the first half of the game no points at all were scored.
上半场比赛完全没得分。
Hiệp đầu của trận đấu hoàn toàn không có điểm nào được ghi.
⇔後半

1093
ちこく
遅刻 する
being late
迟到
muộn giờ

彼は寝坊して、よく遅刻する。
He oversleeps and is often late.
他睡懒觉，经常迟到。
Anh ấy ngủ dậy muộn nên rất hay đến muộn.
⇔早退

1094
ちゅうじゅん
中旬
middle ten days of the month
中旬
trung tuần tháng

来月の中旬までにお返事します。
I'll reply by the middle of next month.
会在下月中旬之前给您答复。
Tôi sẽ trả lời muộn nhất là vào giữa tháng sau
❀上旬　❀下旬

1095
ていきゅうび
定休日
fixed holiday
定期休息日
ngày nghỉ định kì

水曜日が、この店の定休日です。
Wednesday is this shop's fixed holiday.
礼拜三是这家店定期休息的日子。
Thứ tư là ngày nghỉ định kỳ của cửa hàng này.

1096
どうじ
同時
at the same time
同时
đồng thời

ベルの音と同時に、電車のドアが閉まった。
At the same time as the bell sounded, the train door closed.
在铃声响起的同时，电车的车门关了起来。
Cùng lúc chuông reo, cửa tàu điện đã đóng.
☀同時通訳　☀同時的

1097
とうじつ
当日
on the day
当天
ngày hôm đó

結婚式の当日の準備は、すっかり終わった。
We completely finished the preparations on the very day of the wedding.
完成了婚礼当天的准备工作。
Việc chuẩn bị cho buổi lễ kết hôn ngày hôm đó đã xong xuôi.

1098
にちじ
日時
time and date
日期和时刻
ngày giờ

会議の日時を確かめた。
I checked the date and time of the meeting.
确定了会议的日期和时刻。
Tôi đã xác nhận ngày giờ cuộc họp.

1099
ねんだい
年代
generation
年代
niên đại

考え方は年代によってさまざまだ。
The way of thinking varies depending on the generation.
人们的思考方式随着年代的不同而不同。
Cách suy nghĩ thì tùy từng thời đại mà khác nhau.

1100
はんとし
半年
half a year
半年
nửa năm

日本に来て、半年が過ぎた。
Half a year has passed since I came to Japan.
来日本已经超过半年了。
Tôi đến Nhật Bản đã được nửa năm.
㊉半～（例：半袖）

1101
はんにち
半日
half a day
半天
nửa ngày

あしたの工場見学は半日の予定だ。
Tomorrow's tour of the plant is scheduled to be half a day.
明天的工厂参观计划为半天。
Chuyến thăm công trường ngày mai dự kiến mất khoảng nửa ngày.

1102
ひづけ
日付
date
日期
ngày tháng

午前0時を過ぎたら、日付が変わる。
The date changes once it passes midnight.
到了午夜0点的话，日期就会改变。
Đến 0 giờ sáng thì sẽ sang ngày mới.

1103
ひにち
日にち
date
日期
ngày giờ

旅行へ行く日にちを決めた。
I decided the dates of the trip.
决定了去旅游的日期。
Tôi đã quyết định ngày đi du lịch.

1104
へいじつ
平日
weekday
平日
ngày thường

平日は朝7時に家を出る。
I leave the house at seven in the morning on weekdays.
平日早晨7点出门。
Ngày thường thì tôi ra khỏi nhà lúc 7 giờ sáng.
⇔休日

1105
ほんじつ
本日
today
今天
ngày hôm nay

雨のために、本日の遠足は延期にします。
Because of rain, today's excursion has been postponed.
因为下雨，今天的郊游延期了。
Do trời mưa nên chuyến dã ngoại ngày hôm nay sẽ bị hoãn.

1106
みらい
未来
future
未来
tương lai

１００年後の未来を想像してみよう。
Imagine 100 years in the future.
试着想象一下100年后的未来吧。
Chúng ta hãy thử tưởng tượng đến tương lai 100 năm sau.
過去　現在

1107
よなか
夜中
middle of the night
半夜
nửa đêm

コンビニは夜中も営業している。
The convenience store is open even in the middle of the night.
便利店在半夜也营业。
Cửa hàng tiện lợi mở cửa đến tận nửa đêm.

1108
りんじ
臨時
special, extra
临时
lâm thời, tạm thời

ゴールデンウィークには臨時の電車が出る。
There are special trains for Golden Week.
黄金周期间会增加临时电车。
Vào tuần lễ vàng thì có những chuyến tàu tăng cường tạm thời.
臨時ニュース

1109
れんきゅう
連休
consecutive holidays
连休
đợt nghỉ, kì nghỉ dài

今度の連休に温泉に行くつもりだ。
I intend to go to a hot spring for the next consecutive holidays.
打算在下次连休期间去泡温泉。
Tôi định đi suối nước nóng vào kỳ nghỉ dài lần này.
連休中　大型連休

読んでみよう5

台風のニュース

ここで、台風のニュースをお伝えします。

今回の台風は速度が遅い台風です。ゆっくり東に進んでいて、この地方を通過するのは、**深夜**から**正午**の間でしょう。先月の**下旬**に**梅雨**に入ってから、雨が続いて、川の水も増えています。**大雨**の影響で**洪水**になる危険もありますので、低い土地に住んでいる方は、十分にご注意ください。夜中の**避難**は危険な場合もあります。天気予報に注意して、**注意報**が出た場合には、決められている場所にすぐに**避難**してください。

Typhoon News

Now, we shall give the typhoon news.

This current typhoon is a slow moving one. It is slowly advancing to the east, and will pass over this district from between the middle of the night and noon. Since we entered the rainy season in the last ten days of last month, the rain has continued, and river water is rising. Owing to the heavy rain, there is a danger of flooding, so people living in low lying areas please be very careful. Evacuation in the middle of the night might also be dangerous. Please pay attention to weather reports, and if a warning is issued, please evacuate to the predetermined locations immediately.

Tin bão

Bây giờ, chúng tôi xin thông báo tin tức về cơn bão.

Cơn bão lần này có tốc độ di chuyển chậm. Bão di chuyển chậm về phía đông, có lẽ trong khoảng đêm nay trưa mai bão sẽ đi qua vùng này. Cuối tháng trước bước vào mùa mưa, trời đã mưa liên tiếp nên nước sông dâng cao. Do ảnh hưởng của mưa lớn có nguy cơ bị lũ nên mong nhân dân sống ở nơi thấp hãy hết sức chú ý. Việc di chuyển tránh nạn ban đêm cũng rất nguy hiểm. Trường hợp xem dự báo thời tiết có cảnh báo thì đề nghị nhân dân ngay lập tức di chuyển đến nơi quy định.

台风报道

现在，播报台风新闻。

此次的台风是速度缓慢的台风，正慢慢地向东移动，预计在深夜至中午的时间经过此地。上个月下旬进入梅雨季节之后，随着降雨的持续，河水也在不断上涨。因为受到大雨的影响，可能会引发洪水，所以住在低处的人们请注意。深夜避难也有危险。请关注天气预报，如果有警报发出，请马上前往指定地点避难。

リンゴジュースのご注文をどうぞ

人気のトマトジュースは**売り切れ**となってしまいましたが、おいしいリンゴジュースをご用意しました。１箱（２０缶）は、**定価**３０００円（**送料**・**税金**は別です）となります。

１０月末までにご予約くださったお客様には、ジュース代を**割引**させていただきます。

また、３箱以上をまとめてご注文いただいた場合は、お**支払い**は１２月の**ボーナス**の時期でも結構です。品物と一緒に**請求書**をお送りしますので、コンビニや**ＡＴＭ**からお支払いください。

Apple Juice Order

Although our popular tomato juice has sold out, we have now prepared this delicious apple juice. One box (20 cans) has a fixed price of 3,000 yen (shipping and taxes not included).

Customers who place an order by the end of October will receive a discount on the price of the juice.

Furthermore, when ordering more than three boxes together, it is fine to pay at December bonus time. We will send an invoice with the goods. Please pay at a convenience store or ATM.

欢迎订购苹果汁

广受欢迎的西红柿汁已售罄，但是我们为您准备了好喝的苹果汁。一箱（20 罐）定价 3000 日元（不含运费、税）。

十月底之前订购的客人，将享受果汁的折扣价格。

订购三箱以上的话，在 12 月发奖金的时候支付也可以。我们会把物品和账单一起寄给您，请您在便利店或者 ATM 上支付。

Xin mời đặt hàng nước táo

Nước ép cà chua được nhiều người thích đã bán hết nhưng chúng tôi đã chuẩn bị nước táo ép rất ngon. Một thùng (20 lon) có giá là 3.000 yên (chưa bao gồm tiền vận chuyển và tiền thuế).

Chúng tôi sẽ giảm giá nước ép trái cây cho những vị khách đặt hàng cho tới cuối tháng 10.

Hơn nữa nếu quý khách đặt 3 thùng trở lên thì thanh toán tiền vào thời gian nhận tiền thưởng của tháng 12 cũng được. Chúng tôi xin gửi giấy đề nghị thanh toán cùng với hàng, nên quý khách hãy thanh toán ở cửa hàng tiện lợi hoặc qua ATM.

名詞 生活

Nouns - Life
名词 - 生活
Danh từ - Cuộc sống sinh hoạt

1110
きがえ
着替え する
change of clothes
替换(的) 衣物
thay quần áo

入院中の父に着替えを届けた。
I took a change of clothes to my hospitalized father.
给住院的父亲送了替换的衣物。
Tôi đã mang quần áo để thay đến cho bố đang nằm viện.
☀着替える

1111
けしょう
化粧 する
make-up
化妆
trang điểm

姉は、丁寧に化粧をしてデートに出掛けた。
My older sister carefully applied make-up and went out on a date.
姐姐精心地化好妆，出门约会了。
Chị tôi trang điểm đẹp rồi đi chơi với bạn.
☀化粧品

1112
こうすい
香水
perfume
香水
nước hoa

この香水は花の香りがする。
This perfume smells like flowers.
这款香水有花的香味。
Loại nước hoa này có mùi hương của hoa.

1113
サイズ
size
尺码
kích cỡ

色は好きだけど、サイズが合わない。
I like the color, but its not my size.
这件衣服的颜色我很喜欢，但是尺码不合适。
Màu sắc thì tôi thích nhưng kích cỡ lại không vừa.
☀S・M・Lサイズ

1114	1115	1116	1117
エプロン apron 围裙 tạp dề	**コート** coat 外套 áo khoác dài	**サンダル** sandal 凉鞋 dép sandal	**ジーンズ/ジーパン** jeans 牛仔裤 quần bò
1118	1119	1120	1121
ジャケット jacket 夹克衫 áo khoác	**ジャンパー** jumper 夹克衫 áo gió	**ストッキング** stocking 长袜 tất dài	**スニーカー** sneaker 运动鞋 giầy thể thao
1122	1123	1124	1125
スラックス slacks 宽松长裤 quần ống rộng	**ソックス** sock 短袜 tất	**ドレス** dress 裙子 váy	**パジャマ** pajamas 睡衣 quần áo ngủ

1126
したぎ
下着
underwear
内衣
quần lót

旅行かばんに洋服や下着を詰めた。
I filled my travel bag with clothes and underwear.
在旅行包里塞了衣服和内衣。
Tôi đã cho quần áo và đồ lót vào trong ba lô du lịch.

1127
せいふく
制服
uniform
制服
đồng phục

会社に着いたら、すぐ制服に着替える。
When I arrive at work, I immediately change into my uniform.
到了公司就马上换上制服。
Sau khi đến công ty, tôi thay đồng phục ngay.

1128
ダイヤ
(ダイヤモンド)
diamond
钻石
kim cương

ダイヤは非常に硬い宝石だ。
A diamond is a very hard gem.
钻石是一种十分坚硬的宝石。
Kim cương là một loại đá quý rất cứng.

1129
ファッション
fashion
时尚
thời trang

私はファッションに興味がある。
I am interested in fashion.
我对时尚很感兴趣。
Tôi có đam mê với thời trang.
☀ファッション雑誌

1130
パンツ
underpants
内裤
quần lót

1131
ブーツ
boot
靴子
bốt (giầy cao cổ)

1132
ブラウス
blouse
女式衬衫
áo sơ mi nữ cách điệu

1133
みずぎ
水着
swimwear
泳衣
quần áo tắm

1134
レインコート
raincoat
雨衣
áo mưa

1135
ワンピース
one piece, dress
连衣裙
váy liền

1136
くちべに
口紅
lipstick
口红
son môi

1137
サングラス
sunglasses
太阳镜
kính râm

1138
スカーフ
scarf
围巾
khăn quàng mỏng

1139
ネックレス
necklace
项链
dây chuyền

1140
バッグ
bag
包
túi, cặp sách

1141
ブローチ
brooch
胸针
cái cài áo

1142
ふくそう
服装
clothing, clothes
服装
trang phục

面接のときの服装は、スーツがいいですか。
Would a suit be good for interview clothes?
面试的时候，是不是要穿西装？
Trang phục đi phỏng vấn là com-lê thì có được không?

1143
ほうせき
宝石
jewel
宝石
đá quý

指輪(ゆびわ)に大(おお)きい宝石(ほうせき)が付(つ)いている。
That ring has a big jewel.
戒指上镶着很大的宝石。
Trên nhẫn có viên đá quý to.
✱宝石店(ほうせきてん)

1144
メーク（メークアップ） する
make-up
化妆
trang điểm

姉(あね)は毎朝(まいあさ)、１時間(いちじかん)かけてメークする。
My sister takes an hour every morning to do her make-up.
姐姐每天早上花一个小时化妆。
Chị tôi mỗi buổi sáng đều dành một giờ để trang điểm.

1145
リボン
ribbon
飘带
nơ

帽子(ぼうし)に付(つ)いた大(おお)きなリボンがかわいい。
The big ribbon on that hat is really pretty.
帽子上的蝴蝶结很可爱。
Chiếc nơ to gắn trên mũ rất đáng yêu.

1146
ベルト
belt
皮带
thắt lưng

1147
マフラー
muffler
围巾
khăn quàng

1148
えり
襟
collar
衣领
cổ áo

1149
そで
袖
sleeve
袖子
tay áo

1150
ファスナー
fastener
拉链
khóa kéo

1151
ウール
wool
羊毛
len

1152
けいと
毛糸
woolen yarn, knitting wool
毛线
len

1153
コットン
cotton
棉花
bông

1154
シルク
silk
丝绸
lụa

1155
ウエスト
waist
腰
vòng eo

1156
バスト
bust
胸围
vòng ngực

1157
ヒップ
hip
臀部
vòng mông

1158
かぐ
家具
furniture
家具
đồ gia dụng

結婚(けっこん)するので、新(あたら)しい家具(かぐ)を買(か)った。
Because I will get married, I bought new furniture.
因为要结婚，所以买了新的家具。
Sắp kết hôn nên tôi đã mua đồ gia dụng mới.
✱家具売り場(かぐうりば)　✱家具店(かぐてん)

1159
ガレージ
garage
车库
gara

彼(かれ)の家(いえ)のガレージには何台(なんだい)も車(くるま)がある。
There are several cars in the garage at his house.
他家的车库里有好几辆车。
Gara nhà anh ấy có đến mấy chiếc xe ô tô.

1160 じゅうたく **住宅** house 住宅 nhà ở	**最近、この辺りは住宅がどんどん建っている。** Recently, houses are rapidly being built around here. 最近，这附近建了很多住宅。 Gần đây, vùng này ngày càng mọc lên nhiều nhà. **☀住宅事情**
1161 **チャイム** chime 门铃 chuông	**玄関のチャイムが鳴ったので、ドアを開けた。** Because the chime in the entranceway sounded, I opened the door. 因为玄关的门铃响了，所以去开了门。 Vì chuông ở ngoài cửa kêu nên tôi đã mở cửa.
1162 てんじょう **天井** ceiling 天花板 trần nhà	**この家は天井が高い。** This house's ceilings are high. 这个房子的天花板很高。 Trần của ngôi nhà này cao. **⇔床**
1163 とだな **戸棚** cupboard 橱柜 tủ có cánh	**戸棚におやつが入れてあるわよ。** The snacks are kept in the cupboard. 柜子里有零食哟。 Trong tủ có để đồ ăn nhẹ đấy.
1164 はしら **柱** pillar, column 柱子 cột	**このお寺の柱は直径が1メートルもある。** The pillars of this temple are as thick as a meter in diameter. 这座寺庙的柱子直径有一米。 Cột của ngôi chùa này có đường kính đến 1m.
1165 **バス** bath 浴室 bồn tắm	**バスとトイレが別になったアパートがいい。** An apartment with a separate bath and toilet would be good. 浴室和厕所分开的公寓比较好。 Căn hộ mà có bồn tắm và nhà vệ sinh riêng thì tốt. **✤(お)風呂**
1166 やね **屋根** roof 屋顶 mái nhà	**屋根の上に雪が積もっている。** Snow is piled up on the roof. 屋顶上有积雪。 Tuyết đọng trên mái nhà.
1167 ゆか **床** floor 地板 sàn nhà	**木の床は暖かい感じがする。** A wooden floor feels warm. 木地板给人一种温暖的感觉。 Sàn gỗ thì cảm thấy ấm áp. **⇔天井**

1168	
ようしつ **洋室** Western-style room 西式房间 phòng kiểu âu	**ベッドは奥(おく)の洋室(ようしつ)に置(お)いてください。** Please put the bed in the Western-style room at the back. 请把这张床放到里面的西式房间里。 Giường thì hãy đặt ở phòng kiểu Âu trong cùng. **⇔和室(わしつ)**

1169	
リビング **(リビングルーム)** living room 客厅 phòng khách	**リビングが広(ひろ)いマンションに住(す)みたい。** I want to live in a apartment with a big living room. 想住客厅很大的公寓。 Tôi muốn ở căn hộ có phòng khách rộng. **☀~ルーム(例(れい)：バスルーム)**

1170	
りょう **寮** dormitory 宿舍 ký túc xá	**去年(きょねん)まで会社(かいしゃ)の寮(りょう)に住(す)んでいた。** I lived in the company dormitory until last year. 到去年为止都住在宿舍里。 Tôi đã ở ký túc xá của công ty đến năm ngoái. **☀社員寮(しゃいんりょう)　☀寮生(りょうせい)**

1171	
わしつ **和室** Japanese-style room 日式房间 phòng kiểu nhật	**初(はじ)めて旅館(りょかん)の和室(わしつ)に泊(と)まった。** It's the first time I stayed in a Japanese-style room at an inn. 第一次住了旅馆的日式房间。 Lần đầu tiên tôi nghỉ lại ở phòng kiểu Nhật của nhà nghỉ. **⇔洋室(ようしつ)**

1172	1173	1174	1175
おてあらい **お手洗い** restroom, lavatory 盥洗室 phòng vệ sinh	**カーペット** carpet 地毯 thảm	**キッチン** kitchen 厨房 phòng bếp	**シャッター** shutter 百叶窗 cửa cuốn

1176	1177	1178	1179
しんしつ **寝室** bedroom 卧室 phòng ngủ	せんめんじょ **洗面所** washroom, lavatory 盥洗室 bồn rửa mặt	**ソファー** sofa 沙发 ghế sa lông	**たんす** chest of drawers 衣柜 tủ

1180	1181	1182	1183
ながし **流し** sink 水池 bồn rửa, chậu rửa	**ベランダ** veranda 阳台 ban công	べんじょ **便所** toilet, lavatory 厕所 bệ xí, bồn cầu	ものおき **物置** shed, storage room 库房 chỗ để đồ

1184	
インスタントしょくひん **インスタント食品** instant/convenience food 速食食品 thực phẩm ăn liền	**私(わたし)は便利(べんり)なインスタント食品(しょくひん)をよく使(つか)う。** I use handy convenience foods a lot. 我经常用到方便的速食食品。 Tôi hay sử dụng đồ ăn liền rất tiện.

1185
えいよう
栄養
nutrition
营养
dinh dưỡng

栄養がある食事を取って、健康な体を作る。
I have nutritional meals so as to make a healthy body.
吃富含营养的食物，来强健身体。
Ăn đủ chất dinh dưỡng để có được cơ thể khỏe mạnh.
栄養状態

1186
おかず
food served in an addition to rice
菜肴
thức ăn

晩ご飯のおかずは天ぷらだった。
Dinner was tempura.
今天晚上的菜是天妇罗。
Thức ăn bữa tối là món tempura.

1187
おかわり
お代わり する
another helping
再来一份，添饭
thêm thức ăn

ご飯がおいしかったので、お代わりをした。
Because the rice was delicious, I had another helping.
因为今天的晚饭太好吃了，所以添了饭。
Vì cơm ngon nên tôi đã ăn thêm.

1188	1189	1190	1191
アイスクリーム ice cream 冰激凌 kem	**ウイスキー** whisky 威士忌 rượu whisky	**うどん** udon, Japanese wheat noodles 乌冬面 mỳ udon	**オレンジ** orange 橘子 quả cam

1192	1193	1194	1195
ガム chewing gum 口香糖 kẹo cao su	**かんづめ** **缶詰** canned/tinned food 罐头食品 đồ hộp	**こむぎこ** **小麦粉** flour 小麦粉 bột mỳ	**さしみ** sashimi, sliced raw fish 生鱼片 gỏi cá

1196	1197	1198	1199
スープ soup 汤 súp	**ソーセージ** sausage 香肠 xúc xích	**そば** soba, buckwheat noodles 荞麦面 mỳ soba	**チーズ** cheese 芝士 pho mát

1200
おやつ
snack between meals
零食
ăn vặt, đồ ăn nhẹ

3時だから、少し休んでおやつでも食べない？
As it's three, why don't we have a rest and maybe have a snack?
3点了，休息一会儿、吃点小零食怎么样？
3 giờ rồi nên chúng ta nghỉ và ăn nhẹ một chút.

1201
がいしょく
外食 する
eating out
在外就餐
ăn ngoài, ăn tiệm

月に1回、家族で外食するのが楽しみだ。
I enjoy eating out with the whole family once a month.
很期待每月一次和家人在外聚餐。
Tôi rất vui mỗi tháng đi ăn ngoài với gia đình một lần.
外食産業

1202
クリーム
cream
奶油
kem

クリームがたくさん付(つ)いたケーキが好(す)きだ。
I like cake with a lot of cream.
我喜欢有很多奶油的蛋糕。
Tôi thích bánh ga tô có nhiều kem.
✳クリーム状(じょう)

1203
こおり
氷
ice
冰
đá, băng

水(みず)に氷(こおり)を入(い)れて飲(の)む。
I drink water with ice.
水里加冰块喝。
Tôi cho đá vào nước rồi uống.

1204
とりにく
とり肉
chicken
鸡肉
thịt gà

1205
どんぶり
丼
bowl
大碗
bát to

1206
パスタ
pasta
意大利面
mỳ Ý

1207
びんづめ
瓶詰
bottled/in a jar (food)
瓶装
đóng chai

1208
フルーツ
fruit
水果
hoa quả

1209
ポーク
pork
猪肉
thịt lợn

1210
まめ
豆
bean, pea
豆子
đậu, đỗ

1211
もち
餅
mochi, sticky rice cake
饼
bánh dày

1212
ライス
rice
米饭
cơm

1213
ワイン
wine
红酒
rượu vang

1214
ごちそう
feast, dinner
美味佳肴
thiết đãi, bữa ăn thịnh soạn, tiệc

お正月(しょうがつ)は、ごちそうをたくさん用意(ようい)する。
For New Year, we prepare a lot of good food.
在新年的时候，会准备许多招待客人的食物。
Vào năm mới, tôi chuẩn bị rất nhiều bữa ăn thịnh soạn.

1215
しょくひん
食品
food, foodstuff
食品
đồ ăn, thực phẩm

このスーパーは新鮮(しんせん)な食品(しょくひん)が多(おお)い。
There is a lot of fresh food in this supermarket.
这家超市有许多新鲜的食品。
Trong siêu thị này có nhiều thực phẩm tươi.

1216
しょくりょう
食料
provisions, foodstuff
食物
thực phẩm

３日分(みっかぶん)の食料(しょくりょう)を持(も)ってキャンプに行(い)った。
I went camping with three days of provisions.
带着三天的食物去露营了。
Tôi đã mang theo thức ăn cho 3 ngày và đi cắm trại.
✳食料品(しょくりょうひん)　✳食料品店(しょくりょうひんてん)

1217
しょっき
食器
tableware
餐具
bát đĩa

テーブルの上に食器を並べた。
I laid out the tableware on the table.
在餐桌上摆了餐具。
Tôi đã xếp bát đĩa ở trên bàn.

1218
ゼリー
jelly
果冻
thạch

今日のデザートはオレンジのゼリーだ。
Today's dessert is orange jelly.
今天的甜点是橘子味的果冻。
Món tráng miệng của ngày hôm nay là thạch cam.
✳ゼリー状　✳〜ゼリー（例：コーヒーゼリー）

1219
ちょうみりょう
調味料
condiment, seasoning
调味料
gia vị

日本の代表的な調味料は、しょうゆだ。
A typical Japanese seasoning is soy sauce.
日本具有代表性的调味料是酱油。
Gia vị đặc trưng của Nhật Bản là xì dầu (Shoyu).
✳化学調味料

1220
ていしょく
定食
set meal
套餐
cơm suất

昼食は魚の定食を食べた。
For lunch I ate the fish set meal.
中午吃了鱼肉套餐。
Bữa trưa, tôi đã ăn suất cơm cá.

1221
メニュー
menu
菜单
thực đơn

メニューを見て、料理を注文した。
I looked at the menu and ordered a dish.
看了菜单之后，点了菜。
Tôi xem thực đơn và gọi đồ ăn.
✳人気メニュー

1222
れいとう
冷凍 する
freezing, refrigeration
冷冻
đông lạnh

肉や魚をたくさん買って、冷凍した。
I bought a lot of meat and fish, so I froze it.
买了许多肉和鱼，并把它们冷冻了起来。
Tôi mua rất nhiều thịt, cá và để đông lạnh.
✳冷凍食品　✳冷凍保存

1223	1224	1225	1226
あぶら **油** oil 油 dầu, mỡ	**こしょう** pepper 胡椒粉 hạt tiêu	**す** **酢** vinegar 醋 dấm	**ソース** sauce 酱汁 nước sốt

1227	1228	1229	1230
みそ miso, fermented bean paste 味噌 tương	**ちょうしょく** **朝食** breakfast 早餐 bữa sáng	**ちゅうしょく** **昼食** lunch 午餐 bữa trưa	**ゆうしょく** **夕食** evening meal 晚餐 bữa tối

1231

デザート
dessert
甜点
tráng miệng

1232

ランチ
lunch
午餐
bữa trưa

1233

アラーム
alarm (clock)
闹钟
đồng hồ báo thức

私はアラームに小鳥の声を使っている。
I use the call of a small bird as my alarm.
我把闹钟设成了鸟鸣。
Tôi dùng tiếng con chim nhỏ để làm chuông báo thức.

1234

いと
糸
thread
线
sợi chỉ

糸と針を貸してください。
Please lend me some thread and a needle.
请借我线和针。
Cho tôi mượn kim chỉ.

1235

えのぐ
絵の具
colors, paints
颜料
màu vẽ

鉛筆で描いた絵に絵の具で色を塗った。
With my paints, I colored in the pencil drawing I had done.
用颜料在铅笔画的画上涂色。
Tôi dùng màu vẽ để tô bức tranh đã vẽ bằng bút chì.

1236

おんどけい
温度計
thermometer
温度计
nhiệt kế, nhiệt độ kế

暑くて温度計を見たら、３５度もあった。
It was very hot, and when I checked the thermometer, it was as much as 35 degrees.
因为天气很热，所以看了一下温度计，发现有35摄氏度。
Trời nóng, xem nhiệt độ kế thấy 35 độ.
⊕～計（例：体重計）

1237

かがみ
鏡
mirror
镜子
gương

出掛けるまえに、必ず鏡を見る。
I always look in the mirror before going out.
在出门以前一定会照一下镜子。
Trước khi ra ngoài tôi luôn soi gương.

1238

カバー
cover
罩子
vỏ bọc, vải che

車を使わないときは、カバーを掛けている。
When I am not using the car I put a cover over it.
不用车子的时候，会用罩子罩上。
Khi không sử dụng ô tô thì tôi phủ bạt.
☀ふとんカバー　☀枕カバー

1239

かん
缶
can
罐子
lon

売店で缶のコーヒーを買った。
I bought a can of coffee at the kiosk.
在小卖部买了罐装咖啡。
Tôi đã mua cà phê lon ngoài quầy bán.
☀空き缶　☀缶～（例：缶ビール）

1240
けいこうとう
蛍光灯
fluorescent light
日光灯
bóng đèn tuýp

蛍光灯を新しくしたら、部屋が明るくなった。
The room became brighter once I got new fluorescent lights.
换了新的日光灯后，房间变得明亮了起来。
Khi thay bóng đèn mới thì phòng đã trở nên sáng hơn.

1241
ケース
case
盒子
hộp

指輪をきれいなケースに入れてもらった。
They put the ring in a nice-looking case.
请店员把戒指装进漂亮的盒子里。
Tôi đã nhờ cho chiếc nhẫn vào chiếc hộp đẹp.
☀～ケース(例：書類ケース、ビニールケース)

1242
スプレー (する)
spray
喷雾
bình xịt

缶をよく振ってから、スプレーしてください。
After shaking the can well, please spray.
请用力摇晃罐子后再喷。
Hãy lắc kỹ bình rồi xịt.
☀スプレー缶

1243
せんざい
洗剤
detergent
洗涤剂
dung dịch tẩy rửa, bột giặt

この洗剤は汚れがよく落ちる。
This detergent really removes the dirt.
这款洗涤剂的去渍效果很强。
Bột giặt này tẩy sạch các vết bẩn.
☀液体洗剤

1244
ぞうきん
雑巾
duster, floor cloth
抹布
giẻ lau

床がぬれていたので、雑巾で拭いた。
Because the floor was wet, I wiped it with a cloth.
因为地板湿了，所以用抹布擦了擦。
Sàn nhà bị ướt nên tôi đã dùng giẻ để lau.

1245	1246	1247	1248
(お)ぼん **(お)盆** tray 盆 cái mâm, cái khay	**グラス** glass 玻璃杯 ly, cốc thủy tinh	**こんろ** cooking stove 小炉子 bếp	**さじ** spoon 勺子 thìa

1249	1250	1251	1252
すいはんき **炊飯器** rice cooker 电饭煲 nồi cơm điện	**ストロー** straw 吸管 ống hút	**ナプキン** napkin 餐巾 khăn ăn, băng vệ sinh	**なべ** **鍋** pan, pot 锅 nồi, xoong

1253	1254	1255	1256
フライパン frying pan 平底锅 chảo	**ほうちょう** **包丁** kitchen knife 菜刀 dao	**ポット** pot 壶 bình nước nóng	**まないた** chopping board 砧板 cái thớt

1257
やかん
kettle
烧水壶
ấm đun nước

1258
レンジ
cooking range
微波炉
lò vi sóng

1259
そうじようぐ
掃除用具
cleaning implements
清扫工具
dụng cụ dọn vệ sinh

部屋の隅に掃除用具を片付けた。
I put away the cleaning implements in a corner of the room.
把清扫工具整理到了房间的角落里。
Tôi đã cất dụng cụ dọn vệ sinh vào góc phòng.

1260
タイマー
timer
定时开关
đồng hồ bấm giờ, chế độ hẹn giờ

タイマーを使って番組を録画した。
I used the timer to record a program.
用定时开关录下了节目。
Tôi đã sử dụng chế độ hẹn giờ để ghi lại chương trình tivi.

1261
だんボール
段ボール
cardboard box
瓦楞纸
thùng cát tông

段ボールの箱に引っ越しの荷物を詰めた。
I filled the cardboard boxes with things for the move.
用瓦楞纸箱装了搬家的行李。
Tôi đã đóng hành lý chuyển nhà vào thùng cát tông.
☀段ボール箱

1262
チェーン
chain
链子
dây xích

安全のために、ドアのチェーンを掛けること。
For security, be sure to put the chain on the door.
为了保障安全，请务必把房门的防盗链挂上。
Để an toàn, phải cuốn dây xích vào cửa.

1263
てちょう
手帳
notebook
记事本
sổ tay

予定を忘れないように、手帳に書いている。
I always make a note in my notebook so as not to forget arrangements.
为了不忘记计划，而把它写在了记事本上。
Tôi viết vào sổ tay để không quên dự định.
⊕～帳（例：メモ帳）

1264
でんしレンジ
電子レンジ
microwave oven
微波炉
lò vi sóng

弁当を電子レンジで温めた。
I warmed the boxed lunch in the microwave.
用微波炉加热了便当。
Tôi đã hâm nóng cơm hộp bằng lò vi sóng.

1265
ぬの
布
cloth
布
vải

テーブルに白い布を掛けた。
I covered the table with a white tablecloth.
在桌子上铺上了白色的桌布。
Tôi đã trải miếng vải trắng lên bàn.
☀布製

1266
はみがき
歯磨き
brushing of teeth
刷牙
đánh răng

食事のあとは、必ず歯磨きをしている。
I make sure to brush my teeth after eating.
吃完饭以后，一定会刷牙。
Sau bữa ăn, nhất định tôi phải đánh răng.

1267
はり
針
needle
针
kim

糸が針になかなか通らない。
I can't easily thread this needle.
线穿不过针眼。
Mãi không luồn chỉ vào kim được.
☀注射針

1268
はんこ
判こ
stamp, seal
印章
con dấu

書類に判こを押した。
I stamped the documents with my seal.
在文件上敲了章。
Tôi đã đóng dấu vào hồ sơ.

1269
びん
瓶
bottle
瓶子
chai, lọ, bình

瓶と缶は分けて捨ててください。
Please separate the bottles and cans and then dispose of them.
玻璃瓶和罐子请分开扔。
Hãy phân riêng chai và lon rồi vứt.
☀空き瓶　☀ビール瓶

1270
ファイル する
file
（装进）文件夹
file tài liệu, tệp tài liệu

書類をファイルに入れて整理している。
I'm arranging the documents in files.
把文件理到文件夹里。
Tôi đã cho giấy tờ vào tệp tài liệu và đang sắp xếp lại.

1271
アイロン
iron
熨斗
bàn là

1272
イヤホン
earphone
耳机
tai nghe

1273
エアコン
air conditioner
空调
điều hòa

1274
コード
cord
电源线
mã số, mã cốt, dây điện

1275
コンセント
outlet, power point
插座
ổ cắm

1276
スイッチ
switch
开关
công tắc

1277
スタンド
stand
台灯
chân dựng, chân đỡ

1278
スピーカー
speaker
扩音器
loa

1279
せんぷうき
扇風機
electric fan
风扇
quạt điện

1280
デジカメ
（デジタルカメラ）
digital camera
数码相机
máy ảnh kỹ thuật số

1281
でんきゅう
電球
light bulb
电灯泡
bóng đèn

1282
プラグ
plug
插头
phích cắm điện

1283	1284	1285	1286
ヘッドホン	**マイク（マイクロホン）**	**ライト**	**リモコン**
headphones	microphone	light	remote control
头戴式耳机	话筒	灯	遥控器
tai nghe (loại chụp)	mi cờ rô	đèn	điều khiển

1287

ふうせん
風船
balloon
气球
bóng bay

風船が空に飛んで行った。
A balloon flew away into the sky.
气球飞到了空中。
Quả bóng bay đã bay lên trời.

1288

ふくろ
袋
bag
袋子
túi

ごみは、この袋にまとめて入れてください。
Please put the garbage together in this bag.
请把垃圾归到这个袋子里。
Hãy gom rác và cho vào túi này.
☀～袋（例：買物袋、紙袋）

1289

ふで
筆
brush
毛笔
bút lông

年賀状だけは筆で宛名を書いている。
It's only on New Year cards that I write the recipients' names with a brush.
只在新年贺卡上用毛笔写下收件人姓名。
Riêng thiệp chúc mừng năm mới thì viết tên người nhận bằng bút lông.

1290

ぶひん
部品
part
零件
linh kiện

この工場は車の部品を作っている。
They make car parts at this factory.
这家工厂生产车子的零件。
Nhà máy này sản xuất phụ tùng ô tô.
☀～部品（例：機械部品）

1291

ブラシ
brush
刷子
bàn chải

ブラシで服に付いているごみを取った。
I brushed away the dirt on the clothes.
用刷子弄掉了粘在衣服上的灰尘。
Tôi đã dùng bàn chải để lấy bụi bẩn bám trên quần áo.
☀歯ブラシ　☀洋服ブラシ

1292

ぶんぼうぐ
文房具
stationery, writing materials
文具
văn phòng phẩm

定規は文房具の売り場にございます。
There are rulers in the stationery sales area.
尺子在文具卖场出售。
Thước kẻ được bán ở quầy bán văn phòng phẩm ạ.
☀文房具店

1293

ペンキ
paint
油漆
sơn

ペンキで家の壁を白く塗った。
I painted the walls of the house white with paint.
用油漆把家里的墙刷白了。
Tôi đã sơn trắng tường nhà.
☀ペンキ塗り

1294
マウス
mouse
鼠标
chuột

商品を選んで、マウスをクリックした。
I selected the product and clicked the mouse.
选定商品后，点了一下鼠标。
Tôi đã chọn hàng hóa và nhấn chuột.

1295
めいし
名刺
business card
名片
danh thiếp

担当者の名刺をもらった。
I received the business card of the person in charge.
拿到了负责人的名片。
Tôi đã nhận danh thiếp của người phụ trách.
☀名刺入れ　☀名刺交換

1296
メーター
meter
测量仪表
công tơ mét, đồng hồ đo

車のメーターを見れば、速度が分かる。
If you look at the car meter, you'll know the speed.
看一下车子的仪表盘，就能知道当前时速。
Nhìn công tơ mét của ô tô có thể biết được vận tốc xe chạy.
☀スピードメーター　☀電気メーター

1297
アルバム
album
相册
album

1298
シーツ
sheet
床单
ga trải giường

1299
せんす
扇子
Japanese/folding fan
扇子
quạt giấy

1300
タオル
towel
毛巾
khăn mặt

1301
ティッシュ（ティッシュペーパー）
tissue
纸巾
giấy ăn

1302
でんち
電池
battery
电池
pin

1303
バケツ
bucket
铁桶，水桶
thùng, xô

1304
ハンガー
hanger
衣架
mắc quần áo

1305
ひも
string, cord, rope
细绳
dây

1306
ピン
pin
别针，发卡
ghim, kim băng

1307
ふた
lid, cap
盖子
cái nắp, vung

1308
ホース
hose
软管
vòi, ống

1309
ポンプ
pump
泵
cái bơm

1310
まくら
枕
pillow
枕头
cái gối

1311
めざまし
目覚まし
alarm clock
闹钟
báo thức, đồng hồ báo thức

1312
もうふ
毛布
blanket
毯子
chăn mềm

1313
ライター
cigarette lighter
打火机
bật lửa

1314
ランプ
lamp
电灯
cái đèn

1315
リュック（リュックサック）
rucksack
登山背包
ba lô

1316

レバー
lever
操纵杆
cần gạt

このレバーを下(さ)げると、機械(きかい)が止(と)まります。
When you lower this lever, the machine stops.
把这个操纵杆往下拉，机器就会停止运转。
Nếu gạt cái cần này xuống thì máy sẽ dừng lại.

1317

レンズ
lens
透镜，镜片
mắt kính, ống kính

カメラのレンズを換(か)えて、写真(しゃしん)を撮(と)った。
I changed the camera lens and took a photo.
换了相机的镜头，并拍了照片。
Tôi đã thay ống kính máy ảnh và chụp ảnh.

1318

ロープ
rope
绳子
dây thừng

ロープを木(き)に結(むす)んで、ぬれた服(ふく)を干(ほ)した。
I tied a rope to trees and dried wet clothes.
把绳子系在树上，晾干了湿衣服。
Tôi đã buộc dây thừng lên cây rồi phơi quần áo ướt.

1319

ロボット
robot
机器人
người máy

工場(こうじょう)や病院(びょういん)でロボットが働(はたら)いている。
Robots work in factories and hospitals.
机器人在工厂和医院工作。
Người máy đang làm việc ở các nhà máy, bệnh viện....
☀**工業用(こうぎょうよう)ロボット**　☀**掃除(そうじ)ロボット**

1320

インク
ink
墨水
mực

1321

じょうぎ
定規
ruler
尺
thước kẻ

1322

でんたく
電卓
calculator
台式电子计算机
máy tính bỏ túi

1323

のり
glue
胶水
hồ dán

1324

はさみ
scissors
剪刀
cái kéo

1325

びんせん
便せん
writing paper
便签
giấy viết thư

1326

わゴム
輪ゴム
elastic/rubber band
皮筋儿
dây chun

読んでみよう6

譲ります・譲ってください

●小学生用の**文房具**（**はさみ**、**のり**、**定規**、**絵の具**、**筆**）を**ケース**に入れてお譲りします。

●女性用の**ワンピース**を譲ります。**半袖**の青いワンピースで、**ウエスト**の部分に**リボン**が付いています。**サイズ**はM、**コットン**100％です。

○電気製品を譲ってください。冷蔵庫、**電子レンジ**、**炊飯器**、洗濯機、**アイロン**、**扇風機**など、使える物なら何でもかまいません。

○**物置**や**たんす**に使っていない物はありませんか。捨てないで、ぜひ譲ってください。

To Be Given Away/Please Give

- ● We will give away primary school stationery (scissors, glue, rulers, paints, paint brushes) in a case.
- ● We will give away a woman's dress. It's a short-sleeved blue one-piece, with a ribbon round the waist. The size is M and it's 100% cotton.
- ○ Please give electrical appliances. Anything that can be used is fine: fridges, microwaves, rice cookers, washing machines, irons, fans, etc.
- ○ Don't you have anything you don't use that is stored away in a storeroom or chest of drawers? Don't throw it away. Please give it to me.

转让给你／转让给我

- ● 我把小学生用的文具（剪刀、胶水、尺、颜料、笔）放到盒子里转让给你。
- ● 我把女性连衣裙转让给你。是短袖的蓝色，腰部有丝带。尺寸是M号，100%纯棉的。
- ○ 请把电器产品转让给我。冰箱、微波炉、电饭锅、洗衣机、熨斗、电风扇等能用的东西都可以。
- ○ 库房和柜子里有没有不用的东西？不要扔，请务必转让给我。

Nhượng lại – hãy nhượng lại

- ● Xin nhượng lại (trao lại) túi đựng dụng cụ học tập cho học sinh tiểu học (kéo, hồ dán, thước kẻ, dụng cụ vẽ, bút vẽ).
- ● Nhượng lại váy liền thân dành cho nữ. Váy liền thân màu xanh cộc tay, phần eo có đính nơ. Cỡ M, chất liệu cotton 100%.
- ○ Hãy nhượng lại đồ điện cho tôi. Tủ lạnh, lò vi sóng, nồi cơm điện, máy giặt, bàn là, quạt hay bất cứ đồ gì có thể sử dụng được.
- ○ Trong kho, trong tủ để đồ có thứ gì không dùng đến không? Bạn đừng vứt đi mà hãy nhượng lại cho tôi.

人気の食堂

運動する人のための食堂が東京にできた。マラソンを練習する人たちが集まる場所の近くだ。食事だけでなく、運動後に**着替え**もできる。

朝食、**昼食**、**夕食**それぞれの**メニュー**がある。まず、**ポーク**、**とり肉**、魚から**おかず**を１つ選ぶ。次に野菜、卵など軽い材料のものから２つ。それに**スープ**が付く。**デザート**は新鮮な**オレンジ**、りんごなどの**フルーツ**や**ゼリー**だ。

油をあまり使っていないし、**アイスクリーム**などもないが、健康的で満足感があって、ダイエットしたい人にもいい。

Popular Cafeteria

A cafeteria for people who exercise has opened in Tokyo. It's near to an area where people who practice for marathons gather. It provides not only food, but also a place to change after exercising.

They have a breakfast, lunch, and dinner menu. First of all, you pick from one of the main dishes of pork, chicken or fish. Next you make two selections from a light side-dish like a vegetable or egg. And this comes with soup. The dessert is jelly or a fruit such as a fresh orange, apple, etc.

As they use little oil and there is no ice cream, it is also good for people who want to diet but have a healthy and satisfied feeling.

人气食堂

为运动员量身打造的食堂在东京开业了。它位于马拉松练习者的聚集地附近。在这里不仅可以用餐，也提供运动结束后换衣服的场所。

早餐、午餐、晚餐等菜品各异。首先，可以从猪肉、鸡肉、鱼中选择一道主菜。其次可以从蔬菜、鸡蛋等轻食材料里选择两道，而且配有汤。甜点是新鲜的橘子，苹果等水果或果冻。

烹饪时不怎么用油，也没有冰激凌等，但是很健康，能带来满足感，所以对于想减肥的人来说也很适合。

Nhà ăn được nhiều người ưa thích

Ở Tokyo có một nhà ăn dành cho những người luyện tập thể dục thể thao. Nhà ăn đó ở gần nơi mọi người luyện tập chạy Maraton. Không chỉ là chỗ ăn uống mà đây còn là chỗ có thể thay đồ sau khi luyện tập.

Bữa sáng, trưa, tối đều có thực đơn riêng. Trước tiên sẽ chọn 1 món ăn chính trong các món thịt lợn, thịt gà, cá. Tiếp theo đó chọn 2 món ăn nhẹ như rau, trứng.... còn có cả súp nữa. Món tráng miệng có thạch là các loại hoa quả tươi như cam, táo..v..v.

Vì không dùng nhiều dầu mỡ, cũng không có kem nên rất tốt cho sức khoẻ và thích hợp cả cho những người muốn ăn kiêng.

接辞（せつじ）4

Affixes 4
接头词／接尾词 4
Phụ tố 4

34	〜国（こく） ~ country/nation 〜国家 nước ~	工業国（こうぎょうこく）　農業国（のうぎょうこく）
35	〜界（かい） world of ~, ~ circles 〜界 phạm vi ~, giới ~	教育界（きょういくかい）　経済界（けいざいかい）
36	長（ちょう）〜 long ~ 长〜 ~ dài	長距離（ちょうきょり）バス　長時間（ちょうじかん）
37	〜目（め） -th 〜次／位 ... thứ ...	５番目（ごばんめ）　２人目（ふたりめ）
38	来（らい）〜 next ~ 下〜 ~ sau	来学期（らいがっき）　来（らい）シーズン
39	毎（まい）〜 each/every ~ 每〜 mỗi ~, hàng ~	毎回（まいかい）　毎号（まいごう）
40	〜用（よう） used for ~, for ~ 〜用 dùng cho ~	子供用（こどもよう）　仕事用（しごとよう）
41	〜風（ふう） ~ style 〜风 kiểu ~, theo phong cách ~	西洋風（せいようふう）　日本風（にほんふう）
42	〜め tending towards ~, -ish 〜些 có phần ~, có vẻ ~, có khuynh hướng ~	多（おお）め　早（はや）め
43	不（ふ／ぶ）〜 un-, non-, in- 不〜 bất ~, không ~	不完全（ふかんぜん）　不幸（ふしあわ）せ
44	〜港（こう） ~ port, port of ~ 〜港 cảng ~	名古屋港（なごやこう）　横浜港（よこはまこう）

動詞1

Verbs 1
动词1
Động từ 1

1327 あいする 愛する love 爱 yêu	私は家族を愛している。 I love my family. 我爱我的家人。 Tôi yêu gia đình.
1328 あきらめる 諦める give up, abandon 放弃 từ bỏ, bỏ	時間がなくて、旅行を諦めた。 Because I didn't have the time, I gave up going on the trip. 因为没有时间，所以只能放弃旅行了。 Do không có thời gian nên tôi đã bỏ chuyến đi du lịch. ☀諦め
1329 あきる 飽きる lose interest, tire of 厌烦 chán, ngán, ngấy	毎日同じ物ばかり食べて、飽きてしまった。 I was eating the same thing everyday and got fed up with it. 每天都只吃一样的东西，都吃腻了。 Tôi phát ngán vì ngày nào cũng ăn mãi các đồ ăn giống nhau.
1330 あずかる 預かる keep, look after 托管 giữ, trông nom, trông hộ	旅行に行く友人から犬を預かった。 I looked after my friend's dog when he went on a trip. 去旅行的朋友将狗寄养在我这里。 Tôi trông giúp con chó cho người bạn đi du lịch. ☀預ける　☀一時預かり所
1331 あずける 預ける deposit, entrust 寄存 gửi	大きい荷物をフロントに預けた。 I left my big luggage with the front desk. 把大件行李寄存在了前台。 Tôi đã gửi hành lý cồng kềnh ở quầy lễ tân. ☀預かる
1332 あたためる 暖める warm, heat 使温暖 làm nóng, làm ấm	エアコンをつけて、部屋を暖めた。 I turned on the air conditioner and heated the room. 打开空调使房间变暖和。 Tôi đã bật điều hòa để làm ấm phòng. 自暖まる　⇔冷やす
1333 あたためる 温める warm, heat 加热 làm nóng, làm ấm	冷めたスープを温めた。 I heated the cold soup. 加热了冷掉的汤。 Tôi đã hâm nóng bát súp nguội. 自温まる　⇔冷やす

1334
あたる
当たる
hit, strike
撞上
trúng, va trúng

飛んで来たボールに当たって、けがをした。
I was hit by a flying ball and got hurt.
撞上了飞过来的球，因此受伤了。
Tôi va trúng quả bóng bay đến và bị thương.
他 当てる　☀当たり

1335
あまる
余る
be left over
剩下
còn thừa, dư

料理を作りすぎて、余ってしまった。
I made too much food, and some is left over.
做了过多的菜，剩了许多。
Tôi làm nhiều thức ăn quá nên bị thừa.
☀余り

1336
あむ
編む
knit
编织
đan

好きな色の毛糸を買って、マフラーを編んだ。
I bought some wool in a color I like and knitted a scarf.
买了喜欢的颜色的毛线织了一条围巾。
Tôi đã mua cuộn len màu yêu thích và đan khăn.

1337
あらわれる
現れる
appear
出现
xuất hiện

客席が暗くなると、歌手が現れた。
When the seating area darkened, the singer appeared.
观众席一变暗，歌手就出现了。
Hàng ghế của khách tối đi, ca sỹ đã xuất hiện.
他 現す

1338
あわせる
合わせる
combine, sum up
合并
kết hợp, cộng lại

貯金と現金を合わせれば、500万円になる。
If I combine my savings and cash, it comes to 5 million yen.
存款和现钞加在一起有五百万日元。
Nếu cộng cả tiền tiết kiệm và tiền mặt thì sẽ có 5 triệu yên.
自 合う

1339
あわてる
慌てる
be in a flurry
惊慌
vội vàng, cuống quýt

雷が鳴ったので、慌てて家の中に入った。
At the sound of the thunder, I entered the house in a flurry.
因为打雷了，所以慌忙进屋了。
Ngoài trời có sấm nên tôi đã vội vã vào nhà.
☀大慌て

1340
いかす
生かす
make good use of
活用
phát huy

将来は、日本語が生かせる仕事がしたい。
In the future, I want a job in which I can make good use of my Japanese.
将来想找一份能用日语的工作。
Tương lai tôi muốn làm công việc có thể phát huy khả năng tiếng Nhật.

1341
いじめる
bully
欺负
bắt nạt

彼は子供のころ、弟をよくいじめていた。
In his childhood, he often bullied his younger brother.
他小的时候经常欺负弟弟。
Anh ấy hồi bé rất hay bắt nạt em trai.
☀いじめ

1342
いためる
stir-fry
翻炒
xào

フライパンで肉と野菜をいためた。
I stir-fried the meat and vegetables in the frying pan.
用平底锅炒了肉和蔬菜。
Tôi đã xào thịt với rau bằng chảo.
☀いため物

1343
いのる
祈る
pray
祈祷
cầu nguyện

子供が無事に生まれるように祈った。
I prayed for the child to be born safely.
祈祷孩子能够平安出生。
Tôi đã cầu nguyện mong em bé được sinh ra bình an vô sự.
☀祈り　☀お祈り

1344
いやがる
嫌がる
hate
讨厌
không thích, ghét

弟は歯医者に行くのを嫌がる。
My younger brother hates going to the dentist.
弟弟讨厌去看牙医。
Em trai tôi ghét đi khám nha khoa.

1345
いらいらする
be irritated
急躁
sốt ruột, bồn chồn

バスが来なくて、いらいらした。
I was irritated when the bus didn't come.
因为公交车不来而感到急躁。
Xe buýt mãi không đến nên tôi rất sốt ruột.

1346
いわう
祝う
celebrate
庆祝
chúc mừng

祖母の誕生日を家族みんなで祝った。
The whole family celebrated my grandmother's birthday.
家人一起庆祝了奶奶的生日。
Cả gia đình đã chúc mừng sinh nhật bà tôi.
☀(お)祝い

1347
うえる
植える
plant
种植
trồng cây

庭に桜の木を植えた。
I planted a cherry tree in the garden.
在庭院里种了一棵樱花树。
Tôi trồng cây hoa anh đào trong vườn.

1348
うかる
受かる
pass (an examination)
及格
thi đỗ, vượt qua

おかげさまで、試験に受かりました。
Thankfully, I was able to pass the exam.
多亏了你，考试及格了。
Nhờ ơn trời tôi đã đỗ kỳ thi.
他受ける　⇔落ちる

1349
うく
浮く
float
浮起
nổi, lơ lửng

プールより海のほうが体が浮く。
Your body floats more on the sea than in a pool.
比起在游泳池里，在海里身体更容易浮起来。
Cơ thể dễ nổi ở biển hơn ở bể bơi.
⇔沈む

1350
うけつける
受け付ける
accept
受理
tiếp nhận

参加の申し込みは５時まで受け付けます。
We will accept applications to participate until five.
报名截止时间为5点，逾期不再受理。
Nhận đăng ký tham gia đến 5 giờ.
☀**受付**

1351
うけとる
受け取る
receive
接受
nhận, nhận được

友人から結婚式の招待状を受け取った。
I received a wedding invitation from a friend.
从朋友那里收到了婚礼邀请函。
Tôi đã nhận thiệp mời đám cưới từ người bạn.
☀**受け取り**

1352
うごかす
動かす
move
使移动
dịch chuyển, làm chuyển động

大きい机を３人で動かした。
Three people moved the big desk.
三个人搬动了一张大桌子。
3 người đã dịch chuyển chiếc bàn to.
[自]**動く**

1353
うつす
移す
move (location), transfer
移动
chuyển, di chuyển

来年、会社を町の中心から郊外に移す。
Next year, the company will transfer from the center of town to the suburbs.
明年，公司要从市中心搬到郊外。
Sang năm công ty sẽ chuyển từ trung tâm thành phố ra ngoại thành.
[自]**移る**

1354
うつる
写る
be in a picture
映现
được chụp, lên ảnh, sao chép

みんな楽しそうに写真に写っている。
Everyone looks happy in this picture.
照片上的大家看上去很开心。
Mọi người lên ảnh trông rất vui.
[他]**写す**

1355
うらがえす
裏返す
turn over
翻过来
lộn trái, lật ngược

洗濯物は裏返して干す。
I turned over the washing to air it.
洗好衣服要翻过来晾干。
Tôi lộn trái đồ giặt ra rồi phơi.
☀**裏返し**

1356
うりきれる
売り切れる
sell out
卖完
bán hết

コンサートのチケットは、すぐ売り切れた。
The concert tickets sold out immediately.
音乐会的门票很快就卖完了。
Vé của buổi hòa nhạc đã nhanh chóng được bán hết.
☀**売り切れ**

1357
うれる
売れる
sell
畅销
bán chạy

この商品は、人気があってよく売れる。
This product is popular and sells well.
这个商品人气很高，非常畅销。
Mặt hàng này được ưa chuộng nên bán chạy.
[他]**売る**

1358

えらぶ
選ぶ
choose
选择
lựa chọn, chọn

メニューの中から食べたいものを選んだ。
I chose something from the menu that I wanted to eat.
从菜单中选择了想吃的东西。
Tôi đã chọn các món muốn ăn trong thực đơn.

1359

おいかける
追い掛ける
chase, run after
追赶
đuổi theo

警官は泥棒を追い掛けた。
The police ran after the thief.
警察追赶了小偷。
Cảnh sát đã đuổi theo kẻ trộm.
☀追っ掛ける

1360

おいこす
追い越す
overtake
超过
vượt

急行電車は、途中で前の電車を追い越した。
On the way, the express overtook the previous train.
急行电车在半路上就超过了前面电车。
Tàu tốc hành trên đường đi đã vượt qua tàu đi phía trước.
☀追い越し

1361

おいつく
追い付く
catch up
追上
đuổi kịp

走ったら、先に家を出た姉に追い付いた。
When I ran, I caught up with my older sister who'd left the house before me.
一跑就追上了之前出门的姐姐。
Tôi chạy và đuổi kịp chị gái đã ra khỏi nhà trước tôi.

1362

おう
追う
run after, chase
追赶
đuổi theo

子供は泣きながら母親を追った。
The child ran after his mother in tears.
孩子一边哭一边追赶妈妈。
Đứa bé vừa khóc vừa đuổi theo mẹ.

1363

おくる
贈る
present
赠送
tặng

市は新成人のお祝いに手帳を贈った。
In celebration of becoming an adult, the city made a present of notebooks.
市里把手账当作成年礼物送给了他们。
Thành phố tặng sổ tay để chúc mừng những người mới trưởng thành.
☀贈り物

1364

おこなう
行う
carry out, hold
举行
tổ chức, diễn ra

試合は２時からグラウンドで行います。
We will hold the game at the ground from 2 o'clock.
比赛将从两点开始在运动场上举行。
Trận đấu sẽ diễn ra lúc 2 giờ tại sân vận động.

1365

おさえる
押さえる
hold (down), press
压住
giữ chặt

風で帽子が飛ばないように、手で押さえた。
I held down my hat so as not to let it fly away in the wind.
为了不让帽子吹走，用手压住了帽子。
Tôi đã dùng tay giữ chặt để mũ không bị gió thổi bay.

1366

おちつく
落ち着く
be calm
冷静
bình tĩnh

地震のときは、落ち着いて行動してください。
At the time of an earthquake, please act calmly.
发生地震的时候，请冷静下来再行动。
Lúc xảy ra động đất thì hãy bình tĩnh hành động.
✻落ち着き

1367

おぼれる
溺れる
(almost/nearly) drown
溺水
chới với, suýt chết đuối

子供のころ、川で溺れたことがある。
When I was a child I almost drowned in the river.
小时候曾经掉进河里。
Hồi bé, đã có lần tôi suýt chết đuối ở sông.

1368

おもいつく
思い付く
hit upon an idea
想到
nghĩ ra, nảy ra

突然いいアイデアを思い付いた。
Suddenly, I hit upon a great idea.
突然想到了一个好主意。
Bỗng nhiên, tôi nảy ra một ý tưởng hay.
✻思い付き

1369

おれる
折れる
break
折断
gãy

台風で木の枝が折れた。
Tree branches were broken in the typhoon.
因为台风，树枝被折断了。
Vì bão nên cành cây đã bị gãy.
他 折る

1370

おろす
下ろす
take down, unload
卸下
hạ xuống, cho xuống

車から荷物を下ろすので、手伝ってください。
I want to unload the baggage from the car, so please give me a hand.
需要从车上把行李卸下来，请帮我一下。
Hãy giúp tôi cho hành lý trên ô tô xuống.
自 下りる

1371

かう
飼う
keep/have (animals)
饲养
nuôi

私のうちでは犬を２匹飼っている。
I have two dogs at home.
我家养着两条狗。
Nhà tôi nuôi 2 con chó.
✻飼い犬　✻飼い猫

1372

かえる
返る
return, be returned
返还
quay lại, bị trả lại

住所が違っていて、出した手紙が返ってきた。
As the address was wrong, the letter I sent was returned.
因为弄错了地址，所以寄出去的信退回来了。
Vì sai địa chỉ nên bức thư tôi gửi đi đã bị trả lại.
他 返す

1373

かがやく
輝く
shine, glitter
闪耀
tỏa sáng

空にたくさんの星が輝いていた。
Lots of stars were shining in the sky.
天空中闪烁着许多星星。
Rất nhiều ngôi sao đang tỏa sáng trên bầu trời.

1374

かかる
fall ill, catch
患病
nhiễm, bị mắc (bệnh)

息子(むすこ)がインフルエンザにかかった。
Our son has fallen ill with influenza.
儿子患了流感。
Con trai tôi đã bị cúm.

1375

かく①
sweat
渗出
đổ, toát, ra (mồ hôi)

スポーツをして、汗(あせ)をかいた。
I played sports and sweated.
做完运动后出汗了。
Tôi đã chơi thể thao và ra nhiều mồ hôi.
☀汗(あせ)(っ)かき

1376

かく②
scratch
挠
gãi

蚊(か)に刺(さ)されて、かゆくてかいてしまった。
I was bitten by a mosquito, and because it was itchy I scratched myself.
因为被蚊子叮了，很痒，所以挠了一下。
Do bị muỗi đốt ngứa nên tôi đã gãi.

1377

かぐ
smell
闻
ngửi, hít

花(はな)の香(かお)りをかいだ。
I smelt the scent of the flower.
闻了闻花香。
Tôi đã ngửi mùi hương của bông hoa.

1378

かくす
隠す
hide
藏
che giấu, giấu

通帳(つうちょう)はベッドの下(した)に隠(かく)してある。
My bankbook is hidden under my bed.
把存折藏在了床下面。
Sổ ngân hàng được giấu ở dưới giường.
自 隠(かく)れる

1379

かこむ
囲む
surround
包围
bao quanh, bao vây

警官(けいかん)たちは犯人(はんにん)がいるビルを囲(かこ)んだ。
The police surrounded the building where the criminal was.
警察把犯人所在的大楼包围了起来。
Cảnh sát đã bao vây tòa nhà có tên tội phạm.

1380

かさねる
重ねる
pile up, stack
叠
xếp lên, chồng chất

皿(さら)を重(かさ)ねて棚(たな)にしまった。
I stacked the plates and put them on a shelf.
把盘子叠起来放进了柜子里。
Tôi chồng đĩa lên nhau rồi cất vào trong tủ.
自 重(かさ)なる

1381

かぞえる
数える
count
数
đếm

会場(かいじょう)に何人(なんにん)いるか、数(かぞ)えた。
I counted the number of people in the hall.
数了数会场里的人数。
Tôi đã đếm xem ở hội trường có bao nhiêu người.

1382
かたまる
固まる
harden, solidify
凝固
cứng, đông lại

水は0度以下で固まって、氷になる。
Under zero degrees, water solidifies and becomes ice.
水到了0度以下就会凝固，变成冰。
Dưới 0 độ C, nước sẽ cứng lại thành đá.
[他] 固める

1383
かたむく
傾く
lean, tilt
倾斜
nghiêng, lệch

壁に掛けた絵が少し傾いている。
The painting on the wall is tilting slightly.
墙壁上的画有点斜。
Bức tranh treo trên tường hơi nghiêng một chút.
[他] 傾ける

1384
がっかりする
be disappointed
失望
thất vọng

ボーナスの金額が少なくて、がっかりした。
Because the amount of my bonus was not much, I was disappointed.
因为奖金很少，所以很失望。
Tôi đã thất vọng vì tiền thưởng ít.

1385
かむ
chew
咀嚼
cắn

授業中にガムをかんではいけません。
You must not chew gum in class.
上课不允许嚼口香糖。
Cấm nhai kẹo cao su trong giờ học.

1386
かよう
通う
go to and from, commute
来往
đi học, đi làm, lui tới, theo

授業のあと、フランス語の講座に通っている。
After school, I go to a French language class.
放学后，去参加法语讲座。
Sau giờ học, tôi theo học khóa học tiếng Pháp.
☀病院通い

1387
かれる
枯れる
wither and die
枯萎
héo

雨が降らなくて、庭の木が枯れた。
Because it hasn't rained, the tree in the garden died.
因为不下雨，院子里的树都枯萎了。
Trời không mưa nên cây trong vườn đã bị héo.
☀枯れ木　☀枯れ葉

1388
かわいがる
make a fuss of, treat with affection
喜爱，疼爱
nâng niu, yêu chiều

母はペットの犬をかわいがっている。
My mother makes a fuss of our pet dog.
妈妈很喜爱宠物狗。
Mẹ tôi rất qúy con chó cưng.

1389
かわかす
乾かす
dry
使干燥
hong khô, làm khô

雨でぬれた服を乾かした。
I dried the clothes that got wet in the rain.
烘干了被雨淋湿的衣服。
Tôi đã hong khô quần áo bị mưa ướt.
[自] 乾く　⇔ぬらす

1390

かわる
代わる/換わる/替わる

replace, substitute
代替
thay đổi, thay thế, thay cho

休みの日は、母に代わって私が料理する。
On holidays, I cook instead of my mother.
在休息天里，我替妈妈做饭。
Vào ngày nghỉ, tôi thay mẹ nấu ăn.
他 代える/換える　☀代わり

1391

かんじる
感じる

feel
感觉
cảm thấy

３月になると、風が暖かく感じる。
When it becomes March, you feel the wind is warmer.
一到三月，风感觉就很暖和。
Cứ đến tháng 3, tôi cảm thấy gió ấm hơn.
☀感じ　⊕～感（例：責任感）

1392

きく
効く

be effective
有效
có tác dụng, hiệu quả

この薬は頭痛によく効く。
This medicine is very effective for headaches.
这个药对头痛很有效。
Thuốc này có tác dụng tốt với bệnh đau đầu.

1393

きせる
着せる

dress, put on, clothe
给……穿上
mặc cho

出掛けるまえに、母親は子供に上着を着せた。
Before going out, the mother dressed the child in a jacket.
在出门之前，妈妈给孩子穿上了外衣。
Trước khi ra khỏi nhà, người mẹ đã mặc áo khoác cho con.
☀着る

1394

きづく
気付く

notice, realise
察觉
chú ý, để ý đến, nhận ra

テストが終わったあとで、間違いに気付いた。
After the test was over, I realised I'd made a mistake.
考完试之后，发现自己做错了。
Sau khi kết thúc bài kiểm tra tôi mới nhận ra chỗ sai.

1395

きにいる
気に入る

like
喜欢
thích, yêu thích

この曲が今いちばん気に入っている。
This is the tune I like the most at the moment.
我现在最喜欢的是这首曲子。
Bây giờ tôi thích bản nhạc này nhất.
☀お気に入り

1396

きれる
切れる

break
断开
đứt

歩いていたら、靴のひもが切れた。
While walking, my shoelace broke.
走着走着鞋带断了。
Khi đi bộ, dây giày của tôi đã bị đứt.
他 切る

1397

きをつける
気を付ける

be careful, take care
注意
cẩn thận, chú ý

道路を渡るときは、車に気を付けよう。
When crossing the road, be careful about cars.
过马路的时候要注意车辆。
Khi qua đường, hãy chú ý xe ô tô.

1398
くさる
腐る
rot, go bad
腐烂
ôi, thiu

冷蔵庫が壊れて、食べ物が腐ってしまった。
The fridge broke down and the food went bad.
冰箱坏了，食物都腐烂了。
Tủ lạnh bị hỏng nên đồ ăn đã bị thiu mất.

1399
くずれる
崩れる
collapse, give way
坍塌
đổ xuống

机の上に積んであった本が崩れた。
The pile of books on the desk collapsed.
桌子上堆的书倒塌了。
Chồng sách được xếp trên bàn đã bị đổ.
[他]崩す　✳山崩れ

1400
くばる
配る
hand out
分发
phát, phân chia

チャイムが鳴ると、先生はテストを配った。
When the chime sounded, the teacher handed out the test.
铃声一响，老师就开始发试卷了。
Chuông reo lên, thầy giáo đã phát bài kiểm tra.

1401
くらす
暮らす
live
生活
sinh sống

家族と離れて、今は一人で暮らしている。
Now I am living alone, away from my family.
和家人分开后，现在一个人生活。
Tôi rời xa gia đình và bây giờ đang sống một mình.
✳田舎暮らし　✳一人暮らし

1402
くらべる
比べる
compare
相比
so sánh

この店は他の店と比べて値段が安い。
Compared with other shops, this shop's prices are cheap.
这家店比别的店便宜。
Cửa hàng này so với các cửa hàng khác thì giá rẻ hơn.

1403
くりかえす
繰り返す
repeat
重复
lặp lại

彼は同じ言葉を何回も繰り返した。
He repeated the same word many times.
他把同样的话重复了好几遍。
Anh ấy lặp đi lặp lại nhiều lần một từ giống nhau.
✳繰り返し

1404
くるしむ
苦しむ
suffer
感到痛苦
khổ sở

祖父は腰の痛みに苦しんでいる。
My grandfather suffers from lower back pain.
爷爷因为腰痛而痛苦不堪。
Ông tôi khổ sở vì bị đau lưng.
[他]苦しめる　✳苦しみ

1405
くれる
暮れる
get dark
天黑
mặt trời lặn, trời tối

私が子供のころは、日が暮れるまで外で遊んだ。
When I was a child, I used to play outside until it got dark.
小时候，我经常在外面玩到天黑。
Hồi nhỏ, tôi hay đi chơi tới tận lúc trời tối.
✳日暮れ　✳夕暮れ

☐ 1406

くわえる
加える
add
加
thêm vào

辛めが好きなので、少し塩を加えた。
Because I like things salty, I added a little salt.
因为喜欢吃咸的，所以稍微加了点盐。
Vì tôi thích ăn mặn nên đã cho thêm một chút muối.

☐ 1407

けずる
削る
sharpen, shave
削
gọt, bào

あしたは試験があるから、鉛筆を削っておいた。
Because I have an exam tomorrow, I have sharpened my pencils.
因为明天有考试，所以事先削好了铅笔。
Vì ngày mai có bài kiểm tra nên tôi đã gọt sẵn bút chì.
☀鉛筆削り

☐ 1408

ける
蹴る
kick
踢
đá

彼はゴールに向かってボールを蹴った。
He kicked the ball towards the goal.
他朝着球门踢了一脚球。
Anh ấy đã sút bóng vào gôn.

☐ 1409

こえる
越える
go over, pass through
跨过，越过
vượt qua

あの鳥は、冬に海を越えてやって来る。
Those birds come over from across the sea in the winter.
那种鸟在冬天会飞越大海来到这里。
Loài chim đó sẽ bay qua biển tới vào mùa đông.

☐ 1410

こおる
凍る
freeze, become frozen
结冰
đóng băng

この地方では、冬になると湖が凍る。
The lake freezes over in winter in this district.
在这个地区，到了冬天湖会结冰。
Vùng này cứ đến mùa đông thì hồ nước lại đóng băng.
⇔溶ける

☐ 1411

こぐ
row, pedal
划(船)
chèo, đạp

池でボートをこいで遊んだ。
We messed about on the pond rowing a boat.
在池塘里划着小船游玩。
Chúng tôi đã chèo thuyền dạo chơi trên hồ.

☐ 1412

こげる
焦げる
burn
烧焦
cháy, khê

火が強すぎて、肉が焦げた。
As the heat was too strong, the meat was burnt.
火太大了，肉被烧焦了。
Vì lửa to quá nên thịt bị cháy.

☐ 1413

こしかける
腰掛ける
sit down
坐
ngồi

駅のベンチに腰掛けて電車を待った。
I sat on a bench at the station and waited for a train.
在车站的长椅上坐着等车。
Tôi đã ngồi ghế ở ga và chờ tàu điện.

1414 こす **超す/越す** pass, exceed 超过 vượt qua	**今日の気温は３７度を超した。** Today's temperature exceeded 37 degrees. 今天气温超过了37度。 Nhiệt độ hôm nay trên 37 độ.
1415 ことわる **断る** decline, refuse 拒绝 từ chối	**映画に誘われたが、忙しくて断った。** I was invited to see a movie, but was busy so I declined. 被邀请去看电影，但是因为太忙拒绝了。 Tôi được rủ đi xem phim nhưng vì bận nên tôi đã từ chối. ☀（お）断り
1416 **こぼれる** spill 洒 sánh ra, đổ ra	**コップを運ぶとき、水がこぼれてしまった。** When I carried a glass, some water spilled out of it. 拿杯子的时候，水洒出来了。 Khi chuyển cốc đi thì nước đã sánh ra ngoài. 他 こぼす
1417 こむ **混む/込む** be crowded 拥挤 đông đúc, đông	**朝の電車は、いつも混んでいる。** The morning train is always crowded. 早上的电车总是很拥挤。 Tàu điện buổi sáng lúc nào cũng đông. ⇔すく
1418 ころがる **転がる** roll over/around 滚动，跌倒 lăn lộn, lăn	**財布から落ちた１０円が転がって行った。** The ten-yen coin that fell out of my wallet rolled away. 从钱包掉出的一枚10日元硬币滚走了。 Đồng 10 yên rơi khỏi ví và lăn đi. 他 転がす
1419 ころす **殺す** kill 杀 giết	**虫が嫌いな母は蚊も殺せない。** My mother, who hates insects, won't even kill a mosquito. 讨厌虫子的妈妈连蚊子都不敢杀。 Mẹ tôi ghét côn trùng nhưng đến con muỗi cũng không giết. ☀人殺し
1420 ころぶ **転ぶ** fall down/over 摔跤 ngã	**自転車で駅に行くとき、転んでしまった。** I fell down when I was going to the station on my bike. 骑自行车去车站的时候摔跤了。 Lúc đi xe đạp tới nhà ga, tôi đã bị ngã.
1421 さがす **探す/捜す** look for 寻找 tìm, điều tra	**週３回できるアルバイトを探している。** I'm looking for a part-time job I can do three days a week. 正在找一周能上三天班的零工。 Tôi đang tìm một công việc làm thêm mà có thể làm 3 buổi 1 tuần. ☀探し物

1422	
さけぶ **叫ぶ** shout, cry out 喊叫 gào thét, kêu lên	**彼女は「助けて」と叫んだ。** She shouted, "Help me!" 她大声喊"救命"。 Cô ấy đã hét lên "Cứu tôi với!" ☀叫び声

1423	
さす **刺す** stab 刺 đâm	**犯人はナイフで警官を刺そうとした。** The criminal was going to stab the policeman. 犯人想要用刀刺杀警官。 Tên tội phạm đã định dùng dao đâm cảnh sát. ☀刺し傷

1424	
さす **指す** point 指 chỉ tay, chỉ hướng	**メニューの写真を指して、料理を注文した。** I pointed at a picture on the menu and ordered a dish. 指着菜单上的照片点菜。 Tôi đã chỉ tay vào ảnh trên thực đơn và gọi món ăn.

1425	
さす **差す** put in 插 giương, cắm	**ドアに鍵を差して回した。** I put the key in the door and turned it. 把钥匙插在门上旋转。 Tôi đã cắm chìa khóa vào cửa và xoay.

1426	
さそう **誘う** invite 邀请 mời, rủ	**お花見にクラスメートを誘った。** I invited a classmate to a cherry-blossom viewing party. 邀请同学一同去赏花。 Tôi đã rủ bạn cùng lớp đi ngắm hoa. ☀(お)誘い

1427	
さっぱりする feel refreshed/relieved 清爽，爽快 thoải mái, dễ chịu	**シャワーを浴びて、さっぱりした。** I took a shower and felt refreshed. 冲澡后，感觉清爽了。 Sau khi tắm vòi hoa sen, tôi cảm thấy sảng khoái.

1428	
さめる **覚める** wake up 醒来 tỉnh giấc, tỉnh dậy	**今朝は6時に目が覚めた。** This morning I woke up at six. 今天早上6点醒了。 Sáng nay tôi tỉnh dậy lúc 6 giờ. 他 覚ます

1429	
さめる **冷める** get cold 变冷 nguội, lạnh	**お茶が冷めないうちに、どうぞ召し上がって。** Have your tea before it gets cold. 请趁热喝茶。 Xin mời anh dùng trà khi trà còn chưa nguội. 他 冷ます

1430	
しく 敷く spread, lay 铺上一层 trải, lát	床が冷えるので、カーペットを敷いた。 Because the floor was cold, I spread out a carpet. 因为地板很冷，所以铺上了一层地毯。 Vì sàn nhà lạnh nên tôi đã trải thảm. ☀敷物
1431	
しずむ 沈む sink 沉没 chìm, đắm	海に沈んだ船が見付かった。 A ship that sank in the sea has been found. 一艘沉在海底的船被找到了。 Chiếc tàu bị chìm trên biển đã được tìm thấy. 他沈める ⇔浮く
1432	
しはらう 支払う pay 支付 chi trả	毎月１日に家賃を支払う。 I pay the rent on the first of every month. 在每月的1号要支付房租。 Vào ngày mùng 1 hàng tháng tôi trả tiền thuê nhà. ☀支払い
1433	
しばる 縛る tie, bind 捆绑 trói, buộc, băng bó	雑誌をまとめて、ひもで縛った。 I bundled the magazines together and tied them with string. 把杂志都收集起来，并用绳子把它们捆了起来。 Tôi đã sắp xếp tạp chí rồi buộc lại bằng dây.
1434	
しまう put away 收好 cất	試験のときは、辞書をしまってください。 At the time of the examination, please put away your dictionaries. 考试的时候请收好词典。 Khi làm bài thi, hãy cất từ điển đi.
1435	
しゃべる talk, chat 说话 nói chuyện	友達と電話で２時間もしゃべった。 I talked to a friend on the phone for as long as two hours. 和朋友打电话讲了两小时的话。 Tôi đã nói chuyện với bạn bằng điện thoại 2 tiếng đồng hồ. ☀おしゃべり
1436	
しんじる 信じる believe 相信 tin	私は、努力すれば成功できると信じている。 I believe that if I make the effort I can succeed. 我相信只要努力就会成功。 Tôi tin rằng nếu nỗ lực thì sẽ thành công.
1437	
すぎる 過ぎる pass 经过 vượt quá, quá	日本に来て、１年が過ぎた。 One year has passed since I came Japan. 来日本已经过了一年了。 Đã hơn 1 năm kể từ khi tôi đến Nhật. ☀～過ぎ(例：昼過ぎ)

1438

すごす
過ごす
spend
度过
trải qua

今年の夏休みは祖父の家で過ごした。
I spent this year's summer holiday at my grandfather's house.
今年暑假是在爷爷家度过的。
Tôi đã trải qua kỳ nghỉ hè năm nay ở nhà ông tôi.

1439

すすむ
進む
go forward, advance
前进
tiến lên, tiến triển, tiến bộ

船は、ゆっくり川を進んでいる。
The ship is slowly advancing up the river.
小船在河里缓缓前行。
Chiếc tàu đang tiến từ từ trên dòng sông.
他 進める

1440

すすめる
勧める
advise, suggest, recommend
推荐
gợi ý, giới thiệu, khuyên

先生は私に進学するように勧めた。
My teacher suggested I continue with my education.
老师建议我升学。
Cô giáo đã khuyên tôi học tiếp lên.
☀（お）勧め

1441

すべる
滑る
slip, be slippery
滑
trơn trượt, trơn

道が凍っているから、滑りますよ。
As the road is frozen, it's slippery.
因为道路结冰了，所以很滑。
Vì đường đóng băng nên trơn lắm đấy.

1442

すむ
済む
be over/done
完成
hoàn thành, xong

その仕事が済んだら、帰ってもいいですよ。
Once the work is done, you can go home.
把那项工作完成之后，就可以回家啦。
Khi xong việc đó thì các bạn có thể về được đấy.
☀～済み（例：支払い済み）

1443

そだてる
育てる
bring up, raise
培养
nuôi dưỡng, nuôi lớn

私の祖母は６人の子供を育てた。
My grandmother brought up six children.
我奶奶养育了6个孩子。
Bà tôi đã nuôi được 6 người con.
自 育つ　☀子育て

1444

そなえる
備える
prepare
准备
chuẩn bị

試験に備えて夜遅くまで勉強した。
In preparation for the examination, I studied until late into the night.
为了准备考试，学习到深夜。
Tôi đã học đến tận khuya để chuẩn bị thi.

1445

そめる
染める
dye
染色
nhuộm

黒い髪の毛を明るい色に染めた。
I dyed my black hair a bright color.
把黑色的头发染成了明亮的颜色。
Tôi đã nhuộm tóc đen thành màu sáng.

1446

そる
shave
刮
cạo

兄は毎朝、鏡の前でひげをそる。
My older brother shaves in front of the mirror every morning.
哥哥每天早上在镜子前刮胡子。
Anh trai tôi hàng sáng đều đứng trước gương cạo râu.

1447

そろえる
arrange, put in order
使整齐
sắp xếp, để gọn gàng

脱いだ靴は、そろえてください。
Please line up the shoes you've taken off.
请把脱下来的鞋子放整齐。
Giày dép cởi ra hãy để gọn gàng.
自 そろう

1448

たおす
倒す
knock/pull down
使倒下
làm đổ

ロープを使って大きな木を倒した。
We used a rope to pull down the tree.
用绳子弄倒了大树。
Chúng tôi đã dùng dây thừng để kéo đổ cây to.
自 倒れる

1449

たく
炊く
cook
煮
nấu cơm

朝起きると、すぐにご飯を炊く。
As soon as I get up in the morning, I cook rice.
早上一起来，就马上煮饭。
Buổi sáng khi thức dậy, tôi nấu cơm ngay.

1450

だく
抱く
hold, hug
抱
ôm ấp, ôm

お母さんは泣いている赤ちゃんを抱いた。
The mother hugged the crying baby.
妈妈抱起了哭泣的婴儿。
Người mẹ đã bế đứa bé đang khóc.

1451

たしかめる
確かめる
confirm, make sure
确认
xác nhận, kiểm tra lại

外出するとき、電気を消したか、確かめる。
When I go out, I make sure I have switched off the lights.
出门的时候，会确认有没有关灯。
Khi đi ra ngoài, hãy kiểm tra xem đã tắt điện chưa.

1452

たす
足す
add
加
cộng, thêm vào

もうちょっとお金を足すと、新製品が買える。
If you add a little more money, you can buy that new product.
再加点钱的话，就可以买新产品了。
Chỉ cần đủ thêm một ít tiền nữa là tôi có thể mua được sản phẩm mới.

1453

たすける
助ける
rescue, help
帮助
cứu

川で溺れている人を助けた。
I rescued somebody drowning in the river.
救了在河里溺水的人。
Chúng tôi đã cứu một người sắp chết đuối ở sông.
自 助かる　☀ 助け

1454 **たずねる** **訪ねる** visit 拜访 thăm, ghé thăm	**週末に友人の家を訪ねた。** I visited a friend's house at the weekend. 周末去拜访了朋友家。 Cuối tuần tôi đã đến nhà bạn chơi.
1455 **たずねる** **尋ねる** ask 打听 hỏi	**交番で駅までの道を尋ねた。** I asked the way to the station at a police box. 向派出所打听了去车站的路。 Tôi đã hỏi đường đến nhà ga ở đồn cảnh sát.
1456 **たたかう** **戦う** fight 战斗 chiến đấu	**試合では全力を出して戦いたい。** I want to do my best with all my energy in the game. 想在比赛中使出全力迎战。 Tôi muốn thi đấu hết sức mình. ☀**戦い**

読んでみよう７

北海道ツアー

★夏の北海道ツアー★

７／２９～７／３１　２泊３日　２２，８００円～

夏休みを北海道で**過ごし**ませんか。

〈自然〉　緑に**囲まれた**場所で、太陽が**沈む**のを見ながら自然を**感じましょう**。

〈旅館〉　おいしい料理と家庭的な雰囲気で、心も**温まります**。

〈観光〉　行きも帰りも、荷物を**預けて**、ゆっくり観光！

飛行機の便を**選ぶ**ことができますが、チケットが**売り切れる**場合もございます。お早めにご予約ください。

ご予約は、旅行社またはインターネットで**受け付けて**います。

Hokkaido Tour

★Hokkaido Summer Tour★
7/29 – 7/31, 2 nights 3 days, from 22,800 yen
Why not spend your summer vacation in Hokkaido?
<Nature> Feel nature while watching the sun go down in a place surrounded by greenery.
<Inn> Warm your heart in a homely atmosphere with delicious dishes.
<Sightseeing> Whether going or coming back, let us look after your luggage, so you can leisurely see the sights.
You can select your own flight, but there is a chance that tickets will sell out. Please book early.
We accept reservations via a travel agent or the Internet.

北海道之旅

★夏天的北海道之旅★
7/29~7/31 三天两夜 22800 日元起想不想在北海道过暑假？
〈自然〉在绿树环抱的地方，欣赏太阳落山，感受大自然吧。
〈旅馆〉美味的料理和温馨的气氛，内心也很温暖。
〈观光〉去也好回来也好，我们会帮您寄存行李，您可以尽情观光。
　　您可以选择合适的航班，但是机票存在售完的可能性。请尽早预订。
　　请在旅行社或者网上办理预订。

Tua du lịch Hokkaido

Tua du lịch Hokkaido mùa hè: 3 ngày 2 đêm từ ngày 29/7 đến 31/7 với giá từ 22.800 yên.
Bạn có muốn trải nghiệm kỳ nghỉ hè tại Hokkaido không?
(Thiên nhiên) Đây là nơi có nhiều cây xanh nên chúng ta vừa ngắm mặt trời lặn vừa cảm nhận được nét đẹp của thiên nhiên.
(Nhà nghỉ) Nhà nghỉ với những món ăn ngon, bầu không khí gia đình và rất tình cảm.
(Tham quan) Cả lúc đi và lúc về đều có thể gửi hành lý được nên có thể tham quan một cách thoải mái.
Quý khách có thể chọn chuyến bay, tuy nhiên cũng có trường hợp hết vé. Vì vậy kính mong quý khách đặt sớm.
Chúng tôi nhận đặt qua công ty du lịch hoặc qua internet.

怖い話

今日も遅くまで仕事だった。帰るとき、道で若い女の人が泣いていた。「どうしましたか」「…」「もしもし、どうしたんですか」「…」何度聞いても泣くばかり。

しかし、とうとう最後に「はい、実は…」

女の人が振り向くと、その顔は目も鼻も口もなくて、まるで卵のようだった。

私は「ぎゃー！*」と**叫んで**走った。しかし、私の足は**進まない**。そして、いくら**探しても**、私の家がない。

「あなた、どうしたの？　起きて」妻の声で目が**覚めた**。

「怖い夢でも見たの？　ひどい汗よ」私は**愛する**妻の顔を見た。その妻の顔は…。

* ぎゃー：怖いと思ったとき、自然に出る大きい声

Scary Story

I worked till late again today. When I was going home there was a young woman crying in the street. "What's the matter?" "……." "Hello, what's wrong?" "……." However many times I asked she did nothing but cry.

However, finally at last, "Yes, to tell the truth..."

When the woman turned around, the face had no eyes, no nose, no mouth; it was completely like an egg.

"Argh," I screamed and ran. But my legs didn't move forward. And however much I searched for my house it wasn't there.

"Darling, what's the matter? Wake up." My wife's voice woke me up.

"You must've had a terrible dream. You're covered in sweat." I looked at the face of my beloved wife. The face of my wife…

* ぎゃー: The natural, loud sound made when something frightens you.

恐怖故事

今天也工作到很晚。我回来的时候，发现路上有一位年轻女人在哭。

"怎么了？""……""喂，你怎么了？""……"不管怎么问，她只是哭泣。

但是到了最后，她终于开口："嗯，其实……"

女人回过头，只见她的脸上没有眼睛、没有鼻子、没有嘴巴，简直就像个鸡蛋。

我发出"哇"的一声尖叫，便跑了起来。但是我的脚还是原地跑步。然后无论怎么找，也找不到家。

"你怎么了？快醒醒。"妻子的声音吵醒了我。

"做噩梦了吗？都是汗呢。我看向爱妻的脸。妻子的脸……

＊ぎゃー：感到害怕的时候自然发出的尖叫声

Câu chuyện đáng sợ

Hôm nay tôi cũng làm việc đến muộn. Trên đường về tôi thấy một người con gái trẻ đang khóc. "Cô bị làm sao thế?", "...?", "Này này, cô sao vậy?", tôi đã hỏi nhiều lần nhưng cô ấy chỉ khóc.

Nhưng, cuối cùng thì "Vâng, thực ra thì...", khi cô ấy ngoảnh lại, trên mặt không có mắt, mũi, miệng trông hệt như quả trứng.

Tôi hét lên "Á..." và chạy. Nhưng chân tôi không chạy được. Và tìm mãi cũng không thấy nhà tôi đâu.

Tôi đã choàng dậy bởi tiếng gọi của vợ tôi "Này, mình ơi, mình sao thế. Dậy đi thôi".

"Anh gặp ác mộng à? Người anh ướt đẫm mồ hôi rồi đấy". Tôi nhìn khuôn mặt của người vợ yêu. Khuôn mặt ...

* ぎゃー: là tiếng kêu to thốt ra khi cảm thấy sợ hãi.

助数詞・単位（じょすうし・たんい）
Counter Suffixes, Units
量词 · 单位
Số từ, Đơn vị

01	～位（い）	~ place (rank) ～等级 vị trí số ~
02	～行（ぎょう）	~ line (of writing) ～行 dòng ~
03	～組（くみ）	~ class ～组 nhóm ~, lớp ~
04	～ケース	~ case ～盒 ~ thùng, ~ két
05	～色（しょく）	~ color ～色 màu ~
06	～セット	~ set ～套 ~ bộ
07	～ダース	~ dozen ～打 ~ tá
08	～段（だん）	~ step (of stairs)/stage ～段 ~ đoạn
09	～着（ちゃく）	~ pair/suit of (counter for clothes) ～件 ~ chiếc, cái
10	～通（つう）	~ letter/document (counter for letters/documents) ～封 ~ phong thư, lá thư
11	～頭（とう）	~ head of (counter for large animals) ～头 ~ con (con vật to)
12	～人分（にんぶん）	portion/amount for ~ person(s) ～人份 phần cho ~ người
13	～泊（はく/ぱく）	~ night's/nights' stay 住～晚 ~ đêm
14	～パック	~ pack/carton ～包 ~ gói, hộp
15	～両（りょう）	~ railway car/vehicle ～辆 toa số ~
16	～列（れつ）	~ row/line ～列 hàng ~
17	～羽（わ/ば/ぱ）	~ bird/rabbit ～只 ~ con (con vật có cánh)

動詞2（どうし）

Verbs 2
动词 2
Động từ 2

1457 **たたく** hit, tap 敲打 đánh, vỗ	**彼（かれ）は机（つくえ）をたたいて怒（おこ）った。** He hit the desk in anger. 他拍着桌子发火。 Anh ta đã đập bàn và nổi cáu.
1458 **たたむ** **畳む** fold 叠 gấp, gập	**洗濯（せんたく）したシャツをきれいに畳（たた）んだ。** I neatly folded the shirt I had washed. 把洗好的衬衫整齐地叠起来了。 Tôi đã gấp cẩn thận chiếc áo sơ mi mới giặt.
1459 **たちあがる** **立ち上がる** stand up 起立 đứng lên	**観客（かんきゃく）は立（た）ち上（あ）がって拍手（はくしゅ）した。** The audience stood up and clapped. 观众起立鼓掌了。 Khán giả đã đứng dậy vỗ tay.
1460 **たちどまる** **立ち止まる** stop, stand still 停止不前 đứng lại	**彼（かれ）は立（た）ち止（ど）まって、地図（ちず）で道（みち）を確（たし）かめた。** He stopped and checked the route on the map. 他停下脚步，用地图确认道路。 Anh ấy đã đứng lại và xác nhận đường đi trên bản đồ.
1461 **たのしむ** **楽しむ** enjoy 享受 vui vẻ, tận hưởng	**息子（むすこ）は大学生活（だいがくせいかつ）を楽（たの）しんでいる。** My son is enjoying his college days. 儿子享受着大学生活。 Con trai tôi đang rất vui vẻ với cuộc sống sinh viên. ☀ **楽（たの）しみ**
1462 **だまる** **黙る** fall silent, stop talking 沉默 im lặng	**会議（かいぎ）の間（あいだ）、彼（かれ）はずっと黙（だま）っていた。** During the meeting, he remained silent the whole time. 会议期间，他一直保持沉默。 Anh ta im lặng trong suốt cuộc họp.
1463 **ためる** save 攒 gom góp, tiết kiệm	**旅行（りょこう）のために、毎月（まいつき）１万円（いちまんえん）ずつためている。** I'm saving 10,000 yen a month for the trip. 为了旅行，坚持每个月存一万日元。 Để đi du lịch, tôi để dành mỗi tháng 10.000 yên. 自 **たまる**

1464 **たりる** **足りる** be enough 足够 đủ	**10万円あれば、生活費は足りると思います。** If I have 100,000 yen, I think it'll be enough for living expenses. 有10万日元的话，生活费是足够的。 Tôi nghĩ nếu có 100.000 yên thì sẽ đủ cho chi phí sinh hoạt.
1465 **ちかづく** **近づく** approach, get near 接近 đến gần	**今日は、一年で月が地球に最も近づく日です。** Today is the day of the year when the moon is nearest to the earth. 今天是一年中月亮最接近地球的一天。 Hôm nay là ngày mà mặt trăng gần trái đất nhất trong năm.
1466 **ちかよる** **近寄る** approach 接近 tiếp cận, lại gần	**小さな絵に近寄ってよく見た。** I approached a small painting and looked closely. 走近小画，仔细看了看。 Tôi đã tiến lại gần bức tranh nhỏ và ngắm nhìn.
1467 **ちらかる** **散らかる** be in a mess 散乱 bừa bãi, lung tung	**彼の部屋は、いつも散らかっている。** His room is always in a mess. 他的房间总是乱七八糟的。 Phòng của anh ấy lúc nào cũng bừa bộn.
1468 **ちる** **散る** fall, scatter 凋落 rụng	**今年の桜は早く散ってしまった。** The cherry blossoms fell early this year. 今年的樱花早早就凋落了。 Hoa anh đào năm nay tàn sớm.
1469 **つうじる** **通じる** get through to, be connected 连通 thông, hiểu, liên lạc được	**何度かけても、友達に電話が通じない。** No matter how many times I phoned, I couldn't get through to my friend. 给朋友打了几次电话，也没打通。 Tôi đã gọi cho người bạn nhiều lần nhưng không liên lạc được.
1470 **つかまる** **捕まる** be caught 被捕 bị bắt	**逃げていた犯人が警察に捕まった。** The criminal who'd escaped was caught by the police. 逃跑的犯人被警察抓获了。 Tên tội phạm đang lẩn trốn đã bị cảnh sát bắt. [他] **捕まえる**
1471 **つかむ** grab 抓 tóm lấy, bắt lấy	**釣った魚を手でつかんだ。** I grabbed the fish that I'd caught in my hands. 用手抓住钓来的鱼。 Tôi lấy tay bắt con cá vừa câu được.

1472

つきあう
付き合う
associate with, go out/steady with
交往，谈恋爱
hẹn hò

彼女と付き合って、３年になる。
I've been going out with her coming on for three years now.
和她约会3年了。
Tôi hẹn hò với cô ấy đã được 3 năm.
☀（お）付き合い

1473

つく
付く
have/get (something on something)
沾上
dính

雨の日に転んで、服に泥が付いた。
I fell down on a rainy day and my clothes got mud on them.
下雨天摔倒，衣服沾上了泥。
Tôi đã bị ngã hôm trời mưa nên quần áo dính đầy bùn.
他 付ける　☀～付き（例：条件付き）

1474

つける
着ける
wear, put on
穿
đeo, đính

大切な式にはネクタイを着けて出席する。
When I attend an important ceremony, I wear a tie.
戴着领带出席重要的典礼。
Đeo cà vạt để tham dự những buổi lễ quan trọng.

1475

つたわる
伝わる
be introduced
流传，传说
được truyền, du nhập

お茶は９世紀に日本に伝わった。
Tea was introduced to Japan in the ninth century.
茶是9世纪传入日本的。
Trà đã được du nhập vào Nhật Bản vào thế kỷ thứ 9.
他 伝える

1476

つぶれる
潰れる
be crushed/smashed
压坏
bẹp, nát

かばんの中でお弁当のパンが潰れてしまった。
My bread for lunch has got crushed in my bag.
包里的午餐面包被压坏了。
Chiếc bánh mỳ trong cặp mang đi để ăn đã bẹp mất rồi.

1477

つむ
積む
pile up, stack
堆积
chất, xếp

この城は、石を積んで基礎が作ってある。
As for this castle, the foundations are made from piled up rocks.
这座城是堆积石头来做地基的。
Thành này được xây dựng với nền móng là những tảng đá xếp lên nhau.

1478

つめる
詰める
fill, pack
装
nhồi, cho vào, lấp

アルバイトで菓子を箱に詰める作業をした。
As part-time work, I had the task of filling boxes with sweets.
我打工时的工作是把点心装进箱子里。
Công việc làm thêm của tôi là đóng bánh kẹo vào hộp.

1479

つもる
積もる
pile up, be covered with
堆积
chất đống, tích, đọng lại

山に雪が積もった。
The mountain was covered with snow.
山上积雪了。
Tuyết đã đọng trên núi.

1480
であう
出会う
meet
见面
gặp gỡ

昨年のパーティーで彼と出会いました。
I met him at a party last year.
在去年的派对上和他见面了。
Tôi đã gặp anh ấy ở bữa tiệc năm ngoái.
✳出会い

1481
できあがる
でき上がる
be completed
完成
hoàn thành

５年間かかって、やっと論文ができ上がった。
It took five years, and finally my thesis was completed.
花了五年，终于完成了论文。
Sau 5 năm thì cuối cùng thì tôi cũng đã hoàn thành bài luận văn.
✳でき上がり

1482
てる
照る
shine
照
chiếu sáng

今日は朝から日が照っている。
Today the sun has been shining since the morning.
今天从早上开始就出太阳了。
Hôm nay từ sáng, mặt trời đã chiếu nắng.

1483
とく
溶く
mix (with liquid)
溶解
làm tan ra

小麦粉を水で溶いて、それを薄く焼きます。
Mix the flour with water and then bake it thin.
面粉加水调成糊状，然后把它摊薄煎熟。
Hòa bột mỳ vào nước rồi đem nướng qua.

1484
どく
get out of the way
离开
tránh ra

ねえ、どいてくれないと、掃除できないよ。
Look, if you don't get out of the way, I can't clean here.
喂，你不让开，我就无法打扫。
Này, cậu không tránh ra, tớ làm sao dọn dẹp được.

1485
とける
溶ける
melt
融化
tan chảy

暑さでチョコレートが溶けた。
The chocolate was melted by the heat.
因为天热，巧克力都化了。
Do nóng nên socola đã bị chảy ra.
[他]溶かす

1486
どける
move out of the way
移开
dịch chuyển, xê dịch

ベッドを動かすので、他の家具をどけた。
Because I was moving the bed, I moved other furniture out of the way.
因为要搬床，所以把其他家具都移开了。
Vì muốn chuyển giường nên tôi đã xê dịch các đồ đạc khác.

1487
とじる
閉じる
close
闭上
đóng lại

目を閉じて音楽を聞いた。
I closed my eyes and listened to the music.
闭上眼睛听音乐。
Tôi nhắm mắt lại và nghe nhạc.
⇔開ける　⇔開く

1488
とびこむ
飛び込む
dive/jump in
跳进
nhảy vào, nhảy xuống

プールに飛び込むのは禁止されています。
Diving in the pool is forbidden.
禁止跃入泳池。
Cấm nhảy lao người xuống bể bơi.

1489
とびだす
飛び出す
dash/fly out
冲出
nhảy ra, bay ra, lao ra

急に道路に飛び出すと、危ない。
It's dangerous to dash out onto the road suddenly.
突然冲上马路的话，很危险。
Lao ra đường một cách đột ngột thì rất nguy hiểm.
☀飛び出し

1490
とりあげる
取り上げる/採り上げる
take up
提出
đưa ra

レポートのテーマに教育問題を取り上げた。
I took up the educational problem as the theme of the report.
作为报告的主题，提出了教育问题。
Tôi đã đưa vấn đề giáo dục làm chủ đề cho bài báo cáo.

1491
とりけす
取り消す
cancel
取消
hủy

ホテルの予約を取り消した。
I canceled the hotel reservation.
我取消了酒店的预订。
Tôi đã hủy đặt phòng khách sạn.
☀取り消し

1492
とりだす
取り出す
take out
取出
lấy ra

かばんの中から資料を取り出した。
I took out a document from my bag.
从书包里拿出资料来。
Tôi đã lấy tài liệu từ trong cặp ra.

1493
とる
捕る
catch
捕获
bắt

夏になると、いつも虫を捕って遊んだ。
When it became summer, I always played by catching insects.
一到夏天，总是抓虫子玩。
Cứ đến hè là chúng tôi đi bắt côn trùng chơi.

1494
とれる
取れる
come off
掉下
tuột, rời ra

シャツのボタンが取れてしまった。
A button has come off my shirt.
衬衫的扣子掉了。
Cúc áo bị tuột mất rồi.
他 取る

1495
ながれる
流れる
flow
流
chảy

町の真ん中を川が流れている。
A river flows through the middle of the town.
小镇的正中间流淌着一条河。
Con sông chảy qua trung tâm thành phố.
他 流す

1496 なぐる **殴る** hit 殴打 đấm, đánh	**兄は「殴ってごめんね」と謝った。** My older brother apologized with "Sorry for hitting you." 哥哥对我说："我打了你，对不起。"。 Anh trai tôi đã xin lỗi: "Xin lỗi đã đánh em nhé".
1497 なやむ **悩む** be worried/troubled 烦恼 ưu tư, trăn trở, băn khoăn	**今の仕事を続けるかどうかで、悩んでいる。** I'm worried about whether I will continue with my current job or not. 很苦恼要不要继续做现在的工作。 Tôi băn khoăn không biết có nên tiếp tục công việc hiện tại hay không. ✱悩み
1498 **なる** grow, bear (fruit) 形成 ra quả, chín quả	**庭の木に赤い実がなった。** A tree in the garden has produced red fruit. 院子里的树上结了红色的果实。 Cây trong vườn đã chín mọng những quả đỏ.
1499 にあう **似合う** suit 匹配 hợp	**彼女は明るい色がよく似合う。** She really suits bright colors. 她很配明亮的颜色。 Cô ấy rất hợp với màu sáng.
1500 にぎる **握る** hold, grasp 握 nắm	**その男はナイフを握って立っていた。** The man stood there holding a knife. 那个男人握着刀站在那里。 Người đàn ông đó đã đứng và nắm chặt con dao.
1501 にる **煮る** boil, cook 煮 ninh, nấu	**りんごをワインと砂糖で煮た。** I boiled the apple with wine and sugar. 用葡萄酒和白糖把苹果煮熟了。 Tôi đã nấu táo với rượu vang và đường. 自 煮える
1502 ぬう **縫う** sew, stitch 缝 khâu, vá	**妹は、簡単な服なら自分で縫う。** If they are simple clothes, my sister sews them herself. 妹妹自己缝简单的衣服。 Em gái tôi tự mình khâu vá những quần áo đơn giản.
1503 ぬく **抜く** pull out 拔 nhổ, bứt	**母の白髪を抜いてあげた。** I pulled out my mother's grey hairs. 帮母亲拔了白发。 Tôi đã nhổ tóc trắng cho mẹ. 自 抜ける

1504	
ぬれる get wet 淋湿 ướt	突然(とつぜん)雨(あめ)が降(ふ)ってきて、ぬれてしまった。 As it suddenly rained, I got wet. 突然下起雨来，被淋湿了。 Đột nhiên mưa ập xuống nên tôi đã bị ướt hết. 他 ぬらす　⇔乾(かわ)く
1505	
ねがう 願う hope 希望 mong, mong muốn	お二人(ふたり)が幸(しあわ)せになることを願(ねが)っています。 I hope the two of you find happiness. 希望你们两人能幸福。 Tôi mong hai bạn luôn hạnh phúc. ☀（お）願(ねが)い
1506	
のこす 残す leave 剩下 để lại, để thừa	食欲(しょくよく)がなくて、ご飯(はん)を残(のこ)した。 As I didn't have any appetite, I left the rice. 因为没有食欲，所以米饭吃剩了。 Vì không muốn ăn nên tôi đã để chứa cơm. 自 残(のこ)る
1507	
のせる 載せる carry, load 装载 chất lên, cho lên, chở	この船(ふね)は２万(にまん)トンの荷物(にもつ)を載(の)せている。 That ship is carrying 20,000 tons of goods. 这艘船载着两万吨级的货物。 Con thuyền này chở 20.000 tấn hàng. ⇔下(お)ろす
1508	
のびる 伸びる become longer, grow 长高 dài ra, tăng lên, tăng	１年(いちねん)で身長(しんちょう)が２(に)センチ伸(の)びた。 I grew two centimeters in height in one year. 一年里，身高长了两厘米。 Trong 1 năm tôi đã tăng 2cm chiều cao. 他 伸(の)ばす
1509	
のびる 延びる be extended 延长 kéo dài	会議(かいぎ)が２時間(にじかん)延(の)びて、デートに遅(おく)れた。 As the meeting was extended for two hours, I was late for my date. 会议延迟了两个小时，约会迟到了。 Cuộc họp kéo dài thêm 2 tiếng đồng hồ nên tôi đã muộn cuộc hẹn. 他 延(の)ばす
1510	
のぼる 昇る ascend 升起 lên, mọc	太陽(たいよう)は東(ひがし)から昇(のぼ)る。 The sun ascends from the east. 太阳从东方升起。 Mặt trời mọc từ phía Đông.
1511	
のりこす 乗り越す go past one's stop 坐过站 đi quá điểm xuống	乗(の)り越(こ)したんですが、いくら払(はら)えばいいですか。 I've gone past my stop, so how much should I pay? 坐过站了，付多少钱比较好？ Tôi đã đi quá điểm xuống, vậy phải trả bao nhiêu tiền? ☀乗(の)り越(こ)し

1512 **はえる** **生える** grow, come out 生长 mọc	**庭に草がたくさん生えている。** There's a lot of grass growing in the garden. 院子里长满了草 Cỏ mọc rất nhiều ngoài vườn.
1513 **はかる** **測る/量る/計る** measure 测量 đo, đo đạc, cân, tính toán	**カーテンを作るので、窓の長さを測った。** Because I am making curtains, I measured the length of the windows. 为了做窗帘，测量了窗户的长度。 Vì làm rèm cửa nên tôi đã đo chiều dài cửa sổ.
1514 **はく** **掃く** sweep 扫 quét	**庭を掃いて、きれいにした。** I swept the yard and cleaned it. 清扫之后，院子变干净了。 Tôi đã quét và dọn dẹp sạch vườn.
1515 **はく** **吐く** throw up, spit 吐 nôn, nhổ ra	**お酒を飲み過ぎて、吐いてしまった。** I drank too much alcohol and threw up. 因为喝了太多酒，所以吐了。 Vì uống quá chén nên tôi đã nôn.
1516 **はさむ** **挟む** insert, put something between 夹 kẹp	**パンにハムとチーズを挟んで食べた。** I put some ham and cheese between some bread and ate it. 吃了夹着火腿和奶酪的面包。 Tôi kẹp giò và phô mai vào bánh mì và ăn.
1517 **はずす** **外す** take off, unfasten, undo 移开 tháo ra, cởi ra	**壁の時計を外して、掃除した。** I took the clock off the wall and cleaned it. 把墙上的钟移开，并打扫了。 Tôi đã tháo chiếc đồng hồ treo tường ra và lau chùi. **[自]外れる　⇔はめる**
1518 **はずれる** **外れる** come off/out, be out of place 偏离，脱落 tuột, tuột ra	**人とぶつかって、眼鏡のレンズが外れた。** I bumped into someone and one of my glass lenses fell out. 和人撞了，眼镜的镜片掉了。 Tôi va vào người khác nên mắt kính đã tuột ra. **[他]外す**
1519 **はなしあう** **話し合う** talk, discuss 互相交谈 bàn bạc, thảo luận, nói chuyện	**新しいテーマについてみんなで話し合った。** We all discussed the new theme. 关于新主题，大家进行了讨论。 Mọi người đã cùng thảo luận về chủ đề mới. **☀話し合い**

1520 **はなしかける** **話し掛ける** speak/talk to 跟人说话，搭话 bắt chuyện, làm quen	**入学式で隣に座った学生に話し掛けた。** I spoke to the student sat next to me at the entrance ceremony. 在入学仪式上和坐在旁边的学生搭话了。 Tôi đã bắt chuyện với bạn sinh viên ngồi cạnh trong buổi lễ nhập học.
1521 **はなれる** **離れる** be apart, move away 离开 rời, rời xa, ngồi xa	**顔が暑くなったので、ストーブから離れた。** As my face had got hot, I moved away from the stove. 因为脸发烫，就离暖炉远一点了。 Mặt đã nóng lên nên tôi đã ngồi xa lò sưởi. 他 **離す**
1522 **はめる** insert, put in 镶上 lắp, đeo, cho vào	**外れた眼鏡のレンズをはめてもらった。** I had the glass lens that had come out put back in. 镶上了脱落的眼镜片。 Tôi đã được lắp giúp mắt kính bị tuột ra. ⇔**外す**
1523 **はやる** go around, be in fashion 流行 thịnh hành, lưu hành, lây lan, được yêu thích	**最近、インフルエンザがはやっている。** Recently the flu is going around. 最近，流感正在流行。 Gần đây, dịch cúm đang lây lan. ☀**はやり**
1524 **はらいもどす** **払い戻す** give a refund 退款 trả lại	**旅行が中止のとき、代金は払い戻します。** When a trip is canceled, the money you paid will be refunded. 旅行中止的时候，费用会被退回。 Trường hợp chuyến đi du lịch bị huỷ, chúng tôi xin trả lại tiền. ☀**払い戻し**
1525 **はれる** **腫れる** swell, become swollen 肿 sưng lên, tấy lên, sưng tấy lên	**ボールが当たって、腕が腫れた。** The ball hit me, and my arm became swollen. 胳膊被球打中，肿了。 Vì bị bóng trúng vào nên cánh tay tôi sưng tấy lên. ☀**腫れ**
1526 **ひきうける** **引き受ける** take on, undertake 接受 nhận	**私は、どんな仕事でも引き受けます。** I'll undertake any kind of work. 我什么工作都接受。 Bất cứ công việc gì tôi cũng sẽ đảm nhận.
1527 **ひきだす** **引き出す** withdraw 取出 kéo ra, rút ra, rút (tiền)	**銀行へ行って、必要なお金を引き出した。** I went to the bank and withdrew the money I needed. 到银行去取了所需的钱。 Tôi đã đi ngân hàng và rút số tiền cần dùng. ☀**引き出し**

1528
ひく
引く
draw (a line)
画(线)
kéo, kẻ

定規を使ってまっすぐに線を引く。
I draw a straight line with a ruler.
用尺子画直线。
Tôi dùng thước kẻ và kẻ một đường thẳng.

1529
ひっくりかえす
引っ繰り返す
turn something over
翻过来
lật lại

肉の片側が焼けたので、引っ繰り返した。
As one side of the meat was done, I turned it over.
肉的一侧烤熟了，所以把它翻过来了。
Vì một mặt của miếng thịt đã cháy nên tôi lật ngược lại.
自引っ繰り返る

1530
ひっぱる
引っ張る
pull, drag
拉住
kéo

手で引っ張って、カーペットの位置を直した。
I put the carpet in the correct position by pulling it by hand.
用手把地毯拉到正确的地方。
Tôi đã dùng tay kéo và chỉnh lại vị trí của tấm thảm.

1531
ひやす
冷やす
cool, chill
使变冷
làm lạnh

ビールを冷蔵庫で冷やした。
I chilled the beers in the fridge.
把啤酒放在冰箱里冰镇了。
Tôi đã làm lạnh bia trong tủ lạnh.
自冷える ⇔暖める/温める

1532
ひろげる
広げる
widen, enlarge
拓宽
mở rộng

駅前の通りを広げることになった。
It was decided to widen the street in front of the station.
决定拓宽车站前的街道。
Đã có quyết định mở rộng con đường phía trước nhà ga.
自広がる

1533
ひろめる
広める
spread, disseminate
推广
quảng bá

日本料理を世界に広めたい。
We want to spread Japanese cuisine around the world.
想把日本料理推广到全世界。
Tôi muốn quảng bá món ăn Nhật ra khắp thế giới.

1534
ふく
拭く
wipe
抹净
lau, chùi

テーブルが汚れていたので、よく拭いた。
As the table was dirty, I wiped it thoroughly.
桌子被弄脏了，所以好好擦了。
Vì bàn bẩn nên tôi đã lau kĩ.

1535
ふくらむ
膨らむ
swell, expand
膨胀
phồng lên

パンはどんどん膨らんで、よく焼けた。
The bread has steadily risen, and is thoroughly baked.
面包发得越来越大，烘得很成功。
Bánh mỳ dần phồng lên và được nướng chín.

1536 ふせぐ **防ぐ** prevent, guard against 抵御 ngăn, đề phòng, tránh	**寒さを防ぐために、厚いカーテンを掛けた。** I hung thick curtains to protect against the cold. 为了抵御寒冷，挂上了厚厚的窗帘。 Để tránh bị lạnh, tôi đã treo rèm cửa dày.
1537 **ぶつかる** bump, collide with 碰撞 va vào, va chạm	**飛び出して来た自転車にぶつかった。** I collided with a bike that rushed out. 撞上了冲出来了的自行车。 Tôi đã va vào chiếc xe đạp lao vụt ra. 他 ぶつける
1538 ふやす **増やす** increase 增加 làm tăng	**忙しいので、アルバイトの人を増やした。** Because we were busy, we increased the number of part-timers. 因为繁忙，增加了打工的人数。 Vì bận rộn nên tôi đã tăng số người làm thêm. 自 増える ⇔減らす
1539 ふりむく **振り向く** turn around, look back 回头 ngoảnh lại	**後ろから名前を呼ばれて、振り向いた。** I was called from behind and turned around. 有人从后面叫我的名字，所以回头看了一下。 Tôi bị gọi từ phía sau nên đã ngoảnh lại.
1540 ふる **振る** shake, wave 挥 rắc, vẫy, lắc	**友達は、「さよなら」と言って手を振った。** My friend waved his hand and said, “Goodbye.” 朋友说着“再见”，向我挥手。 Bạn tôi đã nói “tạm biệt” và vẫy tay chào.
1541 ふるえる **震える** shiver, tremble 颤抖 run, run lên, run rẩy	**とても寒くて、体が震えそうだ。** It’s so cold my body seems to be shivering. 冻得浑身发抖。 Trời rất lạnh, cơ thể sắp run lên. ☀震え
1542 へる **減る** decrease 减少 giảm, ít đi	**ダイエットのおかげで、体重が２キロ減った。** Thanks to my diet, my body weight has decreased by two kilos. 多亏了减肥，体重减轻了两公斤。 Nhờ việc ăn kiêng nên tôi đã giảm 2kg. 他 減らす ⇔増える
1543 **ほえる** bark 咆哮 sủa	**隣の家の犬は、よくほえる。** Next door’s dog barks a lot. 隔壁家的狗总是咆哮。 Con chó nhà bên cạnh hay sủa.

1544

ほす
干す
dry
晾干
phơi

雨なので、洗濯した物を部屋に干した。
Because it was raining, I dried the washing in my room.
因为下雨，所以把洗好的衣物都放到房间晾干。
Vì trời mưa nên tôi đã phơi đồ đã giặt ở trong phòng.

1545

ほる
掘る
dig
挖
đào, bới

木を植えるために、庭の土を掘った。
I dug the soil in the garden in order to plant the tree.
为了种树，挖了院子里的土。
Tôi đã đào đất trong vườn để trồng cây.

1546

まげる
曲げる
bend
弯曲
gập, bẻ

毎日、体を曲げたり伸ばしたりして運動する。
Every day, I do such things as bend and stretch my body to exercise.
每天扭动身体做运动。
Hàng ngày, tôi đều tập các động tác gập duỗi cơ thể.
自 曲がる

1547

まぜる
混ぜる
mix, blend
混合
trộn

小麦粉とバターをよく混ぜてください。
Please mix the flour and butter thoroughly.
请把面粉和黄油混合好。
Hãy trộn kĩ bột mì và bơ.
自 混ざる

1548

まちあわせる
待ち合わせる
arrange to meet
碰面
hẹn gặp

６時に駅前で友人と待ち合わせた。
I arranged to meet my friend in front of the station at six.
6点在车站前和朋友碰面了。
Tôi đã hẹn gặp bạn ở trước ga vào lúc 6 giờ.
☀待ち合わせ

1549

まちがう
間違う
be wrong, mistake
弄错
nhầm, nhầm lẫn

簡単な問題だったのに、間違ってしまった。
Even though it was a simple question, I got it wrong.
这是一个简单的问题，但是做错了。
Tuy là bài đơn giản nhưng tôi lại nhầm mất.
☀間違い　☀間違える

1550

まとめる
collect, bring together
总结
tóm tắt, tổng hợp, thu dọn

チェックアウトまでに荷物をまとめておいて。
Get your baggage together by check-out.
请在退房之前把行李收拾好。
Hãy thu dọn hành lý trước khi trả phòng khách sạn.
自 まとまる　☀まとめ

1551

まなぶ
学ぶ
study, learn
学习
học

大学で経済学を学んでいる。
I'm studying economics at university.
在大学学习经济学。
Tôi đang học môn kinh tế học ở trường đại học.

1552

まもる
守る
protect, defend
保护
tuân thủ, bảo vệ

犯罪から子供を守るために、地域で協力する。
In order to protect children from crime, they cooperate in the area.
为了从犯罪活动中保护孩子，而在地区进行合作。
Cả vùng cùng chung sức để bảo vệ bọn trẻ khỏi những điều xấu.

1553

まわす
回す
turn
转动
xoay, quay, vặn

腕を前から後ろに大きく回してください。
Please turn your arm in a big arc from your front to your back.
请把胳膊大幅度地从前向后转。
Hãy quay rộng cánh tay từ phía trước ra phía sau.
自 **回る**

1554

みおくる
見送る
see a person off
目送
tiễn

帰国する友人を空港で見送った。
I saw my friend who was going home off at the airport.
在机场目送了回国的朋友。
Tôi đã tiễn người bạn về nước ở sân bay.
☀ **(お) 見送り**

1555

みなおす
見直す
look again, re-examine
重新考虑，再看
xem lại, nhìn lại

書いた答えに間違いがないか、見直した。
I looked again to see whether there were any mistakes in my written answers.
重新看了一下写的答案是否有误。
Tôi kiểm tra lại xem các câu trả lời đã viết có sai hay không.
☀ **見直し**

1556

みる
診る
examine (medically)
看病
khám

熱が下がらないので、医者に診てもらった。
As my fever had not subsided, the doctor examined me.
因为没有退烧，所以请医生看了病。
Vì không hạ sốt nên tôi đã nhờ bác sỹ khám.

1557

むかう
向かう
head toward
前往
hướng đến, đi

今、車でそちらに向かっています。
I'm heading there now in the car.
现在正坐车前往那里。
Bây giờ tôi đang đi đến đó bằng ô tô.

1558

むく
向く
face, turn toward
面向
hướng về, nhìn về

写真を撮りますよ。こっちを向いてください。
I'm going to take a picture. Please face this way.
要拍照了哦，请面向这边。
Tôi chụp ảnh đây. Mọi người hãy nhìn vào đây nhé.
他 **向ける**

1559

むく
peel
削
gọt

男の子は上手にりんごの皮をむいた。
The boy skillfully peeled the apple.
男孩熟练地削好了苹果皮。
Cậu bé đã gọt vỏ táo rất giỏi.

1560
むす
蒸す
steam
蒸
hấp

この料理は豚肉と野菜を蒸して作る。
To make this dish you steam pork and vegetables.
这道菜是用猪肉和蔬菜蒸出来的。
Món ăn này chế biến bằng cách hấp thịt lợn với rau.

1561
むすぶ
結ぶ
tie
系
buộc, kết nối

運動するまえに、靴のひもをしっかり結んだ。
Before exercising, I firmly tied my shoe laces.
在运动之前把鞋带系好了。
Trước khi vận động, tôi đã buộc chặt dây giày.

1562
めざす
目指す
aim at, have an eye on
以……为目标
hướng đến, nhắm đến

優勝を目指して練習している。
I'm practicing with my eye on the championship.
正在以冠军为目标进行训练。
Tôi đang luyện tập nhằm giành chức vô địch.

1563
めだつ
目立つ
stand out, be distinctive
醒目
nổi bật, nổi trội

彼女は背が高くて、どこにいても目立つ。
Because she is tall, she stands out all the time wherever she is.
她个子高，在哪里都很醒目。
Cô ấy cao nên ở đâu cũng nổi bật.

1564
もうしこむ
申し込む
apply, ask for
申请
đăng ký

旅行社に富士山に行くツアーを申し込んだ。
I've signed up for a tour to Mt. Fuji with a travel agency.
我向旅游公司申请了去富士山的行程。
Tôi đã đăng ký chuyến đi du lịch núi Phú Sỹ với công ty du lịch.
☀申し込み

1565
もどす
戻す
return
返回
trả lại, trả về

使った道具は、元の所に戻してください。
Please return the tools you have used to their original place.
请把用完的工具放回原处。
Những dụng cụ đã dùng hãy để lại vị trí cũ.
自 戻る

1566
もやす
燃やす
burn
燃烧
đốt, làm cháy

昔の恋人からもらった手紙を燃やした。
I burned the letters I'd received from an old lover.
烧掉了旧情人写给我的信。
Tôi đã đốt những lá thư nhận được từ người yêu cũ.
自 燃える

1567
やくす
訳す
translate
翻译
dịch

今、ドイツ語の本を日本語に訳している。
I'm currently translating a German language book into Japanese.
现在正在把德语的书翻译成日语。
Bây giờ, tôi đang dịch sách tiếng Đức sang tiếng Nhật.

1568

やくにたつ
役に立つ
be useful, be of help
有益
có ích, có tác dụng

将来は、人の役に立つ仕事がしたい。
In the future, I want a job in which I can be of help to people.
将来想做对人类有益的工作。
Trong tương lai, tôi muốn làm công việc có ích cho mọi người.

1569

やすめる
休める
rest, have a rest
休息
cho nghỉ ngơi

パソコンの作業で疲れた。少し目を休めよう。
I'm tired from working with the PC. I'll rest my eyes for a bit.
因为对着电脑工作累了。所以稍微让眼睛休息一下。
Tôi đã mệt với những thao tác trên máy tính. Để mắt nghỉ một chút.
自 休む

1570

やとう
雇う
employ
雇佣
thuê, tuyển dụng

この店ではアルバイトを３人雇っている。
They employ three part-timers at this shop.
这家店雇了三个兼职工。
Cửa hàng này đang thuê 3 người làm thêm.

1571

やぶれる
破れる
be torn/ripped
打破
rách

買ったばかりの靴下なのに、破れてしまった。
Even though I have only just bought these socks, they're torn.
明明是刚买的袜子，却破了。
Đôi giày mới mua vậy mà đã rách mất rồi.
他 破る　☀破れ

1572

ゆずる
譲る
give, transfer
让给
nhường

電車の中でお年寄りに席を譲った。
I gave up my seat on the train to an elderly person.
在电车上给老年人让了座。
Tôi đã nhường ghế cho người già trên xe điện.

1573

ゆでる
boil
煮
luộc

卵を１０分間ゆでてください。
Please boil the egg for ten minutes.
请把鸡蛋煮10分钟。
Hãy luộc trứng trong 10 phút.
☀ゆで～（例：ゆで卵）

1574

ゆるす
許す
forgive
原谅
tha thứ

課長は私のミスを許してくれた。
The manager forgave my mistake.
科长原谅了我的失误。
Trưởng phòng đã tha thứ cho lỗi lầm của tôi.
☀許し

1575

ゆれる
揺れる
shake, sway
摇晃
rung, lắc, đung đưa

風で木の枝が揺れている。
The branches of the trees are swaying in the wind.
树枝在风中摇晃。
Vì gió nên cành cây đung đưa.
☀揺れ

1576 よう 酔う get drunk 醉 say	友達(ともだち)とお酒(さけ)を飲(の)んで、気持(きも)ちよく酔(よ)った。 I drank liquor with my friend and got pleasantly drunk. 和朋友喝酒，喝得酣畅。 Uống rượu với bạn bè, tôi thấy hơi hơi say. ☀酔(よ)い
1577 よごす 汚す make something dirty 弄脏 làm bẩn	コーヒーをこぼして、服(ふく)を汚(よご)してしまった。 I spilled some coffee and made my clothes dirty. 因为把咖啡洒了，所以衣服被弄脏了。 Tôi đánh đổ cà phê nên đã làm bẩn mất quần áo. 自汚(よご)れる　☀汚(よご)れ
1578 よわまる 弱まる grow weak, weaken 变弱 yếu đi	台風(たいふう)の風(かぜ)が朝(あさ)よりも弱(よわ)まってきた。 The typhoon winds have weakened in comparison with this morning. 台风的风力比早上减弱了。 Sức gió của cơn bão đã yếu đi so với buổi sáng.
1579 わける 分ける divide, share 分 chia, phân chia	大(おお)きなケーキをみんなで分(わ)けた。 We divided the big cake amongst everyone. 把大蛋糕分给大家了。 Mọi người đã chia nhau chiếc bánh ga tô. 自分(わ)かれる
1580 わる 割る divide, break 打碎 làm vỡ, bẻ	大(おお)きいチョコレートを割(わ)って、友達(ともだち)と食(た)べた。 I divided up the chocolate and ate it with my friends. 把大块的巧克力掰碎，和大家一起吃了。 Tôi bẻ thanh socola to ra và cùng ăn với bạn. 自割(わ)れる

読んでみよう８

ごみの出し方

住民の皆さん、ごみを出すときは、次のルールを**守って**ください。

- **燃える**ごみとプラスチックのごみは、**分けて**出してください。**混ざって**いると、**燃やせない**ことがあります。
- **燃える**ごみは火・木・土曜日、プラスチックのごみは月・水曜日、資源ごみは金曜日です。**間違った**日に出さないように気を付けてください。
- 家具などの大きいごみを出すときは、役所に**申し込む**必要があります。
- **破れた**袋は使わないでください。

How to Put Out Garbage

Dear residents
When putting out garbage, please observe the following rules.

- Please separate and then dispose of burnable garbage and plastics. Otherwise, it might not be accepted for burning.
- Burnable garbage is collected on Tuesdays, Thursdays and Saturdays; plastic garbage on Mondays and Wednesdays; and recyclable waste on Fridays. Please be careful not to put out garbage on the wrong day.
- When you want to put out bulky refuse, you need to apply to do this at the city office.
- Please don't use torn bags.

扔垃圾的方法

各位居民，扔垃圾的时候，请遵守下面的规则。

- 请把可燃垃圾和塑料垃圾分开投放。混合在一起的话，可能会无法燃烧。
- 周二、周四、周六请扔可燃垃圾。周一、周三请扔塑料垃圾。资源垃圾请于周五处理。请看好以上时间，以免扔错垃圾。
- 在扔家具等大型垃圾的时候，需要向政府机关申请。
- 请勿使用破损的垃圾袋。

Cách vứt rác

Tất cả mọi cư dân khi vứt rác hãy tuân thủ những quy định dưới đây.

- Hãy phân loại và vứt rác cháy được với rác nhựa. Nếu để lẫn có trường hợp sẽ không đốt cháy được.
- Rác cháy được vứt vào thứ 3, 5, 7, rác nhựa vứt vào thứ 2, 4, rác tái chế vứt vào thứ 6. Các bạn hãy chú ý để không nhầm ngày vứt rác.
- Khi vứt rác cồng kềnh như đồ gia dụng thì phải đăng ký với chính quyền.
- Không sử dụng túi đựng bị rách.

お掃除ボール

お掃除ボールは小さなお掃除ロボットで、スイッチを入れて床の上に置くと、自分でぐるぐる回りながら転がって行きます。**掃いたり拭いたり**するのが難しいベッドの下など、ほこりが**たまって**いる所に行って、戻ってくるとほこりが**取れて**います。物に**近づく**と**ぶつからない**ように動きますが、もし部屋が**散らかって**いたら、物を**まとめて**部屋のどこかに**どけて**おいたほうがいいでしょう。電池が切れたら、細長いふたを**引っ張って**開けて、新しい電池を入れてください。

Cleaning Ball

The cleaning ball is a small cleaning robot that, when you switch on and put on the floor, spins round and round by itself as it rolls across the floor. It goes to where dust accumulates, in such difficult places to wipe or clean as under the bed, and when it comes back, the dust is picked up. Though it moves so as not to bump into things that it comes near to, if the room is untidy, it is best to gather things together in a mass somewhere in the room. When the battery runs out, pull open the narrow lid and put in a new battery.

清洁球

清洁球是一个小小的扫地机器人，当你打开开关并将它放在地板上，它会在地板上滚动和旋转。它会滚到床底等平时难以擦拭干净的地方。当它回来的时候，灰尘也被吸走了。虽然当它靠近物体时自己会调整方向避免碰撞，但如果房间凌乱，最好先把东西挪到房间的某个地方。当电池耗尽时，请拉开细长的盖子，更换新电池。

Quả bóng dọn dẹp vệ sinh

Quả bóng dọn dẹp vệ sinh là robot dọn dẹp vệ sinh loại nhỏ, chỉ cần bật công tắc và để trên sàn nhà là tự nó sẽ lăn tròn và di chuyển. Những chỗ tích nhiều bụi khó quét, khó lau chùi như dưới gầm giường, chỉ cần vòng đi vòng lại một lượt là hút sạch được bụi. Khi robot làm việc để không va vào đồ vật thì phòng phải gọn gáng, đồ đạc để gọn lại ở trong phòng. Nếu hết pin, các bạn hãy mở nắp thon dài ra và thay pin mới vào.

い形容詞（けいようし）

i-Adjectives
い形容词
Tính từ đuôi i

1581 **あさい** **浅い** shallow 浅的 nông, nông cạn	**川の浅い所で泳いだ。** I swam in a shallow part of the river. 在河的浅水区游泳。 Tôi đã bơi ở chỗ nước nông của dòng sông. **⇔深い**
1582 **えらい** **偉い** great, admirable 了不起的 vĩ đại, giỏi	**まだ４歳なのに、よくお手伝いして偉いね。** Even though you're only four, it's great that you can help your parents a lot. 虽然才4岁，但是却能经常帮上忙，很了不起呢。 Mới có 4 tuổi mà đã giúp đỡ được bố mẹ rồi, cháu giỏi quá.
1583 **おかしい①** funny 好笑的 lạ, buồn cười	**大きな先生が虫を怖がるのが、おかしかった。** It was funny that a big teacher was frightened of insects. 那么高大的老师竟害怕虫子，这很好笑。 Người thầy vĩ đại vậy mà lại sợ sâu thì thật lạ.
1584 **おかしい②** strange, wrong 奇怪的 khác thường	**車のエンジンの調子がおかしい。** There's something wrong with the car engine. 汽车发动机的状态很奇怪。 Động cơ ô tô chạy hơi khác thường.
1585 **おそろしい** **恐ろしい** terrible, awful 可怕的 khủng khiếp, kinh khủng	**恐ろしい夢を見て、夜中に起きてしまった。** I had a terrible dream and got up in the middle of the night. 做了个可怕的梦，于是半夜起床了。 Tôi mơ giấc mơ đáng sợ nên đã tỉnh giấc giữa đêm.
1586 **おとなしい** gentle, quiet 温顺的 ngoan, ngoan ngoãn	**この犬はおとなしくて、ほえたりしません。** This dog is gentle and never barks. 这只狗很温顺，不乱叫。 Con chó này rất ngoan, không sủa gì cả.
1587 **かゆい** itchy 痒的 ngứa, ngứa ngáy	**蚊に刺されて、あちこちかゆい。** I've been bitten by a mosquito, and I feel itchy here and there. 被蚊子叮咬后到处都痒。 Tôi bị muỗi đốt nên ngứa ngáy khắp người.

1588 **きつい** tight 紧的 chật, (công việc) vất vả, (lịch trình) kín mít	**あれ、太ったのかな。ズボンがきつい。** Oh no, have I gained weight? These trousers are tight. 啊，我是不是胖了啊，裤子很紧。 Hình như mình béo lên thì phải. Thấy quần chật hơn.
1589 **きびしい** **厳しい** strict 严格的 nghiêm khắc, khó tính	**この学校の寮には厳しい規則がある。** The school's dormitory has strict rules. 这所学校的宿舍有很严格的规章制度。 Ký túc xá trường học này có quy định nghiêm khắc. **☀厳しさ**
1590 **くさい** **臭い** smelly 臭的 hôi thối	**腐ったごみで台所が臭い。** Because of the rotten garbage, the kitchen is smelly. 因为有腐烂的垃圾，厨房很臭。 Bếp bốc mùi rác thối.
1591 **くやしい** **悔しい** mortifying 懊悔的 tiếc, hối tiếc, đau khổ	**こんな簡単な問題を間違えて、悔しい。** To get such a simple question wrong is mortifying. 竟然弄错了这样简单的问题，真懊悔。 Thật tiếc khi nhầm một bài đơn giản như thế này. **☀悔しさ**
1592 **くるしい** **苦しい** difficult, painful, hard 困难的 khó thở, đau khổ	**急いで階段を上ったので、息が苦しい。** Because I've come up the stairs in a rush, I'm finding it difficult to breathe. 因为急忙上楼，所以呼吸困难。 Tôi đã vội vã leo lên cầu thang nên thấy khó thở. **☀苦しさ**
1593 **くわしい** **詳しい** detailed 详细的 cụ thể	**詳しいことは担当者がご説明します。** The person in charge shall explain the detailed points. 详细情况由负责人来说明。 Những việc cụ thể thì người phụ trách sẽ giải thích.
1594 **こい** **濃い** dark, strong, thick 浓的 đậm, nồng, đặc	**私は濃くて苦いコーヒーが好きだ。** I like strong, bitter coffee. 我喜欢浓的苦咖啡。 Tôi thích cà phê đậm đặc và đắng. **⇔薄い　☀濃いめ**
1595 **こまかい** **細かい** small, detailed 细小的 nhỏ, vụn vặt	**説明書の字が細かくて、読みにくい。** The letters in the manual are small and difficult to read. 说明书上的文字很小，很难读。 Chữ trong sách hướng dẫn nhỏ nên khó đọc.

1596
しおからい
塩辛い
salty
咸的
mặn, nhiều muối

料理が塩辛かったので、のどがかわく。
Because the dish was salty, I'm thirsty.
菜肴很咸，喉咙很干。
Vì món ăn mặn nên tôi khát nước.

1597
しかくい
四角い
square
方形的
vuông vắn

CDを入れる四角いケースを買った。
I bought a square case to put my CDs in.
买了一个装CD的正方形盒子。
Tôi đã mua chiếc túi vuông để đựng đĩa CD.
✳四角　✳四角形

1598
しかた(が) ない
there's no other choice, can't be helped
没有办法的
không còn cách nào khác, đành phải

財布を忘れて、しかたなく駅から家に戻った。
As I'd forgotten my wallet, there was nothing I could do but return home from the station.
因为忘带钱包了，没办法，只好从车站返回了家。
Tôi đã quên ví nên đã từ ga về nhà.

1599
すっぱい
酸っぱい
sour
酸的
chua

このみかんは、まだ酸っぱい。
This mandarin orange is still sour.
这个橘子还很酸。
Loại quýt này vẫn còn chua.

1600
つらい
hard, painful
痛苦的
khổ sở, khó

仲が良かった友達と別れるのはつらい。
Parting company with close friends is hard.
和好朋友分开是件很痛苦的事。
Việc chia tay với người bạn thân là rất buồn.
✳つらさ

1601
なつかしい
懐かしい
nostalgic, dear old days
令人怀念的
nhớ tiếc, nhớ

子供のころの写真を見て、昔が懐かしくなった。
I saw photos of my childhood years and felt nostalgic about the old days.
看了小时候的照片，很怀念过去。
Nhìn ảnh hồi còn bé mà tôi thấy nhớ ngày xưa.
✳懐かしさ

1602
ぬるい
lukewarm
温的
nguội, âm ấm

このコーヒーは、ぬるくてまずい。
This coffee is lukewarm and tastes bad.
这杯咖啡是温的，很难喝。
Cà phê này nguội và không ngon.
✳ぬるめ

1603
ひどい
terrible
严重的
kinh khủng, khủng khiếp

泥棒が入った部屋は、ひどい状態だった。
The room the thief broke into was in a terrible state.
遭小偷的房间，状态很糟糕。
Căn phòng bị trộm vào, trạng thái căn phòng rất bừa bộn.
✳ひどさ

1604

ほそながい
細長い
slender, long and thin
细长的
thon dài

細長い箱にネックレスを入れた。
I put the necklace in a slender box.
细长的箱子里装了项链。
Tôi đã cho vòng cổ vào chiếc hộp thon dài.

1605

まずしい
貧しい
poor
贫穷的
nghèo

貧しくても、家族が健康なら幸せだ。
Even if I'm poor, if my family is in good health, I'll be happy.
即使贫穷，只要家人健康，就幸福。
Mặc dù nghèo nhưng gia đình đều khỏe mạnh là điều hạnh phúc.
⇔豊か　☀貧しさ

1606

むしあつい
蒸し暑い
hot and humid
闷热的
nóng, oi bức

日本の夏は蒸し暑い。
Japanese summers are hot and humid.
日本的夏天很闷热。
Mùa hè ở Nhật thì rất oi bức.
☀蒸し暑さ

1607

めずらしい
珍しい
rare, unusual
罕见的，珍贵的
hiếm, lạ

彼は世界中の珍しい切手を集めている。
He collects rare stamps from all over the world.
他在收集世界各国的珍贵邮票。
Anh ấy đang sưu tập những chiếc tem lạ trên toàn thế giới.

1608

もうしわけない
申し訳ない
be sorry
实在抱歉
xin lỗi, thấy có lỗi

ご迷惑をおかけして、申し訳ないと思います。
I feel sorry to cause so much trouble.
给您添麻烦了，我觉得很抱歉。
Xin lỗi vì đã làm phiền.

1609

もったいない
wasteful
浪费的
lãng phí, phung phí

食べられる物を捨てるなんて、もったいない。
It's wasteful to throw away food that is good enough to eat.
竟然扔掉可以吃的东西，太浪费了。
Vứt những đồ ăn vẫn còn ăn được đi thì thật lãng phí.

1610

ものすごい
terrible
可怕的
kinh khủng, khủng khiếp

ものすごいスピードで車が走って行った。
A car flew by at terrible speed.
汽车以可怕的速度开走了。
Chiếc xe ô tô đã lao đi với tốc độ kinh khủng.

な形容詞

na-Adjectives
な形容词
Tính từ đuôi na

1611 **いがい** **意外** unexpected 意外的 không ngờ, không nghĩ đến	**試験は意外にやさしかった。** The exam was unexpectedly easy. 考试出乎意料简单。 Không ngờ bài thi lại dễ thế.
1612 **いじょう** **異常** unusual, abnormal 异常的 bất thường, khác thường	**異常な暑さで米の生産に影響があった。** The unusual heat affected rice production. 因为异常炎热，影响了大米的生产。 Cái nóng bất thường đã ảnh hưởng đến việc trồng lúa.
1613 **いっぱんてき** **一般的** general, common 一般的 thông thường	**のどが痛くなるのは風邪の一般的な症状だ。** Having a sore throat is a common symptom of a cold. 喉咙痛是感冒的一般症状。 Đau họng là triệu chứng thông thường của cảm cúm. ☀一般化
1614 **おだやか** **穏やか** calm, mild 平静的；温和的 êm à, êm đềm	**晴れて風もないし、穏やかな天気だ。** With it being sunny and there being no wind, it's calm weather. 天晴而且没有风，是晴朗的天气。 Trời nắng, không có gió, thời tiết thật dễ chịu.
1615 **かくじつ** **確実** sure, certain 确实的 chắc chắn, chắc, an toàn	**確実に避難できる方法を話し合った。** We discussed a reliable means of evacuation. 讨论了能够切实避难的方法。 Chúng tôi đã thảo luận về phương pháp để có thể lánh nạn an toàn. ☀確実さ　☀不確実
1616 **かって** **勝手** selfish 自私的 tự tiện, tuỳ tiện	**彼は勝手な人で、自分の都合しか考えない。** He's a selfish person who only thinks of what is convenient for himself. 他是个自私的人，只考虑自己的情况。 Anh ấy là người tuỳ tiện và lúc nào cũng chỉ nghĩ đến bản thân mình.
1617 **かのう** **可能** possible 可能的 có khả năng, có thể	**入学金は２回に分けて払うことが可能だ。** It's possible to split the enrollment fee into two payments. 学费可以分两次支付。 Tiền nhập học có thể chia ra trả thành 2 lần. ☀不可能

1618
かわいそう
pitiful, poor
可怜的
đáng thương, tội nghiệp

子犬が雨にぬれていて、かわいそうだ。
The puppy got wet in the rain, the poor thing.
小狗被雨淋湿了，真可怜。
Con chó nhỏ bị mưa ướt, thật đáng thương.

1619
がんこ
頑固
stubborn
顽固的
cứng đầu, bảo thủ

父は頑固で、昔のやり方を変えようとしない。
My father is stubborn and will not change his old way of doing things.
父亲很顽固，不打算改变以往的做法。
Bố tôi rất bảo thủ, không hề có ý định thay đổi cách làm từ xa xưa.

1620
かんぜん
完全
perfect, complete
完全的
hoàn toàn, toàn bộ

けがが完全に治るまで、２週間はかかる。
It will take at least two weeks until the injury completely heals.
伤要痊愈，需要两周的时间。
Mất ít nhất 2 tuần để chữa lành hoàn toàn vết thương.
☀不完全

1621
きゃっかんてき
客観的
objective
客观的
tính khách quan, khách quan

論文を書くときは、客観的な資料が必要だ。
When writing a paper, you need objective data.
写论文的时候，需要客观的资料。
Khi viết luận văn, cần phải có những tài liệu mang tính khách quan.

1622
ぐたいてき
具体的
concrete, specific
具体的
cụ thể, chi tiết

具体的な例を出すと、説明が分かりやすい。
If you give concrete examples, the explanation will be easy to understand.
如果举具体例子，那就能浅显易懂地说明了。
Nếu đưa ra ví dụ cụ thể thì bài giải thích sẽ dễ hiểu.
☀具体化

1623
けいざいてき
経済的
economic, economical
经济上的
kinh tế, tài chính

経済的には苦しいが、楽しく生活している。
Economically things are hard, but I am living happily.
虽然经济上有困难，但生活很快乐。
Tuy tôi khó khăn về kinh tế nhưng lại có cuộc sống rất vui vẻ.
☀不経済

1624
こうふく
幸福
happy
幸福的
hạnh phúc

祖父の人生は幸福な人生だったと思う。
I think my grandfather's life was a happy life.
我认为祖父的人生是幸福的人生。
Tôi nghĩ rằng ông tôi đã có một cuộc sống thật hạnh phúc.
⇔不幸　☀幸福度

1625
こくさいてき
国際的
international
国际性的
quốc tế, toàn thế giới

彼は国際的に有名な俳優だ。
He's an internationally famous actor.
他是国际性的知名演员。
Anh ấy là diễn viên có tầm quốc tế.
☀国際化

1626
さかん
盛ん
flourishing
盛行的
phát triển

この辺りは工業が盛んな地域だ。
This neighborhood is an area where industry is flourishing.
这里是工业很盛行的一带。
Vùng này là khu vực công nghiệp phát triển.

1627
さまざま
various
各种各样的
nhiều, đa dạng

集会では、さまざまな意見が出た。
Various opinions came out at the meeting.
集会中，出现了各种各样的意见。
Tại buổi họp có rất nhiều ý kiến đưa ra.

1628
しあわせ
幸せ
happy
幸福的
hạnh phúc

結婚したら、二人で幸せな家庭を作ろう。
When we marry, let the two of us make a happy family.
结婚后，就让我们两人能组成一个幸福的家庭吧。
Sau khi kết hôn, hai chúng ta cùng nhau xây dựng một gia đình hạnh phúc.
☀不幸せ

1629
じみ
地味
conservative, sober, quiet
朴素的，素净的
đơn giản, giản dị

面接用に地味な色の服を買った。
I bought conservative colored clothes for interviews.
买了一件面试时穿的朴素的衣服。
Tôi đã mua quần áo tối màu để đi phỏng vấn.
⇔派手

1630
じゅうだい
重大
of consequence, grave, important
重大的
quan trọng, trọng đại

３時に政府から重大な発表がある。
At three o'clock, there'll be an important announcement from the government.
政府将在3点发表重大消息。
Sẽ có bài phát biểu quan trọng của chính phủ vào lúc 3 giờ.
☀重大さ

1631
じゅうよう
重要
important
重要
quan trọng, trọng yếu

重要なことは、忘れないようにメモしておく。
About important things, I make notes so as not to forget.
为了不忘记重要的事情做记录。
Tôi ghi lại những việc quan trọng để không quên.
☀重要さ

1632
しょうきょくてき
消極的
passive, negative
消极的
tiêu cực, trầm

彼は消極的な性格で、活動に全然参加しない。
As he has a passive personality, he never takes part in any activities.
他性格消极，完全不参加活动。
Anh ấy trầm tính, hoàn toàn không tham gia vào hoạt động gì.
⇔積極的

1633
しんせん
新鮮
fresh
新鲜的
tươi, tươi mới

新鮮な野菜は、おいしくて体にも良い。
Fresh vegetables are delicious and also good for your health.
新鲜的蔬菜好吃，对身体也很好。
Rau tươi thì rất ngon và tốt cho sức khoẻ.
☀新鮮さ

1634 **すてき** **素敵** lovely, beautiful 漂亮的 đẹp, đẹp đẽ	**彼女は、いつも素敵な洋服を着ている。** She always wears lovely clothes. 她总是穿着很漂亮的衣服。 Cô ấy luôn mặc những bộ quần áo rất đẹp.
1635 **スペシャル** special 特别的 đặc biệt	**お祝い用のスペシャルなメニューを頼んだ。** I ordered from the special menu for celebrations. 点了祝贺用的特别菜品。 Tôi đã gọi một thực đơn đặc biệt để chúc mừng. **☀スペシャル～（例：スペシャルメニュー）**
1636 **せいかく** **正確** precise, accurate 正确的 chính xác	**現在の正確な時刻を教えてください。** Please tell me the current correct time. 请告诉我现在的正确时间。 Hãy cho tôi biết chính xác thời gian hiện tại. **☀正確さ　☀不正確**
1637 **ぜいたく** luxurious, extravagant 奢侈的 xa xỉ, xa hoa	**お金をかけたぜいたくな旅行がしてみたい。** I want to go on a luxurious trip that costs a lot of money. 想尝试一下花钱的奢侈旅行。 Tôi muốn thử có một chuyến du lịch xa hoa, tiêu xài tiền bạc.
1638 **せっきょくてき** **積極的** positive, active 积极的 tích cực	**会議では積極的に発言した。** I spoke positively at the meeting. 在会议上积极发言。 Tôi đã tích cực phát biểu ý kiến trong cuộc họp. **⇔消極的**
1639 **そっくり** exactly like/the same 极像的 giống hệt, giống như đúc	**父と兄は歩き方がそっくりだ。** My father and older brother's way of walking is exactly the same. 父亲和哥哥的走路姿势很像。 Bố và anh trai tôi có kiểu đi giống hệt nhau.
1640 **ソフト** soft 软的 mềm, mềm mại	**彼女の話し方はソフトで感じがいい。** Her way of speaking is soft and has a nice feel to it. 她的说话方式很温柔，感觉很好。 Cách nói chuyện của cô ấy mềm mỏng và dễ chịu.
1641 **たいくつ** **退屈** bored, boring 无聊的 chán, chán nản, chán chường	**何もすることがなくて、退屈だ。** As I've got nothing to do, I'm bored. 无事可做，很无聊。 Không có việc gì để làm, thật là chán.

1642

たしか
確か
reliable, certain
确实的，可靠的
chắc chắn, minh mẫn

父は９０歳だが、記憶力は確かだ。
Though my father is 90, his memory is reliable.
虽然父亲90岁了，但是记忆力却很好。
Ông tôi 90 tuổi nhưng trí nhớ vẫn minh mẫn.
☀不確か

1643

たんじゅん
単純
simple
简单的
đơn giản, đơn thuần

こんな単純な計算は小学生でもできる。
Even a primary school child could do such a simple calculation.
这样简单的计算连小学生都能做到。
Phép tính đơn giản như thế này thì đến cả học sinh tiểu học cũng làm được.
⇔複雑　☀単純化

1644

てきとう
適当
appropriate, suitable
适当的
thích hợp

車を止めるのに適当な場所を探した。
I looked for a suitable place to stop the car.
找了一个适合停车的地方。
Tôi tìm địa điểm thích hợp để đỗ xe ô tô.
☀不適当

1645

とくい
得意
good at, clever at
擅长的
giỏi, tự hào, có năng khiếu

得意な日本語を生かして通訳になりたい。
I want to be an interpreter by taking advantage of my strong Japanese.
想运用擅长的日语做个翻译官。
Tôi muốn trở thành phiên dịch để phát huy được năng khiếu tiếng Nhật của mình.
⇔苦手　☀得意～（例：得意料理）

1646

にがて
苦手
weak in, poor in
不擅长的
kém, không thích

国語は得意だが、理科は苦手だ。
I'm good at Japanese, but weak in science.
虽然擅长语文，但是不擅长理科。
Tôi giỏi môn văn nhưng lại kém môn tự nhiên.
⇔得意　☀苦手～（例：苦手科目）

1647

はで
派手
bright, loud
艳丽的
loè loẹt, sặc sỡ

彼女には派手な色が似合う。
She looks good in bright colors.
她适合艳丽的颜色。
Cô ấy hợp với màu sắc sặc sỡ.
⇔地味　☀派手さ

1648

びんぼう
貧乏
poor
贫穷的
nghèo

貧乏ではないが、ぜいたくな生活はできない。
Though I'm not poor, I can't live a luxurious life.
虽然不贫困，但也不能过上奢侈的生活。
Tuy không nghèo nhưng cũng không thể sống cuộc sống xa hoa.
⇔金持ち

1649

ふあん
不安
uneasy, nervous
担心的
bất an, lo lắng

試験の結果が分かるまでは不安だ。
I'll be uneasy until I know the exam results.
在考试结果出来之前心里很担心。
Tôi rất lo lắng cho đến khi biết được kết quả kỳ thì.
⇔安心する

1650
ふきそく
不規則
irregular
不规则的
bất quy tắc, không theo quy củ

忙しくて、不規則な生活が続いている。
As I'm busy, my irregular life is continuing.
因为忙碌，所以一直过着不规律的生活。
Tôi bận quá nên sinh hoạt không theo quy củ.
⇔規則的

1651
ふくざつ
複雑
complicated
复杂的
phức tạp

この問題は複雑で、よく分からない。
This problem is complicated and I don't understand it very well.
这个问题很复杂，我不太清楚。
Vấn đề này phức tạp nên tôi không hiểu rõ.
⇔単純　☀複雑さ

1652
ふこう
不幸
unhappy
不幸的
bất hạnh, không hạnh phúc

自分が不幸だと思ったことは一度もない。
I haven't once thought of myself as being unhappy.
从来没有想过自己是不幸的。
Tôi chưa từng nghĩ mình bất hạnh.
⇔幸福

1653
ぶじ
無事
safe
没事的
bình an vô sự

車で事故に遭ったが、皆無事だった。
Though we had a car accident, everyone was safe.
虽然遭遇了车祸，但是大家都安然无恙。
Bị tai nạn xe ô tô nhưng mọi người đều bình an vô sự.

1654
ふしぎ
不思議
strange, mysterious
不可思议的
ly kì, lạ kì

この村には不思議な話が伝わっている。
In this village, a strange story is handed down.
这个村子里流传着一个不可思议的传言。
Ở ngôi làng này, truyền tai nhau câu chuyện rất ly kì.
☀不思議さ

1655
ふまん
不満
dissatisfied
不满的
bất mãn, không vừa lòng

弟は小遣いが少ないのが不満らしい。
My younger brother seems to be dissatisfied that he has a small amount of pocket money.
弟弟因为零花钱少而抱怨。
Em trai tôi có vẻ bất mãn vì tiền tiêu vặt ít.

1656
へいわ
平和
peaceful
和平的
hoà bình

戦争のない平和な世界が来ることを願う。
I hope that a peaceful world without war comes.
希望没有战争的和平世界能到来。
Tôi mong một thế giới hoà bình, không có chiến tranh.
☀平和的　☀国際平和

1657
まっか
真っ赤
bright red
通红的
đỏ rực, đỏ bừng

私は、お酒を飲むと顔が真っ赤になる。
When I drink alcohol, my face turns bright red.
我一喝酒就会满脸通红。
Tôi cứ uống rượu là mặt đỏ ửng lên.

1658 まっくら **真っ暗** pitch-black 漆黑的 tối om	**月がない晩で、森の中は真っ暗だ。** It's a night with no moon and the forest is pitch-black. 没有月亮的晚上，树林里一片漆黑。 Vào những đêm không trăng, trong rừng sâu tối om.
1659 まっさお **真っ青** deep blue 湛蓝的 xanh ngắt, xanh thẫm	**真っ青な空を飛行機が飛んで行った。** The plane flew off in the deep blue sky. 飞机飞上了湛蓝的天空。 Chiếc máy bay đã bay đi trên nền trời xanh ngắt.
1660 まんぞく **満足** satisfied 满足 hài lòng, thoả mãn	**給料は少ないが、好きな仕事ができて満足だ。** Though the salarly is small, I'm satisfied to be able to do a job I like. 虽然工资很少，但是能做自己喜欢的工作就感到满足。 Tuy lương thấp nhưng tôi có thể làm công việc mà mình thích nên rất hài lòng. ☀満足感　☀不満足
1661 むだ **無駄** wasteful, useless 浪费的 lãng phí, phung phí	**電気をつけたまま寝るなんて、電気の無駄だ。** It's a waste of electricity to sleep with the light on. 竟开灯睡觉，太浪费电了。 Thật lãng phí nếu cứ để điện mà đi ngủ.
1662 めいわく **迷惑** annoying, nuisance 打扰的 làm phiền, làm ảnh hưởng	**夜遅くピアノを弾くのは迷惑ですよ。** Playing the piano late at night is a nuisance. 半夜弹钢琴是扰民的行为。 Chơi piano vào đêm khuya sẽ làm ảnh hưởng đến mọi người đấy.
1663 めんどう **面倒** troublesome, complicated 麻烦的 phiền toái, ngại	**彼は、面倒な仕事でも嫌がらない。** He doesn't hate even troublesome work. 不管多么麻烦的工作，他都不会嫌烦。 Kể cả công việc phiền phức thế nào thì anh ấy cũng không ngại
1664 ゆうしゅう **優秀** excellent 优异的 ưu tú, xuất sắc	**兄は優秀な成績で大学を卒業した。** My older brother graduated from university with excellent results. 哥哥以优异的成绩从大学毕业。 Anh trai tôi đã tốt nghiệp đại học với thành tích xuất sắc. ☀優秀さ　☀最優秀
1665 ゆたか **豊か** rich, abundant 丰富的 phong phú	**この国は資源が豊かだ。** This country is rich in resources. 这个国家资源丰富。 Đất nước này phong phú tài nguyên. ⇔貧しい　☀豊かさ

1666 よぶん 余分 extra, surplus 剩余的 thừa thãi, dư thừa,không cần	部屋が狭いので、余分なものは買わない。 Since my room is small, I don't buy anything unnecessary. 因为房间很小，所以不会买多余的东西。 Vì phòng hẹp nên tôi không mua những thứ không cần thiết.
1667 らく 楽 easy, comfortable 轻松的 nhẹ nhàng, nhàn hạ	運動するので、楽に動ける格好がいい。 As I exercise, it's good to wear clothes in which I can move easily. 因为要运动，所以穿方便活动的衣服好。 Vì phải vận động nên mặc trang phục thoải mái.
1668 わがまま selfish 任性的 ương bướng, ích kỉ	妹はわがままな性格で、母は困っている。 Because my younger sister has a selfish personality, my mother has a hard time. 妹妹性格很任性，妈妈很伤脑筋。 Em gái tôi ương bướng nên mẹ rất vất vả.

読んでみよう９

アルバイト

私は、日本語学校に通いながらレストランでアルバイトをしている。

店長は**厳しい**し、日本語も下手だし、最初は**不安**だった。お客さんの注文を間違えたときは、顔が**真っ青**になった。私は**消極的な**性格だ。しかし、どうしてもアルバイトをしたかったので、お客さんとも**積極的**に話すようにして頑張った。

あれから半年、店で**さまざまな**人に会えたし、日本社会にも**詳しく**なった。先日、店長に「君はアルバイトの店員の中で一番**優秀だ**」と言われて、うれしかった。

Part-Time Job

As I am going to Japanese language school, I work part-time in a restaurant.

At first I was very nervous, as the restaurant manager was strict and my Japanese was not so good. When I made a mistake with a customer's order my face turned pale. I'm a timid person. But because I really wanted the part-time job, I worked hard and made every effort to talk to the customers.

It's half a year since then, and I have met various people in the restaurant, and come to know more about Japanese society. The other day I was happy when the manager said, "You are the best amongst the part-time workers."

兼职工作

我在日语学校上课的同时，在一家餐馆做兼职。

起初我很紧张，因为餐厅经理很严格，我的日语也不太好。当我弄错了顾客点的菜时，脸都变得苍白了。我是一个性格消极的人，但是因为很想要这份兼职工作，所以尽一切努力和顾客交流。

从那时起已经过了半年，我在餐厅里遇到过各种各样的人，并逐渐了解日本社会。前几天经理对我说："你是兼职员工中最优秀的。"听到此话，我很高兴。

Làm thêm

Tôi vừa theo học ở trường tiếng Nhật vừa làm thêm ở nhà hàng.

Cửa hàng trưởng thì khó tính, tôi lại kém tiếng Nhật nên lúc đầu rất lo. Khi tôi báo nhầm món khách gọi thì mặt tôi tái mét. Tính tôi nhút nhát. Tôi khá trầm tính. Nhưng dù thế nào tôi cũng muốn làm thêm nên tôi đã cố gắng tích cực nói chuyện với khách hàng.

Kể từ đó đã nửa năm trôi qua, ở cửa hàng tôi đã gặp được rất nhiều người và cũng hiểu rõ hơn về xã hội Nhật Bản. Hôm trước, tôi được cửa hàng trưởng khen "Cậu là người xuất sắc nhất trong các nhân viên làm thêm ở đây" nên tôi rất vui.

地球環境の変化

最近、世界中で**異常な**天気が問題になっている。日本でも、急に**ものすごい**雨が降ったり、まだ春なのに、体が**おかしく**なってしまうほど**蒸し暑く**なったりしている。原因は、人々の生活から出た二酸化炭素のために地球が暖かくなっているからだと言われている。これは地球全体で考えなければならない**重大な**問題で、**国際的な**会議でも解決方法を話し合っている。私は、一人一人が今の**豊かな**生活や**ぜいたくな**生活を見直して、**無駄な**エネルギーを使う生活をすぐにやめることが大事だと思う。

The Changing Global Environment

Recently, abnormal weather is becoming a problem all over the world. In Japan, huge amounts of rain suddenly fall, and though it is only spring, it becomes so humid that your body feels all wrong. It is said that the cause is the carbon dioxide produced by people's lifestyles warming up the earth. As this is a serious problem that must be considered globally, people have been discussing how to solve it even at international meetings. I think that it is important that each person should take a second look at his or her rich and luxurious lifestyle and immediately stop having a lifestyle that wastefully uses energy.

地球环境的变化

最近，反常的天气成为世界性的问题。在日本，有时突降暴雨，有时虽然还是春天，但天气异常闷热，让人浑身不适。据说，是人们生活中所产生的二氧化碳使地球变暖。这是一个全球性的严重问题，所以人们在国际会议上讨论如何解决这个问题。我认为重要的是，每个人都应该重新审视自己富裕而奢侈的生活，立即放弃那种浪费能源的生活。

Sự biến đổi của môi trường trái đất

Gần đây, những hiện tượng thời tiết bất thường đang trở thành vấn đề trên toàn thế giới. Ngay cả ở Nhật Bản cũng thường xảy ra các hiện tượng như đột nhiên mưa dữ dội hay mặc dù đang là mùa xuân mà đã oi bức đến khó chịu. Người ta cho rằng nguyên nhân là do khí CO2 thải ra từ cuộc sống sinh hoạt của con người khiến trái đất nóng lên. Đây là vấn đề quan trọng mang tính toàn cầu nên tại hội nghị quốc tế đã thảo luận để tìm ra phương pháp giải quyết. Tôi nghĩ rằng mỗi người chúng ta hãy nhìn nhận lại cuộc sống quá đầy đủ và sung túc hiện nay, không sử dụng một cách lãng phí nguồn năng lượng trong sinh hoạt, đó là vấn đề quan trọng.

副詞

Adverbs
副词
Phó từ

1669 **いちじ** **一時** temporarily 暂时 tạm thời	**台風で新幹線が一時ストップした。** The Shinkansen was temporarily stopped by the typhoon. 因为台风，新干线暂时停运了。 Vì bão nên tàu shinkansen tạm thời ngừng chạy. **✻一時的**
1670 **いちどに** **一度に** one time, at a time 同时 một lần, cùng một lúc	**一度に２つのことをするのは無理だ。** It's impossible to do two things at one time. 同时做两件事是不可能的。 Không thể làm hai việc cùng một lúc.
1671 **いつか** someday (将来的) 某一天 một lúc nào đó, khi nào đó	**いつか自分の会社を持ちたい。** I want to have my own company someday. 希望将来有一天能有自己的公司。 Đến một lúc nào đó tôi muốn có công ty riêng.
1672 **いつのまにか** **いつの間にか** before one knows it 不知不觉 từ lúc nào không hay	**バスの中で、いつの間にか眠ってしまった。** I fell asleep before I knew it on the bus. 在巴士上不知不觉地睡着了。 Trên xe buýt tôi ngủ từ lúc nào không hay.
1673 **いつまでも** forever 永远 mãi mãi, luôn, bao giờ cũng	**合格した喜びは、いつまでも忘れない。** I will never forget the joy of passing the exam. 我永远不会忘记合格的喜悦。 Tôi sẽ không bao giờ quên được niềm vui khi trúng tuyển.
1674 **いまにも** **今にも** at any moment 马上，眼看 sắp, sắp sửa	**今にも雨が降り出しそうだ。** It looks like it'll start to rain at any moment. 眼看就要下雨了。 Có vẻ trời sắp mưa ngay bây giờ.
1675 **いよいよ** at last, finally 终于 cuối cùng, sắp sửa	**いよいよあしたは国を離れて日本へ行く。** Tomorrow I'll finally leave my country and go to Japan. 明天终于要离开祖国去日本。 Cuối cùng thì ngày mai tôi cũng rời xa đất nước để đi Nhật.

1676 **うっかり** carelessly 一不小心 lơ đễnh	**ドアの鍵を閉めるのをうっかり忘れた。** I carelessly forgot to lock the door. 一不小心忘记锁门了。 Tôi lơ đễnh quên mất việc khóa cửa.
1677 **おそらく** **恐らく** perhaps, probably 恐怕 có lẽ, có thể	**社長は恐らくこの計画に反対するだろう。** The president will probably be opposed to this plan. 社长恐怕会反对这个计划吧。 Có lẽ giám đốc sẽ phản đối kế hoạch này.
1678 **おたがいに** **お互いに** mutually, each other 相互 lẫn nhau, cùng với nhau	**お互いに顔を見て挨拶した。** They greeted each other looking at each other's face. 互相看着对方的脸打了招呼。 Chúng tôi cùng nhìn nhau và chào hỏi.
1679 **おもいきって** **思い切って** daringly, boldly 下定决心 quyết tâm	**考えていないで、思い切ってやってみたら。** Try to boldly do it without thinking about it. 不要光在心里想，下定决心大胆做吧。 Đừng suy nghĩ nữa, nên quyết tâm làm thử xem sao.
1680 **かえって** rather than, on the contrary 反而 ngược lại	**薬を飲んだら、かえって具合が悪くなった。** Contrary to expectations I got worse after taking the medicine. 吃了药以后，反而症状加重了。 Đã uống thuốc nhưng ngược lại tình trạng sức khoẻ xấu đi.
1681 **かなり** considerably 相当 khá là, khá	**彼は日本語がかなり上手になった。** His Japanese has improved considerably. 他的日语有了很大的进步。 Tiếng Nhật của anh ấy đã khá tiến bộ.
1682 **きちんと** neatly, properly 整齐 ngăn nắp, ngay ngắn, gọn gàng	**本棚にきちんと本が並べられている。** The books are neatly arranged on the bookshelf. 书架上整齐地摆着书。 Sách vở được sắp xếp ngăn nắp trên giá. ❀ **きちっと**
1683 **きらきら** glittering, sparkling 闪闪发光 lấp lánh	**ダイヤモンドが、きらきら輝いている。** The diamond is sparkling. 钻石在闪闪发光。 Kim cương tỏa sáng lấp lánh. ❀ **きらっと** ❀ **きらりと**

1684 **ぐうぜん** **偶然** by coincidence, accidentally 偶然 ngẫu nhiên	**海外で偶然友達に会った。** I accidentally met a friend while overseas. 在国外偶然遇到了朋友。 Tôi đã ngẫu nhiên gặp lại bạn ở nước ngoài.
1685 **ぐずぐず** dawdling, lazily/slowly taking one's own time 磨蹭 chậm chạp, lâu la	**ぐずぐずしていて、学校に遅れてしまった。** As I was dawdling about, I ended up being late for school. 因为磨蹭磨蹭，上学迟到了。 Vì chậm chạp nên tôi đã muộn học mất.
1686 **ぐっすり** deeply, like a log （睡得）香甜，熟睡 ngủ ngon	**娘は疲れて、ぐっすり眠っている。** As my daughter is tired, she's sleeping like a log. 女儿累了，睡得很香。 Con gái tôi mệt nên đang ngủ rất ngon.
1687 **くるくる** spinning, round and round 滴溜溜(地转) quay vòng	**スケート選手は片足でくるくる回った。** The skater turned round and round on one leg. 滑冰运动员用一只脚一圈一圈地转着。 Vận động viên trượt băng nghệ thuật đã quay người bằng một chân.
1688 **ぐるぐる** in circles, round and round 滴溜溜(地转) loanh quanh, luẩn quẩn	**道に迷って、同じ所をぐるぐる歩いた。** I was lost and kept walking around the same place over and over again. 迷路了，在同一个地方反复绕圈。 Tôi bị lạc đường, đi bộ loanh quanh mãi một chỗ.
1689 **けっきょく** **結局** after all, in the end 最终 cuối cùng	**悩んだが、結局日本で就職することにした。** I was worried, but in the end decided to get a job in Japan. 虽然有过苦恼，但是最终选择在日本工作。 Tuy rất băn khoăn nhưng cuối cùng tôi đã quyết định xin việc ở Nhật.
1690 **しいんと** quiet 安静，寂静 im lặng, yên lặng	**先生が大声で注意すると、皆しいんとなった。** When our teacher warned us in a loud voice, everyone became quiet. 经过老师大声提醒，大家都安静了下来。 Khi cô giáo nhắc nhở to tiếng thì mọi người đã im bặt. ❀ しんと
1691 **しだいに** **次第に** gradually 逐渐 dần dần	**台風が近づいて、風は次第に強くなった。** As the typhoon approached, the winds became gradually stronger. 随着台风的临近，风逐渐变大了。 Cơn bão đang đến gần và gió cũng dần mạnh lên.

1692 じっと still, fixedly 一动不动 giữ yên, yên lặng	写真を撮るよ。じっとして。 I'm taking a photo. Keep still. 要拍照片了。别动哦。 Chụp ảnh này. Giữ nguyên tư thế nhé.
1693 じつは 実は to tell the truth, in fact 实际上 thực ra thì..., thật ra thì...	実は、お借りした本をなくしてしまいました。 To tell the truth, I've lost the book I borrowed. 实际上，借来的书被弄丢了。 Thực ra thì tôi đã làm mất cuốn sách mà tôi mượn bạn.
1694 しょうしょう 少々 a little/moment 稍微 một chút	ご案内いたしますので、少々お待ちください。 As I'll show you around, please wait a moment. 我来为您带路，请稍等一下。 Tôi xin hướng dẫn, quý khách hãy đợi một chút.
1695 すこしも 少しも (not) a bit/at all 一点(也)不 một chút cũng (không)	昨日の映画は少しも面白くなかった。 Yesterday's movie was not interesting at all. 昨天的电影一点也不好看。 Bộ phim hôm qua không hay tí nào cả.
1696 すべて 全て all 所有 hoàn toàn, toàn bộ	必要な書類は全てここにあります。 The required documents are all here. 所需的文件全都在这里。 Tất cả giấy tờ quan trọng đều ở đây.
1697 すらすら smoothly, easily 流利 trôi chảy	日本語の本が、すらすら読めるようになりたい。 I want to become able to smoothly read a book in Japanese. 希望自己能流利地读日语书。 Tôi muốn có thể đọc sách tiếng Nhật một cách trôi chảy.
1698 せっかく in spite of one's effort 特意 cất công, tốn sức, mất công	せっかく作ったのに、誰も食べなかった。 Even though I made it specially, nobody ate any. 我特意做了，但谁也没吃。 Tôi đã mất công nấu vậy mà không ai ăn cả.
1699 ぜったい 絶対 absolutely 绝对 tuyệt đối, nhất định	何があっても、絶対この仕事を成功させる。 No matter what happens, I will absolutely make a success of this job. 无论发生什么，我都要让这项工作成功。 Dù cho có chuyện gì đi nữa thì nhất định tôi cũng sẽ làm thành công việc này.

1700 **そっと**
quietly, gently
轻轻地
nhẹ nhàng, rón rén

音がしないように、そっとドアを閉めた。
So as not to make any noise, I quietly closed the door.
为了不出声，轻轻地关上了门。
Tôi đã đóng cửa nhẹ nhàng để không gây tiếng động.

1701 **そのうち**
soon, before long
不久的将来
trong thời gian gần nhất, chẳng mấy chốc

そのうち一緒に食事に行きませんか。
Shall we go for a meal together soon?
改天一起去吃个饭吧。
Trong thời gian gần nhất chúng ta cùng đi ăn nhé.

1702 **そのまま**
as it is, keeping intact
原样
nguyên, nguyên cả, nguyên như thế

皮をむかないで、りんごをそのまま食べた。
I ate an apple as it was without peeling it.
苹果连皮一起吃下去了。
Tôi đã không gọt vỏ mà ăn nguyên cả quả táo.

1703 **それぞれ**
each
各个
từng, mỗi

人は、それぞれ考え方が違う。
Each person's way of thinking is different.
每个人思维方式不同。
Mỗi người lại có cách suy nghĩ khác nhau.

1704 **そろそろ**
soon, before long
马上
sắp sửa, chuẩn bị

みんなそろったね。じゃ、そろそろ出掛けようか。
Everyone's gathered. Right, shall we get going soon?
大家都到齐了呢。那我们马上出发吧。
Mọi người đều đông đủ rồi nhỉ. Vậy, chúng ta chuẩn bị đi thôi.

1705 **たった**
no more than, only
只有
chỉ, chỉ có

えっ、金の指輪が、たった５千円ですか。
What, the gold ring is only 5,000 yen?
啊，金戒指只有五千日元吗?
Gì cơ, chiếc nhẫn vàng mà chỉ có 5.000 yên thôi á?

1706 **たとえ**
even if
即使
giả dụ, ví dụ, giả sử

たとえみんなが反対しても、私は彼と結婚したい。
Even if everyone is opposed, I want to marry him.
即使大家都反对，我也想和他结婚。
Giả sử mọi người có phản đối thì tôi vẫn muốn lấy anh ấy.

1707 **たびたび**
often
经常
thỉnh thoảng

彼がたびたび遅刻するので、先生は注意した。
Because he is often late, the teacher gave him a warning.
他经常迟到，所以老师提醒他了。
Anh ấy thỉnh thoảng đến muộn nên cô giáo đã nhắc nhở.

1708

たまに
occasionally
偶尔
thi thoảng, thỉnh thoảng

昼は大抵外食だが、たまに弁当を持って行く。
I usually eat out for lunch, but I occasionally take a boxed lunch.
虽然大多数时候中午都出去吃，但偶尔也带便当。
Buổi trưa tôi thường ăn ngoài nhưng thỉnh thoảng cũng mang cơm hộp đi.
⇔**大抵**

1709

ちゃんと
properly
好好地
nghiêm túc, cẩn thận, chỉn chu

食べたあとは、ちゃんと歯磨きしなさい。
After eating, clean your teeth properly.
吃完饭以后，要好好刷牙。
Hãy đánh răng cẩn thận sau khi ăn.

1710

ちょくせつ
直接
directly
直接
trực tiếp

詳しいことは会って直接話しましょう。
For the details, let's meet and talk directly.
详细的事情直接见面说吧
Những việc cụ thể chúng ta hãy trực tiếp nói chuyện khi gặp.

1711

つぎつぎ
次々
one after another
接连不断
liên tiếp

客は料理を次々注文した。
Customers ordered dishes one after another.
客人接连不断地点菜。
Khách đã liên tiếp gọi các món ăn.

1712

どうか
please
请
mong, làm ơn hãy

どうか私の話を聞いてください。
Please, listen to my story.
请您听我的话吧。
Mong anh chị hãy lắng nghe câu chuyện của tôi.

1713

どうしても
at any cost
无论如何
dù sao, dù thế nào thì cũng

どうしても来年は留学したい。
No matter what, I want to study abroad next year.
无论如何都想明年去留学。
Dù thế nào sang năm tôi cũng muốn đi du học.

1714

どきどき
all of a flutter, pit-a-pat
心怦怦地跳
hồi hộp, căng thẳng

好きな人と話すと、どきどきする。
I am all of a flutter when I talk to somebody I like.
一跟喜欢的人说话，心就会怦怦地跳。
Khi nói chuyện với người mình thích, tôi rất hồi hộp.

1715

とつぜん
突然
suddenly
突然
đột nhiên, tự nhiên

突然電気が消えて、真っ暗になった。
Suddenly the lights went out and it became pitch-black.
灯突然熄灭，变得一片漆黑。
Đột nhiên điện tắt nên tối om .

1716

どんなに
however
无论
cho dù thế nào

どんなに急いでも、9時の電車には乗れない。
However urgent it is, I cannot get the 9 o'clock train.
无论怎么赶，都赶不上9点的电车。
Cho dù khẩn trương đến mức nào thì cũng không thể lên được chuyến tàu điện lúc 9 giờ.

1717

なるほど
I see, indeed
原来如此
quả nhiên

なるほど、あなたがおっしゃる通りです。
Indeed, it is as you say.
原来如此，你说得没错。
Quả nhiên, đúng như lời anh nói.

1718

なんで
何で
why
为什么
vì sao, tại sao

何で昨日のパーティーに来なかったの。
Why didn't you come to yesterday's party?
为什么没来参加昨天的派对?
Tại sao bạn lại không đến bữa tiệc hôm qua?

1719

なんとなく
何となく
somehow, for some reason or another
总觉得
không hiểu sao, tự nhiên

彼の話は何となく変だと思った。
I thought his story was somehow strange.
总觉得他的话有些奇怪。
Không hiểu sao tôi thấy câu chuyện của anh ấy không bình thường.

1720

にこにこ
beaming, all smiles
笑眯眯
mỉm cười

彼女は、にこにこしていて感じがいい。
As she is all smiles, it feels good.
她笑眯眯的，给人的印象很好。
Cô ấy mỉm cười, cảm giác thật dễ chịu.

❀ **にっこり**

1721

にどと
二度と
never again
两次
lần thứ hai, lần sau

あの人には、もう二度と会いたくない。
I don't want to meet that person again.
再也不想和那个人见面了。
Tôi không muốn gặp lại người đó lần thứ hai nữa.

1722

ねんじゅう
年中
throughout the year, all the time
一整年
quanh năm, suốt năm

彼は年中海外に行っている。
He goes abroad all the time.
他一整年都在国外。
Anh ấy đi nước ngoài suốt cả năm.

1723

のちに
後に
later, subsequently
后来
sau này

絵が好きだった少年は後に画家になった。
The boy who liked pictures subsequently became a painter.
喜欢画画的少年后来成了画家。
Cậu bé thích hội hoạ đó sau này đã trở thành hoạ sĩ.

1724 **のんびり** leisurely, in a relaxed way 悠闲 thong thả, nghỉ ngơi thong thả	**今度の休みは、温泉に行ってのんびりしたい。** For my next holiday, I want to go to a hot spring and take it easy. 这次的假期，想去温泉好好放松。 Kì nghỉ năm nay tôi muốn đi suối nước nóng và nghỉ ngơi thong thả.
1725 **ばらばら** apart, in pieces 零散 tháo rời, lung tung	**修理のために、機械をばらばらにした。** I took the machine to pieces in order to fix it. 为了修理，把机器拆得零零散散的。 Tôi đã tháo rời máy móc để sửa chữa.
1726 **ぴかぴか** shining, glittering 油光铿亮 sáng bóng, bóng loáng, lấp lánh	**銀のスプーンを磨いて、ぴかぴかにした。** I polished a silver spoon and gave it a good shine. 把银汤匙擦得铿亮。 Tôi đã đánh sáng bóng chiếc thìa bằng bạc. ❀ぴかっと　❀ぴかりと
1727 **ぴったり** exactly, tightly 紧 hợp, khớp, vừa in, chặt	**風が入るから、ドアをぴったり閉めて。** As a draft gets in, close the door tightly. 因为有风吹进来，所以把门关紧吧。 Gió vào nên hãy đóng chặt cửa vào nhé.
1728 **ふらふら** unsteady, dizzy 晕晕乎乎 choáng váng, lảo đảo, chao đảo	**熱は下がったが、まだふらふらしている。** My fever has gone down, but I am still a bit dizzy. 虽然退烧了，但还是晕晕乎乎的。 Tuy đã hạ sốt nhưng tôi vẫn còn choáng váng. ❀ふらっと
1729 **ぶらぶら** aimlessly, lazily 闲逛 loanh quanh	**天気がいいので、町をぶらぶら散歩した。** As the weather was good, I aimlessly strolled about town. 因为天气很好，所以在街上闲逛。 Vì trời đẹp nên tôi đã loanh quanh dạo phố. ❀ぶらっと
1730 **ぺこぺこ** very hungry, starving 饿 đói bụng, đói meo	**運動して、おなかがぺこぺこだ。** I exercised and am starving. 运动完，肚子饿了。 Vì vận động nên bụng tôi đói meo.
1731 **ぺらぺら** fluently 流利 trôi chảy	**英語がぺらぺら話せるようになりたい。** I want to become able to speak English fluently. 希望能说一口流利的英语。 Tôi muốn nói được tiếng Anh một cách trôi chảy.

1732 **ほっと** feeling relieved 放松 yên tâm, an tâm, bớt căng thẳng, nhẹ người	**試験が終わって、ほっとした。** As the exams were over, I felt relieved. 在考试结束后松了一口气。 Kỳ thi đã kết thúc nên tôi thấy nhẹ cả người.
1733 **ぼんやり** vaguely, dimly, foggy 隐约 lờ mờ, mơ hồ, mờ ảo	**遠くの島が、ぼんやり見える。** I can vaguely see a far off island. 远处的岛屿隐约可见。 Tôi nhìn thấy thấp thoáng hòn đảo phía xa.
1734 **まあまあ** so-so 一般 bình thường	**試験の結果は、まあまあだった。** The results of the exam were so-so. 考试成绩很一般。 Kết quả của bài thi bình thường.
1735 **まったく** **全く** completely, (not) at all 完全 hoàn toàn	**日本に来たとき、漢字が全く読めなかった。** When I came to Japan, I couldn't read Chinese characters at all. 刚来日本的时候，完全不会读汉字。 Khi đến Nhật, tôi đã hoàn toàn không đọc được một chữ Hán nào.
1736 **まもなく** **間もなく** soon 不久 sắp sửa, chuẩn bị	**飛行機は間もなく空港に到着いたします。** The plane will soon arrive at the airport. 飞机马上抵达机场。 Máy bay sắp sửa hạ cánh đến sân bay.
1737 **まるで** just like, as if 就像 hệt như	**まだ冬なのに、まるで春のように暖かい。** Even though it is still winter, it's warm just like it's spring. 虽然是冬天，却像春天一样温暖。 Tuy vẫn là mùa đông nhưng ấm áp hệt như mùa xuân.
1738 **めったに** seldom, rarely 很少 hiếm khi, ít khi	**この地方では、めったに雪は降らない。** It rarely snows in this district. 这个地方很少下雪。 Vùng này hiếm khi tuyết rơi.
1739 **もっとも** **最も** the most, ~est 最 nhất	**富士山は日本で最も高い山だ。** Mt. Fuji is the highest mountain in Japan. 富士山是日本最高的山。 Núi Phú Sỹ là ngọn núi cao nhất Nhật Bản

1740	
わりあいに **割合に** comparatively, relatively 比较 tương đối	**このアパートは駅に近いが、割合に静かだ。** This apartment is near the station, but it's comparatively quiet. 这个公寓离车站很近，但是比较安静。 Căn hộ này gần ga nhưng tương đối yên tĩnh.

連体詞

Adnominal Adjectives
连体词
Tiền tố bổ nghĩa cho danh từ, tính từ

1741	
ある a certain, one 有 nọ	**ある日、一人で町に出掛けた。** One day, I went into town alone. 有一天，我一人去了城里。 Một ngày nọ, tôi đã một mình ra phố.

接続詞

Conjunctions
接续词
Liên từ

1742	
いっぽう **一方** on the other hand, while 另一方面 mặt khác, một mặt	**都市では車を持つ人が減っている。一方、自転車の利用者は増えている。** In the city the number of cars is decreasing. On the other hand, the number of people using bikes is increasing. 在城市中有汽车的人正在减少。另一方面，自行车的使用者在增加。 Ở thành phố, số người có ô tô giảm đi. Mặt khác, những người sử dụng xe đạp đang tăng lên.
1743	
さて now, well 话说 mà...	**毎日暑いですが、お元気ですか。さて、先週、無事女の子が生まれました。** It is hot every day. How are you? Well, last week, I safely had a little girl. 每天都很热，你身体还好吗？话说，上礼拜我平安生下了一个女孩。 Dạo này, ngày nào cũng nóng bức, không biết anh có khoẻ không ạ? Mà tuần trước tôi đã sinh cháu gái mẹ tròn con vuông rồi đấy ạ.
1744	
すると then, and 于是 và thế là	**箱を開けた。すると、中から人形が飛び出した。** I opened the box. And a doll jumped out from inside. 打开了箱子。于是，从里面弹出了一个人偶。 Tôi đã mở chiếc hộp. Và thế là trong hộp xuất hiện một con búp bê.
1745	
そういえば **そう言えば** which reminds me, now that you mention it 说起来 nói thế mới nhớ ra, nói thế mới nghĩ đến, à mà...	**息子さんが結婚されたんですか。そう言えば、娘さんも就職されたんですよね。** Has your son got married? Which reminds me, your daughter has found a job, right? 您儿子结婚了是吧？说起来，您女儿也找到工作了吧？ Con trai anh đã lấy vợ rồi ạ? Nói vậy mới nhớ, con gái anh cũng xin được việc rồi nhỉ.

1746 **そこで** therefore 因此 do đó	**私は長い文章を読むのが苦手だ。そこで、毎日、新聞を読むことにした。** I find it hard to read long sentences. Therefore, I decided to read the newspaper every day. 我很不擅长读长文章，因此我决定每天读一读报纸。 Tôi đọc những đoạn văn dài rất kém. Do đó, tôi đã quyết định đọc báo hàng ngày.
1747 **そのうえ** in addition, moreover 而且 hơn nữa, hơn thế	**友達は病気の私を病院へ連れて行ってくれた。そのうえ、毎日見舞いに来てくれた。** My friend brought me to the hospital when I was ill. Moreover, she visited me every day. 朋友把生病的我带到了医院，而且每天都来探望我。 Bạn tôi đã dẫn tôi đến bệnh viện khi tôi ốm. Hơn nữa hàng ngày còn đến thăm tôi.
1748 **そのため** for that reason, therefore 因此 vì vậy	**日本は周りが海の島国だ。そのため、魚のいろいろな料理法がある。** Japan is an island country surrounded by the sea. For that reason, there are various recipes for fish. 日本是四面环海的岛国。因此，有各种各样的烹饪鱼的方法。 Nhật Bản là quốc đảo, xung quanh là biển. Vì vậy, có rất nhiều cách chế biến các món ăn từ cá.
1749 **それで** that's why 所以 nên, do đó	**貿易の仕事に興味がありました。それで、経済学部を希望しました。** I was interested in working in trade. That's why I hoped for the economics department. 因为对贸易工作有兴趣，所以报考了经济学系。 Tôi có đam mê với công việc thương mại quốc tế nên đã đăng ký nguyện vọng vào khoa kinh tế.
1750 **それとも** or 或者 hay là, hoặc là, hoặc	**歩いて行こうか。それとも、タクシーで行こうか。** Shall we walk? Or shall we go by taxi? 是走着去? 还是坐出租车去? Chúng ta hãy cùng đi bộ đi nhé. Hay là đi bằng taxi?
1751 **それなら** then, if so 那样的话 nếu vậy thì, nếu thế thì	**「古くても、安いアパートがいいんですが…」「それなら、ここは家賃が４万円ですよ」** "Even if it's old, a cheap apartment is good." "If so, here the rent is 40,000 yen." "哪怕很旧也行，我想要便宜的公寓……" "那么，（看这套吧）这里的租金是四万日元。" "Cũ cũng được, nhưng tôi muốn căn hộ càng rẻ càng tốt", "Nếu vậy thì chỗ này tiền thuê nhà là 40.000 yên đấy ạ".
1752 **それに** besides, moreover 而且 hơn nữa	**午前中に歯医者の予約がある。それに、市役所にも行かなければならないから、忙しい。** I have a dentist's appointment in the morning. Moreover, I have to go to city hall, so I'm busy. 上午预约了牙医，而且还要去市政府，所以很忙。 Buổi sáng, tôi có lịch hẹn khám với nha sỹ. Hơn nữa, tôi còn phải đi đến ủy ban nhân dân thành phố nên rất bận.

1753

だが/ですが
but
但是
tuy nhiên, nhưng

10年前までは、日本の物価は世界でも高かった。だが、今は、かなり下がっている。
Up to ten years ago, Japanese prices were among the highest in the world. But they have fallen considerably now.
到10年前为止，日本的物价在世界上还很高。但是，现在已经大幅下降了。
Cho đến 10 năm trước, giá cả ở Nhật đắt đỏ nhất thế giới. Tuy nhiên, hiện nay đã giảm xuống khá nhiều.

1754

つまり
in other words, that is to say
也就是说
tức là, nghĩa là

生まれる子供よりも亡くなる人のほうが多い。つまり、人口は減っていくということだ。
There are more people dying than being born. In other words, the population is decreasing.
比起出生的孩子，去世的人更多。也就是说，人口正在减少。
Số người mất nhiều hơn số trẻ em được sinh ra. Tức là dân số dần giảm đi.

1755

ですから
therefore
所以
vì thế, vì vậy

木村さんは経済学部を出ています。ですから、経済のことをよく知っています。
Mr. Kimura passed the economics department. Therefore, he knows a lot about economics.
木村毕业于经济学系。所以，他很了解经济。
Anh Kimura tốt nghiệp khoa kinh tế. Vì thế, anh ấy biết rõ về vấn đề kinh tế.

1756

ところが
however, but
但是
vậy mà, nhưng mà

5時に会おうという連絡があった。ところが、6時になっても彼女は来なかった。
There was a message saying to meet at five. However, even by six she hadn't come.
联络好了5点见面。但是到了6点，她也没来。
Cô ấy liên lạc rằng sẽ gặp vào lúc 5 giờ. Vậy mà, 6 giờ rồi mà cô ấy vẫn chưa đến.

1757

ところで
by the way
话说回来
à mà...

お元気そうですね。ところで、お孫さんは、おいくつになられましたか。
You seem well. By the way, how old is your grandchild now?
您看起来很精神啊。话说回来，您孙子几岁了？
Trông cháu khoẻ nhỉ. À mà, cháu anh năm nay bao nhiêu tuổi rồi nhỉ.

1758

なぜなら
because
因为
bởi vì

リーダーには彼女がいいと思う。なぜなら、みんなをまとめる力があるからだ。
I think she'll be a good leader. Because she has the power to organize everyone.
我觉得她很适合当队长。因为她有团结大家的力量。
Tôi nghĩ cô ấy thích hợp để làm người lãnh đạo. Bởi vì cô ấy có khả năng tập hợp mọi người lại.

1759

または
or
或者
hoặc là

申し込みは、電話または葉書で受け付けます。
Application can be accepted by phone or postcard.
我们以电话或明信片形式接受报名。
Chúng tôi xin tiếp nhận đăng ký bằng bưu thiếp hoặc điện thoại.

読んでみよう 10

忘れられない日（1）

そろそろお昼になるのに、まだベッドの中で**ぐずぐず**していた。**今にも**雨が降りそうな天気で、頭も**ぼんやり**している。起きたくない…。

実は、今日は合格発表の日なのだ。**すらすら**できた問題は**全て**忘れているのに、**どんなに**考えてもできなかった問題だけが、頭の中を**ぐるぐる**回っている。**恐らく**不合格だろう。

だが、家で**じっと**考えていてもしかたがない。**せっかく**試験を受けたのだから、**たとえ**不合格でも、**きちんと**自分の目で確かめよう。そう思って家を出た。

An Unforgettable Day (1)

Though it soon would be lunch, I was still lingering in bed. It looks like it could rain at any moment type weather, and my head is all foggy. I don't want to get up…

To tell the truth, today is exam results day. And even though I can smoothly forget the questions I answered, the ones that I couldn't answer, no matter how hard I thought, keep going around and around in my head. I've probably failed.

But, just fixedly thinking about it at home cannot help. As I made all the effort to take the exam, even if I failed, I should check myself with my own eyes. I thought this, and left the house.

难忘的一天 (1)

马上要到中午了，但我还是躺在床上磨磨蹭蹭。天看起来随时都有可能下雨，我的头也昏昏沉沉的。我不想起床……

事实上，今天是公布考试成绩的日子。顺利解答的问题早已忘得一干二净，但那些我未能解答的问题，始终在我的脑海里徘徊。我可能不及格吧。

但是，在家里思来想去也没什么用。我尽最大的努力参加了考试，即使不及格，也应该用我自己的眼睛去确认。于是我就走出了房门。

Ngày đáng nhớ (1)

Đã sắp trưa mà tôi vẫn uể oải trên giường. Trời có vẻ sắp mưa, đầu óc tôi trở nên chậm chạp. Tôi không muốn dậy.

Thực ra thì hôm nay là ngày thông báo kết quả trúng tuyển. Những phần tôi làm được một cách trôi chảy thì đã quên hết, còn những phần dù nghĩ mãi cũng không làm được thì lúc nào cũng luẩn quẩn trong đầu. Có lẽ là tôi sẽ không đỗ.

Thế nhưng cứ ở mãi trong nhà suy nghĩ cũng không còn cách nào. Đã mất công dự thi nên dù có không đỗ tôi cũng muốn xác nhận bằng mắt mình. Nghĩ như vậy nên tôi đã ra khỏi nhà.

忘れられない日（2）

どきどきしながら、合格発表の場所に急いだ。私は、**そっと**他の人の後ろから自分の番号を探した。しかし、よく見えない。**そこで**、**思い切って**前に出て順番に番号を見た。「**どうか**、私の番号がありますように」と祈りながら探したが、なかなか見付からない。やはり、不合格か。それでも、落ち着いてゆっくりと見た。**すると**、あった！最後にあった！私の番号が！よかった！何度も何度も**ちゃんと**見て確かめた。

合格だと分かったら、町は**きらきら**輝いて見えた。知らない人にも**にこにこ**笑いかけたい気分だった。きっと今夜は**ぐっすり**寝られるだろう。

An Unforgettable Day (2)

As my heart pounded, I raced to the exam result site. Quietly from behind other people I looked for my number. But I couldn't see very well. So, I determinedly moved forward and looked at the numbers in order. "Please, let my number be there," I prayed as I looked, but I couldn't find it. As I expected, had I failed? However I kept myself calm and took a slow look. Then, there it was! It was last! But my number! Thank god! I looked closely again and again to make sure.

Once I knew I had passed, the city looked all shiny. I felt like I could beam with smiles even at people I didn't know. Surely, I could sleep soundly tonight.

难忘的一天 (2)

我紧张地赶到公布合格名单的现场。我悄悄地站在别人后面寻找我的号码，但我看不清楚。所以，我坚定地走向前，从上往下看那些数字。"请让我的号码出现在上面吧"我一边祈祷，一边查找，但没找到。难道真的不及格？但我还是保持冷静，慢慢地定睛细看。找到了！它在最后！我的号码！太好了！我仔细地看了一遍又一遍，确定它是我的号码。

当我知道自己合格以后，感觉这座城市都在发光。我都想冲着不认识的人微笑了。今晚我肯定可以睡得很香。

Ngày đáng nhớ (2)

Tôi hồi hộp và vội vã đến nơi thông báo kết quả. Tôi im lặng đứng sau người khác và tìm số báo danh của mình. Nhưng tôi không thấy rõ. Do đó, tôi mạnh dạn bước lên phía trước và nhìn số báo danh theo thứ tự. Vừa tìm vừa cầu mong "Mong cho có số báo danh của mình", nhưng mãi vẫn không thấy. Đúng là không đỗ rồi. Tuy vậy tôi vẫn bình tĩnh nhìn lại từ từ. Thế rồi tôi đã thấy! Có số báo danh của tôi ở cuối cùng! May quá! Tôi đã xem lại cẩn thận mấy lần.

Khi biết mình đỗ, tôi thấy phố phường toả sáng lấp lánh. Tôi muốn mỉm cười với cả những người không quen biết. Chắc chắn tối nay tôi sẽ ngủ rất ngon.

敬語（けいご）

Honorific Expressions
敬语
Kính ngữ

1760 **おいでになる** come, go 莅临 đến, tới	**社長が奥様とおいでになった。** The president came with his wife. 社长和夫人一同莅临。 Giám đốc và phu nhân đã tới.
1761 **おめしになる** **お召しになる** wear 穿 mặc	**あの着物をお召しになった方は、どなたですか。** Who is that person wearing a kimono? 那个穿着和服的人是哪位? Vị mặc kimono kia là ai thế ạ?
1762 **おやすみになる** **お休みになる** sleep, go to bed, take a rest/break 睡觉 ngủ, đi nghỉ	**昨日は何時にお休みになりましたか。** What time did you go to bed yesterday? 您昨天是什么时候睡觉的。 Hôm qua mấy giờ ngài đi nghỉ thế ạ?
1763 **ごらんになる** **ご覧になる** look, see, watch 看 xem, nhìn	**番組をご覧になった感想をお送りください。** Please send us your impressions of seeing the program. 请把观看节目之后的感想发送过来。 Hãy gửi cho chúng tôi cảm xúc của bạn sau khi xem chương trình.
1764 **めしあがる** **召し上がる** eat, drink 吃，喝 ăn, uống, dùng (món ăn, đồ uống)	**手作りのパンですが、召し上がってください。** It is home-made bread, please have some. 这是手工制作的面包，请品尝一下。 Đây là bánh mỳ tôi tự làm, mời anh chị dùng.
1765 **いたす** do 做 làm	**私にできることは何でもいたします。** I'll do whatever I can do. 只要是我能做到的事情，任何事我都愿意做。 Nếu là việc tôi có thể làm được thì việc gì tôi cũng sẽ làm.
1766 **いただく①** **頂く** eat, drink 吃，喝 ăn, uống	**おいしいお料理を頂きました。** I had a delicious dish. 品尝了好吃的菜肴。 Tôi đã ăn món ăn ngon.

1767 いただく② 頂く receive 收到 nhận, được cho	先生からお電話を頂きました。 I received a phone call from my teacher. 接到了老师的电话。 Tôi đã nhận được cuộc điện thoại từ thầy giáo.
1768 うかがう① 伺う ask 问 nghe, hỏi	来週の先生のご都合を伺った。 I asked the teacher's schedule for next week. 问老师下周什么时候方便。 Tôi đã hỏi thời gian tuần sau của thầy giáo.
1769 うかがう② 伺う visit 去 đi, đến thăm	これから、そちらへ伺います。 I will visit there now. 现在就去您那里。 Bây giờ tôi xin phép đến đó.
1770 おめにかかる お目にかかる meet, see 见 gặp	久しぶりに先生にお目にかかった。 I met my teacher after a long time. 隔了很长时间见到老师了。 Lâu lắm tôi mới gặp lại thầy giáo.
1771 おめにかける お目にかける show 给您看 cho xem	これから珍しいものをお目にかけます。 Now I would like to show you something unusual. 现在要给您展示珍贵的东西。 Sau đây tôi sẽ cho quý vị xem các đồ vật quý hiếm.
1772 ごらんにいれる ご覧にいれる show 给您看 cho xem	私が作った走るロボットをご覧にいれます。 I would like to show you the running robot that I made. 现在要给您展示一下我做的跑步机器人。 Tôi cho mọi người xem loại robot chạy do tôi chế tạo ra.
1773 まいる 参る come, go 来，去 đến, đi	係りの山田は、すぐに参ります。 Yamada, the person in charge, is coming soon. 负责工作的山田马上就来。 Anh phụ trách Yamada sẽ đến ngay đây ạ.
1774 でございます be 是 là	こちらが、ご注文の本でございます。 This is the book you ordered. 这是您订购的书。 Đây là cuốn sách anh đặt hàng ạ.

1775

ございます
there is/are, have
在，有
có, ở

ご注文(ちゅうもん)の本(ほん)は、こちらにございます。
The book you ordered is here.
您订购的书在这里。
Cuốn sách anh đặt hàng ở đây ạ.

挨拶(あいさつ)・感動詞(かんどうし)

Greetings, Interjections
寒暄语・感叹词
Chào hỏi, Thán từ

1776

おあがりください①
お上がりください
please eat/help yourself
请品尝
xin mời dùng (món ăn)

妻(つま)の手作(てづく)りです。どうぞ、お上(あ)がりください。
My wife made this. Please help yourself.
这是妻子亲手做的。请品尝。
Đây là món do vợ tôi tự làm. Xin mời anh dùng.

1777

おあがりください②
お上がりください
please come in
请进
xin mời vào

狭(せま)い家(いえ)ですが、どうぞ、お上(あ)がりください。
Though it's a small house, please come in.
房子很小，(希望您不要嫌弃)请进屋吧。
Nhà tôi hơi chật nhưng mời anh vào chơi ạ.

1778

おいでください
please come
请过来
xin hãy đến

明日(あす)、１０時(じゅうじ)においでください。
Please come at ten tomorrow.
请明天上午10点过来吧。
Ngày mai xin hãy đến lúc 10 giờ.

1779

おかまいなく
お構いなく
please don't trouble yourself
不用在意
đừng bận tâm

「もう一杯(いっぱい)いかがですか」「お構(かま)いなく」
"Would you like another glass?" "Please don't trouble yourself."
"再来一杯怎么样？" "不用在意我。"
"Anh dùng thêm một bát nữa nhé", "Dạ tôi đủ rồi ạ. Anh đừng bận tâm quá".

1780

おげんきで
お元気で
keep well
请保重
xin hãy giữ gìn sức khỏe

では、また。お元気(げんき)で。
See you. Keep well.
那么，再见。请保重。
Vậy hẹn gặp lại nhé. Hãy giữ gìn sức khỏe.

1781

おさきに
お先に
excuse me (for leaving before you)
先告辞了
trước

お先(さき)に失礼(しつれい)いたします。
Excuse me, but I must be going.
我先告辞了。
Tôi xin phép về trước.

1782 **おじゃまします** excuse me (for disturbing you) 打扰了 xin phép, xin phép làm phiền	**「どうぞ、お入りください」「おじゃまします」** "Please come in." "Excuse me." "请进""打扰了。" "Xin mời vào", "Tôi xin phép làm phiền anh chị".
1783 **おせわになりました** **お世話になりました** thank you for taking care of me/all your help 承蒙照顾 tôi đã được giúp đỡ rất nhiều	**留学中は、いろいろお世話になりました。** Thank you for taking care of me in various ways while I have been studying abroad. 留学期间，承蒙您照顾了。 Trong quá trình du học tôi đã được giúp đỡ rất nhiều.
1784 **おつかれさま(でした)** **お疲れ様(でした)** thank you for your hard work 辛苦了 cảm ơn vì đã vất vả	**引っ越しの手伝い、お疲れ様でした。** Thank you for your hard work in helping me with moving. 谢谢您帮我搬家。您辛苦了。 Cảm ơn anh chị đã vất vả giúp đỡ em chuyển nhà.
1785 **おまたせしました** **お待たせしました** thank you for/sorry to have kept you waiting 您久等了 xin lỗi đã để anh chị chờ lâu	**お待たせしました。次の方どうぞ。** Thank you for waiting. Next customer, please. 让您久等了，下一位请进。 Xin lỗi đã để quý khách phải chờ lâu. Xin mời người tiếp theo.
1786 **おまちどおさま** **お待ちどおさま** thank you for/sorry to have kept you waiting 您久等了 cảm ơn anh chị đã chờ	**はい、温かいスープ。お待ちどおさま。** Here you are, hot soup. Thank you for waiting. 热汤来了，让您久等了。 Vâng, súp nóng đây ạ. Cảm ơn quý khách đã chờ.
1787 **おめでとう(ございます)** congratulations 恭喜 xin chúc mừng, chúc mừng	**ご結婚、おめでとうございます。** Congratulations on your getting married. 恭喜二位喜结良缘。 Chúc mừng đám cưới.
1788 **かまいません** I don't mind 没关系，没问题 không sao, không vấn đề gì	**「明日提出でもいいですか」「かまいません」** "May I submit it tomorrow?" "I don't mind." "明天提交也行吗？""可以，没问题。" "Ngày mai nộp có được không ạ?", "Không sao".
1789 **ごえんりょなく** **ご遠慮なく** feel free, go ahead. 请便 xin cứ tự nhiên	**「使ってもいいかな」「どうぞ、ご遠慮なく」** "May I use this?" "Please, feel free." "我可以用吗？""哦，请便。" "Tôi dùng cái này được không nhỉ", "Xin mời, xin đừng ngại".

1790 **ごめいわくをおかけしました** **ご迷惑をおかけしました** I'm sorry for causing any trouble 抱歉给您添麻烦了 xin lỗi vì đã làm phiền mọi người	**休んでしまって、ご迷惑をおかけしました。** I'm sorry for causing any trouble by taking time off. 突然请假休息，真不好意思。给您添麻烦了。 Tôi xin lỗi vì đã nghỉ, làm phiền mọi người.
1791 **ごめん** sorry 对不起 xin lỗi	**ごめん、今忙しいから後にして。** Sorry, I'm busy now, so do it later. 对不起，我现在很忙，等会儿吧。 Xin lỗi, bây giờ tớ đang bận nên hãy để lúc khác nhé.
1792 **すまない** sorry 对不起 xin lỗi nhé	**遅れて、すまない。さあ、行こう。** Sorry to be late. Right, let's go. 我来晚了，对不起，我们走吧。 Xin lỗi nhé, tớ đến muộn. Nào mình đi thôi.
1793 **それはいけませんね** that's too bad 那可不行 thế thì gay nhỉ, thế thì không được rồi	**「せきが続いて…」「それはいけませんね」** "I can't get rid of this cough." "That's too bad." "还在继续咳嗽……" "那可不行啊。" "Cháu bị ho kéo dài...", "Thế thì không được rồi".
1794 **またね** see you 再见 gặp sau nhé, hẹn gặp lại nhé	**「じゃ、またね」「バイバイ」** "Well, see you." "Bye." "那么，再见了。" "再见。" "Gặp sau nhé", "tạm biệt nhé (bye bye)"
1795 **もうしわけありません** **申し訳ありません** I'm sorry 抱歉 xin lỗi, xin tha thứ cho tôi	**ご連絡が遅くなって、申し訳ありません。** I'm sorry to be late in contacting you. 联络晚了，非常抱歉。 Tôi xin lỗi vì liên lạc muộn.
1796 **ようこそ** welcome 欢迎 rất hân hạnh chào đón	**ようこそ、おいでくださいました。** Welcome, thank you for coming. 欢迎您来。 Hân hạnh chào đón anh chị đã đến.
1797 **よくいらっしゃいました** thank you for coming 谢谢您的到来 anh chị đã đến chơi ạ	**遠い所まで、よくいらっしゃいました。** Thank you for coming all this way. 感谢您远道而来。 Cảm ơn anh chị đã lặn lội đường sá xa xôi đến chơi.

1798	
あれ/あれっ uh-oh, oh no 咦 ơ	**あれっ、この計算、間違ってるよ。** Uh-oh, this calculation's wrong. 咦？这个计算错了。 Ơ, phép tính này nhầm rồi đấy.
1799	
ええと er, let me see 嗯 ừm, à...	**あしたの集合時間は、ええと、3時だよね？** The meeting time tomorrow is, er, three, right? 明天的集合时间是，嗯，是3点吧？ Thời gian tập trung ngày mai là, ừm..., 3 giờ nhỉ?
1800	
ばんざい **万歳** hip hip hurray, cheers 万岁 muôn năm	**トンネルの完成を祝って、万歳。** To celebrate completion of the tunnel, hip hip hurray. 庆祝隧道工程顺利完工，万岁！ Chúc mừng đã hoàn thành đường hầm, "muôn năm!"

付録(ふろく) Appendix 附录 Phụ lục

日本(にほん)の三権(さんけん)
The Three Branches of the Japanese Government
日本的三权分立 Tam quyền ở nhật

立法権(りっぽうけん)
Legislative Power 立法权 Quyền lập pháp

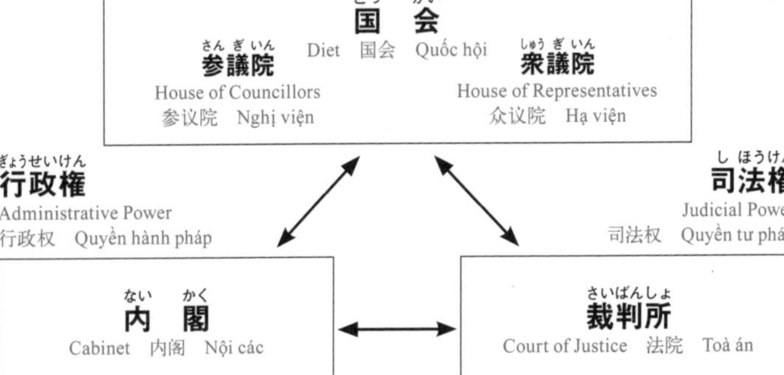

主(おも)な中央省庁(ちゅうおうしょうちょう)
Main Government Ministries
主要的中央机关 Các bộ ngành chính trực thuộc trung ương

総務省(そうむしょう) Ministry of Internal Affairs and Communications 总务省 Bộ Nội vụ và Truyền thông

法務省(ほうむしょう) Ministry of Justice 法务省 Bộ Tư Pháp

外務省(がいむしょう) Ministry of Foreign Affairs 外务省 Bộ Ngoại Giao

財務省(ざいむしょう) Ministry of Finance 财务省 Bộ Tài Chính

文部科学省(もんぶかがくしょう)（文科省(もんかしょう)） Ministry of Education, Culture, Sports, Science and Technology
文科省 Bộ Văn hóa Giáo dục Thể thao Khoa học Công nghệ

厚生労働省(こうせいろうどうしょう)（厚労省(こうろうしょう)） Ministry of Health, Labour and Welfare
厚生劳动省 Bộ Y tế Lao động Phúc lợi

農林水産省(のうりんすいさんしょう)（農水省(のうすいしょう)） Ministry of Agriculture, Forestry and Fisheries
农林水产省 Bộ Nông Lâm Thủy sản

経済産業省(けいざいさんぎょうしょう)（経産省(けいさんしょう)） Ministry of Economy, Trade and Industry
经济产业省 Bộ Kinh tế Thương mại Công nghiệp

国土交通省(こくどこうつうしょう)（国交省(こっこうしょう)） Ministry of Land, Infrastructure, Transport and Tourism
国土交通省 Bộ Đất đai Hạ tầng Giao thông Du lịch

環境省(かんきょうしょう) Ministry of the Environment 环境省 Bộ Môi trường

防衛省(ぼうえいしょう) Ministry of Defense 防卫省 Bộ Quốc phòng

身近な行政機関（みぢかなぎょうせいきかん）

Local Government Organizations
常用的行政机构　Các cơ quan hành chính

市役所（しやくしょ）・区役所（くやくしょ）・町役場（まちやくば）・村役場（むらやくば）

city office, ward office, town office
市政府、区政府、镇公所、村公所　ủy ban nhân dân thành phố, quận, ban quản lý khu phố, thôn xóm

都庁（とちょう）・道庁（どうちょう）・府庁（ふちょう）・県庁（けんちょう）

Tokyo Metropolitan Government Office, Hokkaido Government Office, Osaka/Kyoto Prefectural Government Office, Prefectural Government Office
东京都厅、北海道厅、大阪/京都府厅、县厅
Văn phòng chính phủ thủ đô Tokyo, Hokkaido, Osaka/Kyoto và các tỉnh

警察署（けいさつしょ）　police station　警察局　sở cảnh sát

消防署（しょうぼうしょ）　fire station　消防局　cục phòng cháy chữa cháy

保健所（ほけんじょ）　public health center　卫生站　trung tâm y tế

国際連合（こくさいれんごう）（国連（こくれん））の主要機関（しゅようきかん）

Main Organizations of the United Nations
联合国主要机构　Các cơ quan chính của liên hợp quốc

国連安全保障理事会（こくれんあんぜんほしょうりじかい）(UNSC)

United Nations Security Council　联合国安理会　Hội đồng bảo an

国際司法裁判所（こくさいしほうさいばんしょ）(ICJ)

International Court of Justice　国际法庭　Toà án tư pháp quốc tế

国連児童基金（こくれんじどうききん）(UNICEF（ユニセフ）)

United Nations Children's Fund　联合国儿童基金会　Quỹ nhi đồng Liên hợp quốc

国際労働機関（こくさいろうどうきかん）(ILO)

International Labour Organization　国际劳工组织　Tổ chức lao động quốc tế

国連教育科学文化機関（こくれんきょういくかがくぶんかきかん）(UNESCO（ユネスコ）)

United Nations Educational, Scientific and Cultural Organization
联合国教科文组织　Tổ chức giáo dục, khoa học và văn hoá Liên hợp quốc

世界保健機関（せかいほけんきかん）(WHO)

World Health Organization　世界卫生组织　Tổ chức y tế thế giới

国連難民高等弁務官事務所（こくれんなんみんこうとうべんむかんじむしょ）(UNHCR)

United Nations High Commissioner for Refugees
联合国难民署　Cao uỷ của Liên hợp quốc về người tị nạn

日本(にほん)の祝日(しゅくじつ)

Japanese National Holidays
日本的节日　Các ngày lễ ở Nhật Bản

1月1日 (いちがつついたち)	元日(がんじつ) New Year's Day　元旦　Ngày đầu năm
1月第2月曜日* (いちがつだいにげつようび)	成人(せいじん)の日(ひ) Coming-of-Age Day　成人节　Ngày lễ thành nhân
2月11日 (にがつじゅういちにち)	建国記念(けんこくきねん)の日(ひ) National Foundation Day　建国纪念日　Ngày quốc khánh
2月23日 (にがつにじゅうさんにち)	天皇誕生日(てんのうたんじょうび) Emperor's Birthday　天皇诞辰纪念日　Sinh nhật Nhật Hoàng
3月21日頃 (さんがつにじゅういちにちごろ)	春分(しゅんぶん)の日(ひ) Vernal Equinox Day　春分　Ngày xuân phân
4月29日 (しがつにじゅうくにち)	昭和(しょうわ)の日(ひ) Shōwa Day　昭和之日　Ngày Chiêu Hoà (Showa)
5月3日 (ごがつみっか)	憲法記念日(けんぽうきねんび) Constitution Day　宪法纪念日　Ngày kỉ niệm hiến pháp
5月4日 (ごがつよっか)	みどりの日(ひ) Greenery Day　绿之日　Ngày xanh
5月5日 (ごがついつか)	こどもの日(ひ) Children's Day　儿童节　Tết thiếu nhi
7月第3月曜日** (しちがつだいさんげつようび)	海(うみ)の日(ひ) Marine Day　海之日　Ngày của biển
8月11日 (はちがつじゅういちにち)	山(やま)の日(ひ) Mountain Day　山之日　Ngày của núi
9月第3月曜日** (くがつだいさんげつようび)	敬老(けいろう)の日(ひ) Respect-for-Aged Day　敬老节　Ngày kính lão
9月23日頃 (くがつにじゅうさんにちごろ)	秋分(しゅうぶん)の日(ひ) Autumnal Equinox Day　秋分　Ngày thu phân
10月第2月曜日* (じゅうがつだいにげつようび)	スポーツの日(ひ) Health and Sports Day　体育节　Ngày thể dục thể thao
11月3日 (じゅういちがつみっか)	文化(ぶんか)の日(ひ) Culture Day　文化节　Ngày văn hoá
11月23日 (じゅういちがつにじゅうさんにち)	勤労感謝(きんろうかんしゃ)の日(ひ) Labor Thanksgiving Day　勤劳感谢日　Ngày biết ơn người lao động

* 第2月曜日(だいにげつようび) the second Monday of the month　第二个星期一
thứ 2 lần thứ 2 trong tháng

** 第3月曜日(だいさんげつようび) the third Monday of the month　第三个星期一
thứ 2 lần thứ 3 trong tháng

日本の主な時代区分（にほん おも じだいくぶん）

Main Historical Periods of Japan

日本主要的时代划分　Phân chia các thời kỳ chính của nhật

年（ねん）	区分	時代	
700年	古代（こだい） Ancient times, antiquity 古代　cổ đại	奈良時代（ならじだい）	
800		平安時代（へいあんじだい）	
900			
1000			
1100	中世（ちゅうせい） Medieval times, Middle Ages 中世纪　trung cổ		
1200		鎌倉時代（かまくらじだい）	
1300			
1400		室町時代（むろまちじだい）	
1500	近世（きんせい） Early modern times 近世　cận trung	安土桃山時代（あづちももやまじだい）	
1600		江戸時代（えどじだい）	
1700			
1800	近代（きんだい） Modern times 近代　cận đại	明治（めいじ）	1868 - 1912
		大正（たいしょう）	1912 - 1926
1900	現代（げんだい） Present age/day, today 现代　hiện đại	昭和（しょうわ）	1926 - 1989
		平成（へいせい）	1989 - 2019
2000		令和（れいわ）	2019 -

日本の地理

Geography of Japan

日本的地理　Địa lý Nhật Bản

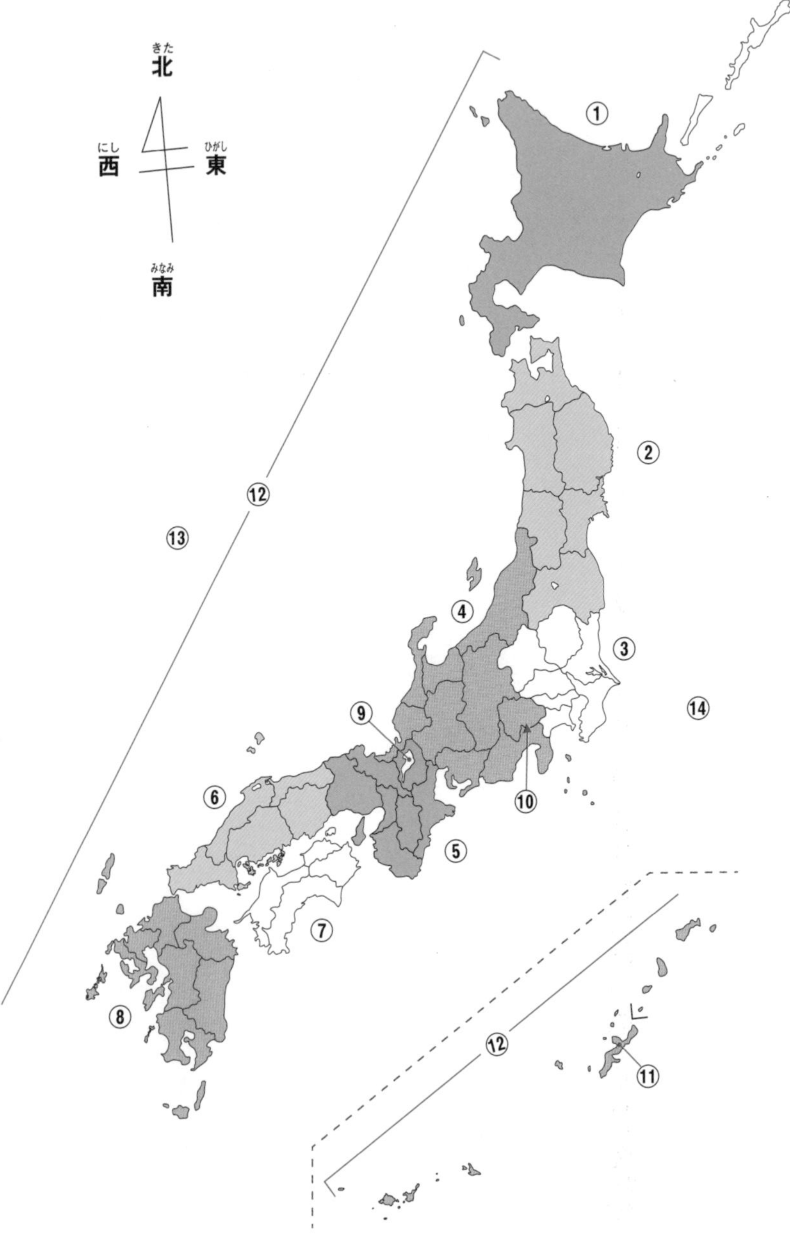

地方 Districts 地方、地区　Vùng	都道府県 Prefectures　都道府县 Thành phố và các tỉnh trực thuộc trung ương
①北海道地方	北海道
②東北地方	青森県、岩手県、宮城県、秋田県、山形県、福島県
③関東地方	茨城県、栃木県、群馬県、埼玉県、千葉県、東京都、神奈川県
④中部地方	新潟県、富山県、石川県、福井県、山梨県、長野県、岐阜県、静岡県、愛知県
⑤近畿地方*	三重県、滋賀県、京都府、大阪府、兵庫県、奈良県、和歌山県
⑥中国地方	鳥取県、島根県、岡山県、広島県、山口県
⑦四国地方	徳島県、香川県、愛媛県、高知県
⑧九州地方	福岡県、佐賀県、長崎県、熊本県、大分県、宮崎県、鹿児島県、沖縄県

* 三重県を除いた近畿地方を関西という場合がある。

With the exception of Mie prefecture, the Kinki region is called Kansai.
有时将三重县以外的近畿地区叫作关西。
Có trường hợp người ta gọi khu vực Kinki trừ tỉnh Mie là Kansai.

⑨琵琶湖　Lake Biwa　琵琶湖　Hồ Biwa
⑩富士山　Mt. Fuji　富士山　Núi Phú Sỹ
⑪沖縄本島　Main island of Okinawa　冲绳本岛　Đảo chính Okinawa
⑫日本列島　Japanese Archipelago　日本列岛　Quần đảo Nhật Bản
⑬日本海　the Sea of Japan　日本海　Biển Nhật Bản
⑭太平洋　the Pacific Ocean　太平洋　Biển Thái Bình Dương

色（いろ）/ カラー

Colors

颜色　Màu sắc

白（しろ）・ホワイト	white　白色　màu trắng
黒（くろ）・ブラック	black　黑色　màu đen
赤（あか）・レッド	red　红色　màu đỏ
青（あお）・ブルー	blue　蓝色　màu xanh
黄色（きいろ）・イエロー	yellow　黄色　màu vàng
茶色（ちゃいろ）・ブラウン	brown　茶色　màu nâu
緑（みどり）・グリーン	green　绿色　màu xanh lá cây
こげ茶（ちゃ）	dark brown　深棕色　màu nâu sẫm
水色（みずいろ）	light blue 淡蓝色　màu xanh nước biển, xanh nhạt
紺（こん）	navy, dark blue 藏青色、藏蓝色　màu xanh đậm
灰色（はいいろ）・グレー	grey　灰色　màu xám, ghi
紫（むらさき）・パープル	purple　紫色　màu tím
ピンク	pink　粉红色　màu hồng
ベージュ	beige　米黄色　màu beige (nâu vàng nhạt)
オレンジ	orange　橘黄色、橙黄色　màu cam
金色（きんいろ）・ゴールド	gold　金色　màu vàng
銀色（ぎんいろ）・シルバー	silver　银色　màu bạc
無色（むしょく）	colorless　无色　không màu

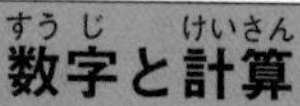

数字と計算（すうじとけいさん）

Numbers and Calculations
数字与计算　Chữ số và phép tính

◆ **位**（くらい）　decimal place, digit　位、位数　vị trí　　**桁**（けた）　digit　位数　chữ số

兆の位（ちょうのくらい）　億の位（おくのくらい）　万の位（まんのくらい）　十の位（じゅうのくらい）　一の位（いちのくらい）

1 2,3 4 5,6 7 8,9 0 1,2 3 4

じゅうにちょう　さんぜんよんひゃくごじゅうろくおく　ななせんはっぴゃくきゅうじゅうまん　せんにひゃくさんじゅうよん

1 0 0 0 0

5桁の数字（けたのすうじ）

◆ **小数**（しょうすう）　decimal　小数　số thập phân

0．3（れいてんさん）

小数点（しょうすうてん）

◆ **分数**（ぶんすう）　fraction　分数　phân số

$\frac{3}{10}$（じゅうぶんのさん）

3 …… 分子（ぶんし）　numerator　分子　phân tử

10 …… 分母（ぶんぼ）　denominator　分母　mẫu số

◆ **倍**（ばい）　times　倍　lần

2倍（にばい）　3倍（さんばい）

割合（わりあい）　percentage, ratio　比例　tỷ lệ

人口（じんこう）の2割（にわり）（20％（にじゅっパーセント））

消費税（しょうひぜい）10％（じゅっパーセント）

◆ **足し算**（たしざん）　addition　加法　phép cộng　　**引き算**（ひきざん）　subtraction　减法　phép trừ

掛け算（かけざん）　multiplication　乘法　phép nhân　　**割り算**（わりざん）　division　除法　phép chia

＋（足す（たす））　add, plus　加　cộng

－（引く（ひく））　subtract　减　trừ

×（掛ける（かける））　multiply　乘　nhân

÷（割る（わる））　divide　除　chia

…（余り（あまり））　remainder　余数　dư, còn thừa

＝（は/イコール）　equal　等于　bằng

3＋（たす）9－（ひく）8×（かける）5÷（わる）4＝（は）2

31÷（わる）5＝（は）6…（あまり）1

助数詞（じょすうし）　単位（たんい）

Counter Suffixes, Units

量词，单位　Số từ, Đơn vị

ミリ(ミリメートル)	mm	millimeter　毫米　milimet
センチ(センチメートル)	cm	centimeter　厘米　centimet
へいほうメートル	m^2	square meter　平方米　mét vuông
アール	a	are　公亩　A (= $100m^2$)
ヘクタール	ha	hectare　公顷　hecta
へいほうキロメートル	km^2	square kilometer 平方千米　kilomet vuông
じょう	畳	~ mat (counter for tatami mats) ～张，～块（榻榻米的量词）　~ chiếu
りっぽうセンチメートル	cm^3	cubic centimeter 立方厘米　centimet khối
りっぽうメートル	m^3	cubic meter　立方米　mét khối
シーシー	cc	cc, cubic centimeter 立方厘米　CC (đơn vị đo thể tích)
リットル	L/ℓ	liter　升　lít
トン	t	ton　吨　tấn
びょう	秒	second　秒　~ giây
ねんど	年度	fiscal year　～年度　năm, niên độ ~
せいき	世紀	~ century　～世纪　thế kỷ ~
めい	名	~ person (counter for people) ～名　~ người
ワット	w	watt　瓦　oát
ヘクトパスカル	hpa	hectopascal 百帕　hectopascal (đơn vị đo áp suất)
ぶ	分	suffix for temperature, 1/10 of a degree Celsius 分　1/10 độ C (Đơn vị đo nhiệt độ)
ちょうめ・ばん/ ばんち・ごう	丁目・番/ 番地・号	city block ~, block number ~, number ~ 巷・号/门牌号 phố số ~, khu số ~, nhà số ~
ごうとう	号棟	building number ~ (housing complex) 第……栋 toà nhà số ~ (toà chung cư ~)
ごうかん	号館	building number ~ (large facility) 第……馆 toà nhà số ~ (toà nhà lớn)

国や地域の略称

Kanji Abbreviations for Countries/Regions
国家，地域的简称　Từ viết tắt tên các nước và khu vực

国・地域名	略称	訳
アジア	亜	Asia 亚洲 Châu Á
ヨーロッパ	欧	Europe 欧洲 Châu Âu
アメリカ	米	United States of America 美国 Châu Mỹ, Mỹ
イギリス	英	United Kingdom 英国 Anh
イタリア	伊	Italy 意大利 Ý, Italia
インド	印	India 印度 Ấn Độ
オーストラリア	豪	Australia 澳大利亚 Úc, Austraylia
カナダ	加	Canada 加拿大 Canada
韓国	韓	South Korea 韩国 Hàn Quốc
台湾	台	Taiwan 台湾 Đài Loan
中国	中	China 中国 Trung Quốc
ドイツ	独	Germany 德国 Đức
フランス	仏	France 法国 Pháp
ベトナム	越	Vietnam 越南 Việt Nam
ロシア	露	Russia 俄罗斯 Nga

索引

Index　索引　Mục lục tra cứu

き

監修
石井怜子

著者
齋藤明子　小谷野美穂
鈴木英子　山崎洋子
青柳方子　王亜茹
大野純子　木村典子
塩田安佐　田川麻央
森田亮子　守屋和美
米原貴子

翻訳
英語　スリーエーネットワーク
中国語　華東理工大学出版社
ベトナム語　Nguyễn Văn Hảo (グエン・バン・ハオ)　ハノイ貿易大学日本語科長
MCBooks

イラスト
すずき あやの

装丁・本文デザイン
糟谷一穂

改訂版 新完全マスター単語 日本語能力試験 N3
重要 1800 語

2016 年 8 月 10 日　初版第 1 刷発行
2022 年 9 月 15 日　改訂版第 2 刷発行

監　修　石井怜子
著　者　齋藤明子　小谷野美穂　鈴木英子　山崎洋子　青柳方子
王亜茹　大野純子　木村典子　塩田安佐　田川麻央
森田亮子　守屋和美　米原貴子
発行者　藤嵜政子
発　行　株式会社スリーエーネットワーク
〒 102-0083　東京都千代田区麹町 3 丁目 4 番
トラスティ麹町ビル 2F
電話　営業　03 (5275) 2722
編集　03 (5275) 2725
https://www.3anet.co.jp/
印　刷　倉敷印刷株式会社

ISBN978-4-88319-887-0 C0081